வ.உ.சி.:
வாராது வந்த மாமணி

வ.உ.சி.: வாராது வந்த மாமணி

ஆ. இரா. வேங்கடாசலபதி

கப்பலோட்டியும் செக்கிழுத்தும் தமிழரின் மனங்களில் தியாகத்தின் திருவுருவாக நீங்காத இடம்பெற்றவர் வ.உ.சி. சுதேசி இயக்கத்தில் ஈடுபட்டு, ஆங்கிலேய ஏகாதிபத்தியத்திற்கு எதிராகக் கப்பல் கம்பெனி நடத்தி, 1908இல் கைதாகிக் கடுந்தண்டனை பெற்ற வ.உ.சி., 1912இல் விடுதலையான பிறகு 24 ஆண்டுகள் வாழ்ந்தார். வறுமையில் துன்புற்ற நிலையிலும் அவர் ஓய்ந்துவிடவில்லை. விடுதலைப் போராட்டத்தோடு தொழிலாளர் இயக்கம், பிராமணரல்லாதார் இயக்கம், சமயச் சீர்திருத்தம், தமிழ் மறுமலர்ச்சி என்று பல துறைகளிலும் பங்குகொண்டார். ஆனால் வ.உ.சி.யின் தொண்டுக்கும் தியாகத்துக்கும் உரிய அறிந்தேற்பு கிடைக்கவில்லை என்பது தமிழ்ச் சமூகத்தின் ஒருமித்த கருத்து.

வ.உ.சி. பற்றி அவர் காலத்தில் வந்த பதிவுகளை ஆவணப்படுத்தி, அவருக்கு இழைக்கப்பட்ட அநீதிக்கு நியாயம் தேடும் முயற்சியாக இந்த நூல் அமைகின்றது. வ.உ.சி.யின் புகழ் ஓங்கியிருந்த காலத்தில் வெளிவந்த அவருடைய வாழ்க்கை வரலாறுகளையும், அவருடைய புகழ் மங்கியிருந்த வேளையில் நடந்த மணிவிழாச் செய்திகளையும், அவர் மறைந்தபொழுது வெளியான இரங்கலுரைகளையும் பிற ஆவணங்களையும் கொண்டதாக இத்தொகுப்பு அமைகின்றது.

ஆ. இரா. வேங்கடாசலபதியின் நேர்த்தியான பதிப்பில், விரிவான முன்னுரையுடன் அமைந்துள்ள நூலின் விரிவாக்கிய மூன்றாம் பதிப்பு இது.

ஆ. இரா. வேங்கடாசலபதி (பி. 1967)

தமிழ்ச் சமூக வரலாறு தொடர்பாகக் குறிப்பிடத்தகுந்த ஆய்வுகள் செய்து வருபவர். சென்னை வளர்ச்சி ஆராய்ச்சி நிறுவனத்தில் (*Madras Institute of Development Studies*) பேராசிரியராக இருக்கும் இவர், மனோன்மணியம் சுந்தரனார் (திருநெல்வேலி), சென்னை, சிகாகோ, சிங்கப்பூர் பல்கலைக் கழகங்களில் பணியாற்றியிருக்கிறார். வி.கே.ஆர்.வி. ராவ் விருதும் (2007) விளக்கு புதுமைப்பித்தன் விருதும் (2018), கனடா இலக்கியத் தோட்டத்தின் வாழ்நாள் சாதனையாளருக்கான 2021ஆம் ஆண்டின் இயல் விருதைப் பெற்றிருக்கிறார்.

ஆசிரியரின் பிற நூல்கள்

எழுதியவை

வ.உ.சி.யும் திருநெல்வேலி எழுச்சியும்
பின்னி ஆலை வேலைநிறுத்தம் 1921 (இணையாசிரியர்: ஆ. சிவசுப்பிரமணியன்)
அந்தக் காலத்தில் காப்பி இல்லை முதலான ஆய்வுக் கட்டுரைகள்
நாவலும் வாசிப்பும்
முல்லை: ஓர் அறிமுகம்
முச்சந்தி இலக்கியம்
பாரதி: கவிஞனும் காப்புரிமையும்
ஆஷ் அடிச்சுவட்டில்: அறிஞர்கள், ஆளுமைகள்
எழுக, நீ புலவன்!: பாரதி பற்றிய கட்டுரைகள்
தமிழ்க் கலைக்களஞ்சியத்தின் கதை
திராவிட இயக்கமும் வேளாளரும்
வ.உ.சி.யும் காந்தியும்: 347 ரூபாய் 12 அணா
திருநெல்வேலி எழுச்சியும் வ.உ.சி.யும் 1908

பதிப்பித்தவை

வ.உ.சி. கடிதங்கள்
மறைமலையடிகளார் நாட்குறிப்புகள்
வ.உ.சி.யும் பாரதியும்
பாரதியின் கருத்துப்படங்கள்: 'இந்தியா' 1906–1910
அன்னை இட்ட தீ: புதுமைப்பித்தன்
வ.உ.சி.யின் சிவஞான போத உரை
புதுமைப்பித்தன் கதைகள்: முழுத் தொகுப்பு
புதுமைப்பித்தன் கட்டுரைகள்
அண்ணல் அடிச்சுவட்டில் – ஏ. கே. செட்டியார்
பாரதி: 'விஜயா' கட்டுரைகள்
புதுமைப்பித்தன் மொழிபெயர்ப்புகள்
பாரதி கருவூலம்: 'ஹிந்து' நாளிதழில் பாரதியின் எழுத்துகள்
திலக மகரிஷி – வ.உ.சி.
பாரதியின் சுயசரிதைகள்: கனவு, சின்னச் சங்கரன் கதை
சென்றுபோன நாட்கள்: எஸ்.ஜி. இராமாநுஜலு நாயுடு
புதுமைப்பித்தன் வரலாறு: தொ.மு.சி. ரகுநாதன்
உ.வே. சாமிநாதையர் கடிதக் கருவூலம்
சாதிக்குப் பாதி நாளா? ராஜாஜியின் கல்வித் திட்டம்

தமிழாக்கம்

பாப்லோ நெருடா, துயர்மிகு வரிகளை இன்றிரவு நான் எழுதலாம்
வரலாறும் கருத்தியலும் (Romila Thapar's Past and Prejudice)

In English

(trans), Tranquillity –Bharatidasan
(trans), J.J. Some Jottings –Sundara Ramaswamy
In Those Days There Was No Coffee: Writings in Cultural History
(ed.) A.K. Chettiar, In the Tracks of the Mahatma: The Making of a Documentary
(ed.) Chennai, Not Madras: Perspectives on the City
(ed.) M.L. Thangappa, Love Stands Alone: Selections from Tamil Sangam Poetry
(ed.) M.L. Thangappa, Red Lilies and Frightened Birds: 'Muttollayiram'
The Province of the Book: Scholars, Scribes, and Scribblers in Colonial Tamilnadu
(co–ed.), Beyond Tranquebar: Grappling Across Cultural Borders in South India
Who Owns That Song?: The Battle for Subramania Bharati's Copyright
Tamil Characters: Personalities, Politics, Culture
The Brief History of a Very Big Book: The Making of the Tamil Encyclopaedia.
Swadeshi Steam: V.O. Chidambaram Pillai and the Battle against the British Maritime Empire

வ.உ.சி.:
வாராது வந்த மாமணி

தொகுப்பும் பதிப்பும்
ஆ. இரா. வேங்கடாசலபதி

காலச்சுவடு பதிப்பகம்

அன்பார்ந்த வாசகருக்கு,

வணக்கம்.

காலச்சுவடு நூலை வாங்கியமைக்கு நன்றி.

நூலின் உள்ளடக்கம், உருவாக்கம், அட்டைப்படம் இன்ன பிற அம்சங்கள் பற்றிய உங்கள் கருத்துகளையும் ஆலோசனைகளையும் காலச்சுவடு வரவேற்கிறது. தகவல், எழுத்து, வாக்கியப் பிழைகள் தென்பட்டால் அவசியம் தெரிவித்து உதவுங்கள். நூல் தயாரிப்பில் கடும் குறைபாடு இருப்பின் மாற்றுப் பிரதி உங்களுக்குக் கிடைக்கக் காலச்சுவடு ஏற்பாடு செய்யும்.

மின்னஞ்சல்: publisher@kalachuvadu.com

காலச்சுவடு நாகர்கோவில் தலைமையகத்துக்கும் கடிதம் அனுப்பலாம்.

தங்கள்
எஸ்.ஆர். சுந்தரம் (கண்ணன்)
பதிப்பாளர் — நிர்வாக இயக்குநர்

வ.உ.சி.: வாராது வந்த மாமணி ✦ ஆவணத் தொகுப்பு ✦ தொகுப்பும் பதிப்பும்: ஆ. இரா. வேங்கடாசலபதி ✦ பதிப்பும் அமைப்பும் முன்னுரையும் © ஆ.இரா.வேங்கடாசலபதி ✦ முதல் பதிப்பு: 5 செப்டம்பர் 2022, சேர்க்கைகள், திருத்தங்களுடன் கூடிய இரண்டாம் பதிப்பு: டிசம்பர் 2022, விரிவாக்கிய மூன்றாம் பதிப்பு: டிசம்பர் 2024 ✦ வெளியீடு: காலச்சுவடு, 669, கே.பி. சாலை, நாகர்கோவில் 629001

va.u.ci.: vaaraatu vanta maamaNi ✦ Documents on the life of V.O. Chidambaram Pillai (1872–1936) ✦ Editor: A.R.Venkatachalapathy ✦ Introduction, editorial format and arrangement © A.R. Venkatachalapathy ✦ Language: Tamil ✦ First edition: 5 September 2022, Second edition with additions and corrections: December 2022, Enlarged Third edition: December 2024 ✦ Size: Demy 1 x 8 ✦ Paper: 18.6 kg maplitho ✦ Pages: 256

Published by Kalachuvadu, 669, K.P. Road, Nagercoil 629001, India ✦ Phone: 91-4652-278525 ✦ e-mail: publications@kalachuvadu.com ✦ Printed at Adyar Students xerox Pvt. Ltd., No. 275 Habibullah Road, Triplicane high Road, Opp Triplicane Post Office, Triplicane, Chennai 600005

ISBN: 978-93-5523-193-2

ய. மணிகண்டன்

புலமைக்கும் தோழமைக்கும்

பொருளடக்கம்

முன்னுரை: ஓராயிரம் வருடம் ஓய்ந்து கிடந்த பின்னர்...   11

நன்றியுரை   43

இரண்டாம் பதிப்புக்கான குறிப்பு   45

மூன்றாம் பதிப்புக்கான குறிப்பு   45

பகுதி 1: வாழ்க்கை வரலாறுகள்

1. வ.உ.சி.
   – ரகசிய போலீஸ் குறிப்பு (1907)   49

2. வ.உ.சி. வரலாறு (தமிழ்)
   – எம். கிருஷ்ணசாமி ஐயர் (1908)   51

3. வ.உ.சி. வரலாறு (ஆங்கிலம்)
   – எம். கிருஷ்ணசாமி ஐயர் (1909)   85

4. வ.உ.சி. வரலாறு
   – சி.ஐ.டி. அறிக்கை (1909)   109

5. வ.உ. சிதம்பரம் பிள்ளை சரித்திரம்
   – பரலி சு. நெல்லையப்பர் (1944)   135

பகுதி 2: மணிவிழாச் செய்திகள்   153

பகுதி 3: இரங்கலுரைகள்

1. ஆனந்த போதினி   163
2. ஆனந்த விகடன்   165
3. ஊழியன்   167
4. குடிஅரசு   175

5. குமரன்	179
6. சிவநேசன்	181
7. சுதேசமித்திரன்	183
8. செந்தமிழ்ச் செல்வி	190
9. தினமணி	192
10. நகரதூதன்	193
11. நவசக்தி	196
12. மணிக்கொடி	200
13. லோகோபகாரி	206
14. விடுதலை	208
15. வீரகேசரி	211
16. ஜெயபாரதி	227
17. THE HINDU	230
18. JUSTICE	240
19. THE MADRAS MAIL	244

பகுதி 4: இரங்கல் கடிதங்களும் தீர்மானங்களும்

1. சி. விஜயராகவாச்சாரியார்	247
2. எஸ். சத்தியமூர்த்தி	248
3. தமிழ்நாடு காங்கிரஸ் கமிட்டி	248
4. அகில இந்தியக் காங்கிரஸ் கமிட்டி	249

பிற்சேர்க்கைகள்

1. இந்து தேசாபிமானிகள் செந்தமிழ்த் திலகம்	250
2. இந்து தேசாபிமானிகள் செந்தமிழ்த் திலகம் என்னும் பக்தி ரசக் கீர்த்தனைகள்	253
3. இந்து தேசாபிமானிகள் இனிய ரமணிய கீதம்	254

முன்னுரை

ஓராயிரம் வருடம் ஓய்ந்து கிடந்த பின்னர்...

கப்பலோட்டியும் செக்கிழுத்தும் தமிழரின் மனங்களில் நீங்காத இடம்பெற்றுவிட்டவர் வ.உ. சிதம்பரம் பிள்ளை (1872-1936). 1906இல் சுதேசி இயக்கத்தில் ஈடுபட்டு, ஆங்கிலேய ஏகாதிபத்தியத்திற்கு எதிராகக் கப்பல் கம்பெனி நடத்தி, 1908 மார்ச் மாதத்தில் கைதாகி, இரட்டை ஆயுள் தண்டனை பெற்ற வ.உ.சி., மேல்முறையீட்டில் தண்டனை குறைக்கப்பெற்று 1912ஆம் ஆண்டின் இறுதியில் சிறையிலிருந்து விடுதலையானார். வ.உ.சி. கைதானபோது அதற்கு முன்பு எப்போதும் நடந்திராத அளவில் தென்தமிழகத்தில் எழுச்சி ஏற்பட்டது. தூத்துக்குடியில் சுதேசி இயக்கத்தை ஒடுக்குவதில் முன்னின்ற இராபர்ட் ஆஷ் என்ற அதிகாரி வ.உ.சி. சிறையிலிருந்த காலத்தில் படுகொலையுண்டார். 'இருண்ட மாகாணம்', 'தூங்குமூஞ்சி பிராந்தியம்' என்றெல்லாம் ஏளனத்திற்கு ஆளாகியிருந்த சென்னை மாகாணம் வ.உ.சி.யால் தலைநிமிர்ந்தது. மொத்த இந்தியாவையே தமிழகத்தின் தென்கோடியைத் திரும்பிப் பார்க்கவைத்தார் வ.உ.சி. இந்தியத் தலைவர்களான திலகர், அரவிந்தர், கல்கத்தாவின் 'அமிர்த பஜார் பத்திரிகை', லண்டன் 'டைம்ஸ்' என்று எல்லாரும் அவரைப் பற்றி எழுதினார்கள்.

இவ்வளவு பரந்த கவனிப்பைப் பெற்ற வ.உ.சி., சிறையிலிருந்து வெளிவந்து, 24 ஆண்டுகள் வாழ்ந்து

மறைந்தார். சேர்த்துவைத்திருந்த சொத்தெல்லாம் செலவழிந்து, வருவாய்க்கு வழிதரும் வழக்குரைஞர் தகுதிப் பட்டயத்தையும் இழந்து துன்புற்ற நிலையிலும் அவர் ஓய்ந்துவிடவில்லை. விடுதலைப் போராட்டத்தில் தொடர்ந்து பங்களித்ததோடு தொழிலாளர் இயக்கம், வகுப்புரிமைப் போராட்டம், பார்ப்பனரல்லாதார் இயக்கம், சுயமரியாதை இயக்கம், சமயச் சீர்திருத்தம், தமிழ் மறுமலர்ச்சி இயக்கம் என்று தம் காலத்தின் அனைத்து இயக்கங்களிலும் பங்குகொண்டார். ஆனாலும் அவர் காலத்திலேயே அவருடைய புகழை மறைக்கும் மேகங்கள் கவிந்தன. 1932இல் வ.உ.சி.க்கு அறுபதாண்டு நிறைந்ததையொட்டி டாக்டர் பி. வரதராசுலு நாயுடு அதனைக் கொண்டாடி, பணமுடிப்பைத் திரட்ட முயன்றார். அம்முயற்சி வெற்றி பெறவில்லை என்பது மங்கல வழக்கு. இது பற்றிச் சரியாகச் செய்திகளைக்கூட அக்கால இதழ்கள் வெளியிடவில்லை என்பது இந்த அவலத்திற்குப் பருக்கைப் பதமான சான்று. வ.உ.சி.யின் தொண்டுக்கும் தியாகத்துக்கும் உரிய அறிந்தேற்பு கிடைக்கவில்லை என்பது தமிழ்ச் சமூகத்தின் ஒருமித்த கருத்து.

வ.உ.சி. பற்றி அவர் காலத்தில் வந்த பதிவுகளை ஆவணப்படுத்தி, இழைக்கப்பட்ட அநீதிக்கு நியாயம் வேண்டும் முயற்சியாக இந்த நூல் அமைகின்றது. வ.உ.சி.யின் புகழ் ஓங்கியிருந்த காலத்தில் வெளிவந்த அவருடைய வாழ்க்கை வரலாறுகளையும், அவர் மறைந்தபொழுது வெளியான இரங்கலுரைகளையும் கொண்டதாக இத்தொகுப்பு அமைகின்றது.

சென்னை மாகாணத்தின் காவல் துறை வ.உ.சி. என்பவர் யார் என்று அறிய முயன்ற 1907ஆம் ஆண்டின் குறிப்புடன் நூல் தொடங்குகிறது. எம். கிருஷ்ணசாமி ஐயர் தொகுத்துத் தமிழிலும் ஆங்கிலத்திலும் எழுதிய வ.உ.சி. வரலாறுகள் இதற்கடுத்து அமைகின்றன. பிறகு, 1909இல் காவல் துறையின் நுண்ணறிவுப் பிரிவு தயாரித்த விரிவான வரலாற்று ஆவணம் இடம்பெறுகின்றது. இவை அடங்கிய முதல் பகுதியின் கடைசியில் பரலி சு. நெல்லையப்பர் எழுதிய சுருக்கமான வரலாறு வழங்கப்பட்டுள்ளது.

நூலின் இரண்டாம் பகுதி, வ.உ.சி. மறைந்தபொழுது பல்வேறு இதழ்களில் வெளியான இரங்கலுரைகளைத் தொகுத்துத் தருகிறது. தமிழிலும் ஆங்கிலத்திலுமாகப் பதினெட்டு இதழ்களில் வெளியான தலையங்கங்களும் கட்டுரைகளும் குறிப்புகளும் பதிவுகளும் இப்பகுதியில் அடங்கும். (நானறிந்த வரை தமிழில் பெரியாருக்கு மட்டுமே இப்படியொரு தொகுப்பு

வெளிவந்துள்ளது: காவிரிநாடன், *தந்தை பெரியாரின் இறுதிநாட்களும் இதழ்களும்,* நிலாமுற்றம், சென்னை, 2005.)

மூன்றாம் பகுதியில் சில இரங்கல் கடிதங்களும் தீர்மானங்களும் இடம்பெறுகின்றன.

ஒரு நாடகப் பாட்டும் விகடக் குறிப்பும் பிற்சேர்க்கையாக அமைகின்றன.

ஒருவகையில் நிலவின் வளர்பிறையை நூலின் முதல் பகுதியும் தேய்பிறையை இரண்டாம் பகுதியும் ஆவணப்படுத்து கின்றன எனலாம். இன்னமும் முழுமையாக எழுதப்பட்டுவிடாத வ.உ.சி. வரலாற்றை முழுமைப்படுத்துவதற்கு இந்நூல் துணைசெய்யும் என நம்புகிறேன்.

வாழ்க்கை வரலாறுகள்

வ.உ.சி. பற்றிய முதல் வரலாற்று ஆவணம் காலனியக் காவல் துறையின் குற்றவியல் நுண்ணறிவுப் பிரிவிலிருந்து (*Criminal Investigation Department, CID*) கிடைக்கிறது. இதன் பின்னணி என்ன என்பதை முதலில் பார்ப்போம்.

தனது குடிமக்களை வேவுபார்த்துக் கட்டுக்குள் வைத்திருப்பது எந்த அரசும் செய்யும் காரியமேயாகும். எல்லார்க்கும் எல்லாம் நிகழ்பவை எஞ்ஞான்றும் வல்லறிதல் வேந்தன் தொழிலல்லவா? பல்வேறு சாதிகளையும் மதங்களையும் பிற பிரிவுகளையும் கொண்ட ஒரு பெருந்துணைக்கண்டத்தை ஆண்ட அந்நிய பிரிட்டிஷ் அரசாங்கம் ஒற்றாடலில் பெருங்கவனத்தைச் செலுத்தியதில் வியப்பில்லை. 1858இல் நேரடியாக பிரிட்டிஷ் முடியாட்சியின்கீழ் இந்தியா வந்தபின் நவீனமுறையிலான காவல் துறையை அது உருவாக்கியது. அத்துறையில் குற்றவியல் சார்ந்த நுண்ணறிவைச் சேகரிக்கும் பிரிவும் பின்னர் அமைக்கப்பட்டது. சமூகத்தின் பல அடுக்குகளிலும் நடைபெறும் செயல்பாடுகள் பற்றிய செய்திகளை இத்துறையின் அடிநிலைக் காவலர்கள் சேகரித்துத் தம் மேலதிகாரிகளுக்கு அனுப்பினர். இந்தச் செய்திப்பதிவுகளின் பகுதிகளையும் தேர்ந்தெடுத்த சுருக்கங்களையும் (*abstracts*) 'ஐயத்திற்குரிய நபர்கள்', 'சமய இயக்கங்கள்', 'அரசியல் இயக்கங்கள்', 'பொதுக் கருத்து', 'வதந்திகள்' முதலான பல்வேறு பிரிவுகளின்கீழ் வகைப்படுத்திய சி.ஐ.டி. துறை வாரந்தோறும் அறிக்கைகளைத் தயாரித்து, அவற்றை அச்சிட்டுக் குறிப்பிட்ட உயரதிகாரிகளுக்கு அனுப்பிவைத்தது. *Police Abstracts of Intelligence* என்பது இந்த

அறிக்கையின் பெயர். சென்னை மாகாணத்தின் அறிக்கைகள் ஆறு பிரதிகள் மட்டுமே அச்சாயின; இந்த அறிக்கைகள் ஒவ்வொன்றும் எண்ணிடப்பட்டன என்பதும் இதன் உயர் கமுக்கத்தைக் குறிக்கும். ஒவ்வோர் ஆண்டின் இறுதியிலும் இந்த அறிக்கைகளுக்கு மிக விரிவான பெயர்-பொருள் அடைவையும் *(index)* தயாரித்து மொத்தமாக நூற்கட்டடமும் செய்தனர். மிக நுட்பமான மாட்டேற்றுக் குறிப்புகளையும் *(cross references)* கொண்ட ஆவணம் இது. நுண்ணறிவுப் பிரிவின் கவனத்திற்கு உள்ளாகும் எந்தவொரு நபரின் செயல்பாட்டு வரலாற்றையும் அடைவின் துணையுடன் அறிந்துகொள்ளும் வாய்ப்பு வசதிகளை இது வழங்கியது. சென்னை மாகாணத்தில் இது 1888ஆம் ஆண்டு முதல் தயாரிக்கப்பட்டிருக்கிறது. அரசியல், சமூக மாற்றங்களுக்கேற்பக் காலந்தோறும் இந்த ஆவணம் விரிவும் வளமும் பெற்றுள்ளதைக் காண முடிகின்றது. சூழலுக்கேற்பப் புதுப்புதுத் தலைப்புகளும் உள்தலைப்புகளும் திணைகளும் சேர்க்கப்பட்டிருக்கின்றன. தேசிய இயக்கம் மக்கள் செல்வாக்குப் பெற்று வலுப்பெற்றதும் இந்த ஆவணம் பெருத்தது. தேசிய இயக்கத்தின் முக்கியத் தலைவர்கள், செயற்பாட்டாளர்களின் பட்டியலும் தயாரிக்கப்பட்டு, அவர்கள் பின்தொடரவும் பட்டிருக்கின்றனர்.

இருப்பினும், குறைந்த சம்பளம் பெறும் ஊழியர்களைக் கொண்டு செயல்பட்ட இந்த வேவுமுறை திறனுடனும் முழுச் சீர்மையுடனும் இயங்கியது என்று சொல்ல முடியாது. காவலரின் திறனைப் பொறுத்து அவர் சேகரிக்கும் தகவலின் உண்மையும் செம்மையும் அமைந்திருக்கும். உண்மையைப் பதிவதைவிட மேலதிகாரிகளைத் திருப்திப்படுத்தி, ஆதாயமும் சலுகைகளும் பெறும் நோக்கம் கீழ்நிலைக் காவலர்களுக்கு இருந்ததில் வியப்பில்லை. உயரதிகாரிகளும் இதனை அறிந்தே இருந்தனர். ஆயினும் ஆட்சியாளர்களின் தேவைகளைப் பெருமளவு பூர்த்தி செய்த அமைப்பாகவே இது விளங்கியது. அரசுக்கு உதவியாக இருந்ததோ இல்லையோ, வரலாற்று ஆய்வாளர்களுக்கு இது வரப்பிரசாதமாகும். பல சமயங்களில் ஓர் அரசியல் தலைவர் அல்லது இயக்கத்தின் செயல்பாடுகளை நாள்வாரியாக அறிந்துகொள்ளும் அளவுக்கு இந்த அறிக்கைகள் வளமான சான்றுமூலங்களாக விளங்குகின்றன. ஆனால் இந்தவகை ஆவணங்களைக் கையாள்வதில் கவனம் தேவை. அரசியல் எதிரிகளாக அரசாங்கம் கருதியவர்களைப் பற்றி எப்போதும் எதிர்மறையான கருத்துகளையே இவ்வறிக்கைகள் கொண்டிருக்கும். லட்சியத்திற்காக ஒருவர் சுகதுக்கங்களைப்

பொருட்படுத்தாமல் தம் வாழ்நாளையும் ஈய முடியும் என்பதை ஏற்கவோ நம்பவோ ஆட்சியாளர்கள் தயாராக இல்லை. அவர்களை ஒழுங்கீனர்களாகவும், அதிகாரப் பித்தும் புகழாசையும் கொண்டவர்களாகவும், பொதுப் பணத்தைக் கையாடல் செய்பவர்களாகவுமே இவ்வறிக்கைகள் பெரும்பாலும் சித்தரிக்கும். இவற்றைத் தூற்றி உண்மைச் செய்திகளைப் பிரித்தறிய வேண்டியது ஆய்வாளரின் கடமை. இதைப் புரிந்துகொள்ளாமல் இவற்றை வேதப் பிரமாணமாகக் கொள்வது ஆபத்தில் முடியும்.

~

காவல் துறையின் நுண்ணறிவுப் பிரிவின்வழி வ.உ.சி.யைப் பற்றி நமக்குச் சில முக்கிய ஆவணங்கள் கிடைக்கின்றன. அதன் அறிக்கைகளில் வ.உ.சி.யின் பெயர் முதன்முதலாக *1898*இல் இடம்பெறுகிறது.[1] வ.உ.சி.யின் சொந்த ஊரான ஓட்டப்பிடாரத்தில் எதிர்வரவிருந்த சென்னைக் காங்கிரஸ் மாநாட்டிற்குப் பேராளர்களைத் தேர்ந்தெடுக்கும் கூட்டத்தில் வ.உ.சி. பொருளாளராகத் தேர்ந்தெடுக்கப்பட்ட செய்தியை இது குறிக்கிறது. (இக்கூட்டத்தைச் 'சுதேசமித்திரன்' நாளிதழும் பதிவு செய்திருக்கிறது.[2]) இதன் பிறகு *1906* ஜூன் மாதத்தில்தான் மீண்டும் நுண்ணறிவுப் பிரிவின் கவனத்திற்கு வ.உ.சி. வருகிறார். சுதேசிக் கப்பல் கம்பெனி வலுப்பெற்றுவந்த நிலையில் *1907* மே மாதத்தில் அவருடைய 'பூர்வோத்தரங்களை' (*'antecedents'*) அறிய முயன்ற காவல் துறை ஒரு குறிப்பைத் தயாரிக்கின்றது.[3] கமுக்கமானதேயானாலும் இதுவே வ.உ.சி.யைப் பற்றிய முதல் வரலாற்றுக் குறிப்பு எனலாம். இந்நூலின் முதல் ஆவணமாக இது அமைகிறது.

இந்நூலின் முதல் பகுதியில் இதற்கடுத்து இடம்பெறும் இரண்டு ஆவணங்களைப் பற்றிப் பார்க்கும் முன், பொருள் தொடர்ச்சி கருதி *History of V.O. Chidambaram Pillai* என்ற நான்காவது ஆவணத்தை இங்கே கருதுவோம்.

*1906*ஆம் ஆண்டிலிருந்தே நுண்ணறிவுப் பிரிவின் காவலர்களுக்கு வ.உ.சி. கடுமையான வேலை தந்திருக்கிறார். சுதேசி இயக்கத்திற்காகவும் சுதேசிக் கப்பல் கம்பெனிக்காகவும் வ.உ.சி. மேற்கொண்ட ஓயாப் பயணங்களும் பணிகளும்

1. Madras Police Abstracts of Intelligence (MPAI), 1898, para 1146.

2. காண்க: 'வ.உ.சி.யின் அரசியல் பிரவேசம்', குமரிமலர், மே *1981.*

3. MPAI, 1906, para 221.

இவ்வறிக்கைகளில் பதிவாகியுள்ளன. 1908இல் சிறைப்பட்டு, இரட்டை ஆயுள் தண்டனை பெற்றபின்னும் காவல்துறையை அவர் நிம்மதியாக இருக்கவிடவில்லை. வ.உ.சி.யும் அவர் மனைவி மீனாட்சி அம்மாளும் அவருடைய விடுதலைக்காகச் செய்துவந்த தொடர்ச்சியான சட்ட முயற்சிகளின் பின்னணி யில் 1909 ஜூன் மாதத்தில் விரிவானதொரு வரலாற்று அறிக்கையை நுண்ணறிவுப் பிரிவு தயாரித்தது. மேலே குறித்த அறிக்கைகளிலிருந்து திரட்டிய செய்திகளைக் கொண்டே இந்த வரலாறு தயாரிக்கப்பட்டிருப்பதைக் காண முடிகின்றது. இதன் முற்பகுதி கோவையாக அமைந்திருக்க, பிற்பகுதி வெறும் செய்தித் தொகுப்பாக இருந்தாலும்கூட ஆட்சியாளரின் பார்வையில் வ.உ.சி.யின் செயல்பாடுகளின் காலவரிசையிலான பதிவாக அமைந்துள்ளது. 1906ஆம் ஆண்டு முதல் அவர் பங்குகொண்ட கூட்டங்கள், அவர் கொண்டிருந்த அரசியல் தொடர்புகள், பொதுக் கூட்டங்களில் அவர் ஆற்றிய சொற்பொழிவுகளின் பதிவுகள் எனத் தகவல் களஞ்சியமாக இது உள்ளது. வ.உ.சி.யின் சிந்தனைகளையும் மனவோட்டங்களையும் அரசியல் பேராளுமையாக அவர் உருப்பெற்றதையும் ஒரு தேர்ந்த வரலாற்றாளர் பிற சான்றுகளின் துணையோடு பாரிய சமூக வரலாற்றுப் போக்குகளின் பின்புலத்தில் பொருத்திப் பார்த்து, பகுத்தாய்ந்து மீட்டுருவாக்குவதற்கு இந்த ஆவணம் பயன்படும். (ரௌலட் அறிக்கைக்கு ஆதாரமாக அமைந்த பிரிட்டிஷ் இந்திய அரசின் சி.ஐ.டி. துறையின் சார்பாகத் தயாரிக்கப்பட்ட *Political Trouble in India, 1907–1917* என்ற மந்தண நூலின் சான்றுப்பட்டியலிலும் இந்த ஆவ்ணம் இடம்பெற்றுள்ளது குறிப்பிடத்தகுந்தது.[4])

வ.உ.சி.யின் முனைப்பான சுதேசி இயக்கச் செயல்பாடுகள் அரசின் கவனத்தை ஈர்த்த அதே வேளையில் அவர் மக்கள் மனங்களில் இடம்பெற்ற நாயகராகவும் மாறிவிட்டார். எண்ணிப்பார்க்க முடியாத சவால்களுக்கிடையில் ஒரு கப்பல் கம்பெனியைத் தொடங்கிய அவருடைய துணிவு மக்களுக்குப் பேருற்சாகத்தைத் தந்துள்ளது. முன்னுதாரணமற்றவகையில் அவருக்கு இரட்டை ஆயுள் தண்டனை விதிக்கப்பட்ட நிலையில் அவரைப் பற்றி அறிந்துகொள்ளும் ஆர்வம் கிளர்ந்திருக்கிறது. இந்தத் தேவையைப் பூர்த்திசெய்யும்வகையில், சென்னையைச் சேர்ந்த எம். கிருஷ்ணசாமி ஐயர் என்பவர் 1908ஆம் ஆண்டின் கடைப்பகுதியில் தமிழில் ஒரு நூலையும் 1909 ஜனவரியில் அதன் ஆங்கில வடிவத்தையும் வெளியிட்டார்.

4. James Campbell Ker, *Political Trouble in India, 1907–1917*.

‘ஸ்ரீமான் வி.ஓ. சிதம்பரம் பிள்ளை ஜீவிய சரித(ச்) சுருக்கம்’ என்ற நூலை 1908 நவம்பரில், வ.உ.சி.யின் மேல்முறையீட்டு வழக்கின் தீர்ப்புக்குப் பிறகு எம். கிருஷ்ணசாமி ஐயர் வெளியிட்டிருக்கிறார். கோவையாக, தேர்ந்த முறையியலுடன் எழுதியது என்று சொல்ல முடியாவிட்டாலும் முக்கியத்துவம் வாய்ந்த நூல் இது. முதற் பகுதி வ.உ.சி.யின் தொடக்க கால வாழ்க்கைக் குறிப்புகளை வழங்கிய பின், அவருடைய சுதேசி இயக்கச் செயல்பாடுகளை விவரிக்கிறது. இரண்டாம் பகுதி, சமகால இதழ்களில் வெளியான செய்திகளையும், வழக்கு விசாரணையில் வெளிப்பட்ட தரவுகளையும் திரட்டித் தருகிறது. வ.உ.சி.க்குக் கொடிய தண்டனை விதிக்கப்பட்டபோது கல்கத்தா இதழ்களில் வெளியான கருத்துரைகளும் இடம்பெற்றுள்ளன. 46 பக்கம் கொண்டு மூன்றணா விலையிட்ட நூல் இது.

‘ஸ்ரீமான் வி.ஓ. சிதம்பரம் பிள்ளை ஜீவிய சரித சுருக்கம்’ உடனடியாக அரசாங்கத்தின் கவனத்திற்கு வந்திருக்கிறது. சென்னை நகரில் விற்றுக்கொண்டிருந்த இந்த நூலின் பிரதியைக் காவலர்கள் வாங்கிச்சென்றுள்ளனர். அதனைக் காவல் துறை ஆணையாளர் சி.ஐ.டி. பிரிவின் விசாரணைக்கு (பிப்ரவரி 1909இல்) அனுப்பிவைத்திருக்கிறார். அரசாங்கத்தின் நீதித் துறைக்கும் முதல்நிலைத் தகவல் சென்றுள்ளது.

ராஜதுரோகத்திற்காகத் தண்டனை பெற்ற ஒருவரை நாயகராகச் சித்தரிப்பது வெள்ளை அரசாங்கத்திற்கு எதிரான உணர்வுகளை வாசகர்களிடம் தூண்டிவிடாதா என அதிகாரிகள் எண்ணிப்பார்த்தனர். நூலாசிரியரைப் பற்றி விசாரிக்கவும் சி.ஐ.டி. பிரிவைப் பணித்தனர். இதற்கிடையில், வாலாயமான முறையில், 1867ஆம் ஆண்டின் நூல்கள் பதிவுச் சட்டத்தின்படி (*The Press and Registration of Books Act*) அதன் பதிவாளருக்கு (*Registrar of Books*) நூற்படி வந்துவிட்டது.

நூலாசிரியர், வெளியீட்டாளரைப் பற்றி விசாரித்த சி.ஐ.டி. பிரிவு எம். கிருஷ்ணசாமி ஐயர் என்பது நூலாசிரியரின் உண்மைப் பெயரே என்றும், உயர்நீதிமன்றத்தில் வ.உ.சி.யின் மேல்முறையீட்டு வழக்கில் அவர் பேரளவு துணைபுரிந்தார் என்றும் கண்டறிந்தது. இதற்குமேல் அவரைப் பற்றி ஏதும் தெரியவரவில்லை.

இதற்கிடையில் அரசாங்கத்தின் தமிழ் மொழிபெயர்ப்பாளர் (*Tamil Translator to Government of Madras*) நூலின் முக்கியப் பகுதிகளை ஆங்கிலத்தில் மொழிபெயர்த்து, தமிழின் செவ்வியறியாத ஆங்கிலேய அதிகாரிகளுக்குக் கையளித்தார். இதனைச் சீராய்வு செய்த அதிகாரிகள், நூலின் பெரும்பகுதி பல்வேறு

ஆங்கில இதழ்களின் கருத்துரையாகவும் மேற்கோளாகவுமே இருக்கக் கண்டு, நூலாசிரியரின்மீது சட்ட நடவடிக்கை மேற்கொண்டால் தேவையில்லாத விளம்பரத்திற்கு அதுவே வழிவகுத்துவிடும் என்று கருதி, விவகாரத்தைக் கைவிட்டனர். மேலும், நூல் பெரும்பாலும் விற்றுத் தீர்ந்துவிட்ட நிலையில் சட்ட நடவடிக்கையால் எந்தப் பயனும் விளையாது என்றும் அரசாங்கம் முடிவுசெய்தது.[5]

வ.உ.சி.யின் வரலாற்றுச் சுருக்கத்தைத் தமிழில் எழுதி முடித்த கையோடு எம். கிருஷ்ணசாமி ஐயர் அதனை ஆங்கிலத்திலும் விரித்து எழுதி *The Life-Sketch of Sjt*[6] *V.O. Chidambaram Pillai* என்று தலைப்புப் பக்கத்திலும், மூன்றாம் பக்கத்தில் *with a Prefatory Essay on India as a Maritime Power* என்ற துணைத்தலைப்புடனும் வெளியிட்டார். தமிழ் நூல் 1908 நவம்பருக்குப் பின் வெளியாகியிருக்க, ஆங்கில நூலின் முன்னுரை 'ஜனவரி 1909' எனக் குறித்துள்ளது. தமிழ் நூல் ஜனவரி 1909இலும் ஆங்கில நூல் பிப்ரவரி 1909யிலும் அரசு புத்தகப் பதிவாளரின் அலுவலகத்தில் பதியப்பட்டிருக்கின்றன; இரண்டுமே சென்னை ஹரிஹர அச்சகத்தில் ஆயிரம் படிகள் அச்சடிக்கப்பட்டிருக்கின்றன; இரண்டுக்குமே ஒரே விலை (மூன்று அணா) என்ற தகவல்களை அரசின் நூல் பதிவாளரின் அறிக்கையிலிருந்து அறிய முடிகின்றது.[7]

எம். கிருஷ்ணசாமி ஐயர் தயாரித்த வ.உ.சி. வாழ்க்கை வரலாற்று நூல்கள் இரண்டுமே பரவலாக விற்பனையாகி யிருக்கின்றன. 'இந்தியா' (எ-டு: 24-7-1909), 'சுதேசமித்திரன்' (எ-டு: 7-6-1910), 'விஜயா' (எ-டு: 1-2-1910) ஆகியவை தமது அலுவலகத்தில் இந்நூல்கள் கிடைக்கும் என்று தொடர்ந்து விளம்பரம் செய்திருக்கின்றன. திலகர், வ.உ.சி. வரலாறுகளை ஒரே சமயத்திலும்கூடச் 'சுதேசமித்திரன்' (5-2-1909) விளம்பரப் படுத்தியிருக்கிறது.

47 பக்கம் கொண்ட ஆங்கில நூல் இரு பிரிவுகளாக அமைந்துள்ளது. இந்தியாவின் பண்டைக் கடலியல் வரலாறு, ஐரோப்பியர் வருகைக்குப் பிறகு அதன் நலிவு, சுதேசி இயக்கத்தின் எழுச்சிக்குப் பிறகு ஏற்பட்ட கடலியல் மறுமலர்ச்சி ஆகியவற்றை 15 பக்கம் கொண்ட முதல் பிரிவு விவரிக்கிறது. தமிழில்

---

5. Judicial Department Disposal, Confidential no. 121, dated 17-6-1909, Government of Madras.

6. *Sjt* என்பது *Srijut* (ஸ்ரீயுத) என்ற மரியாதை முன்னொட்டின் சுருக்கமாகும்.

7. Quarterly Catalogue of Books and Periodicals, 1908–1909.

வெளியான வ.உ.சி. வரலாற்றைப் பெரும்பாலும் தழுவியதாக 32 பக்கம் கொண்ட இரண்டாம் பகுதி அமைந்துள்ளது. கூடுதலாக, 'இந்து' நாளேட்டுச் செய்திகள் பத்திபத்தியாக எடுத்தாளப்பட்டுள்ளன. அரசியலில் நுழையாமல் வணிகத்தில் மட்டுமே கவனம் செலுத்தியிருக்கலாமே என வ.உ.சி.யின் வழிமுறைகள் பற்றிய மென்மையான விமரிசனமும் இதில் இடம்பெற்றிருக்கக் காணலாம். அரசாங்கக் கெடுபிடிகள் பற்றிய அச்சம் இதற்குக் காரணம் என அனுமானிக்க வேண்டியுள்ளது.

~

நமது ஆபீஸில் கிடைக்கக் கூடிய

தமிழ்புத்தகங்கள்.

17 ஸ்ரீ சிதம்பரம்பிள்ளை படம் 1க்கு	0-0-6		
18 திலகர் உபந்நியாசம் (தெலுங்கு)	0	0	6

இங்கிலீஷ் புஸ்தகங்கள்.

1 விபினசந்திரபாலர் உபந்நியாசங்கள் ... ... கூ	0	6	0
2 லாலா லஜுபதிராய் சரித்திரமும் உபந்நியாசங்களும் ...	1	4	0
3 ஸ்வாமி ராம தீர்த்தர் எம்.ஏ. சரித்திரமும் அவர்களுடைய உபதேசங்களும் ... ,,	1	0	0
அரவிந்தகோஷ் தற்கால நிலைமை...	0	2	0
ஸ்ரீ சிதம்பரம் பிள்ளை சரித்திரம்	0	3	0

மானேஜர்,
இந்தியா' ஆபீஸ்
புதுச்சேரி.

இந்தியா, 24–7–1909

நமது ஆபீஸில் கிடைக்கக்கூடிய

புஸ்தகங்கள்

ஆனந்த மடம்	o—8—o
சந்திரசேகரன்	o—8—o
மதனமனோஹரி	
ஓர் இனிய செந்தமிழ்காவல்	o—8—o
பாவலர் விருந்து	o—8—o
மான விஜயம	o—8—o
மதிவாணன்	o—8—o
தோர்வாப சஞ்சீபம்	o—8—o
ஸ்ரீ விபின சந்திரர் உபன்யாசம்	o—6—c
தனிப்பாசுரத் தொகை	o—4—o
ராணி லக்ஷ்மீபாய் சரித்திரம்	o—3—o
ஜன்ம பூமி	o—3...o
ஸ்ரீ திலகர் சரித்திரம்	o—3—o
ஆர்யமத உபாக்கியானம்	o—2—o
ஸ்ரீ சிதம்பரம்பிள்ளை சரித்திரம்	o—2—o
சுதேச கீதங்கள்	o—2—o
எங்கள் காங்கிரஸ் யாத்திரை	o—2—o
தற்கால நிலைமை	o—2—o
கிரிஸ்டின் கதை	o—4—o
பயித்தியக்காரமுல்லா	o—o—6
நிர்மலா	o—1—6
ஸ்ரீ சிதம்பரம்பிள்ளை படம்	o—o—6
ஸ்ரீ திலகர் உபன்யாசம் (தெலுங்கு)	o—o—6
லக்ஷ்மீ தியானகானாமிர்தம்	0—1—0

மானேஜர்
விஜயா பத்திரிகாசாலை
புதுவை

'விஜயா' (1–2–1910)

எம். கிருஷ்ணசாமி ஐயர் எழுதிய நூல்களுக்கு ஆதாரம் என்ன? சென்னையிலிருந்தவாறு அவர் தூத்துக்குடியில் வாழ்ந்துவந்த வ.உ.சி.யின் பூர்வோத்தரங்களை எப்படிக் கண்டறிந்து எழுத முடிந்தது என்ற கேள்விகள் அடுத்து எழுகின்றன. இதற்கான விடைகள் சுவையான திருப்பங்களைக் கொண்டவை.

சுதேசி இயக்க காலத்தில் திருநெல்வேலி இந்துக் கல்லூரியில் படித்துக்கொண்டிருந்த தமிழறிஞர் பி.ஸ்ரீ. கூறும் செய்திகள் இதன் தொடர்பில் கருத்தில் கொள்ளத்தக்கவை. சுதேசிக் கப்பல் கம்பெனியில் பணியாற்றிவந்த எஸ். வேதமூர்த்தி முதலியாரிடம் ஐரோப்பா சென்று கப்பல் வாங்கும் பொறுப்பை வ.உ.சி. ஒப்படைத்தார் என்றும், ஆனால் வாங்கிய கப்பல்களின் தரம் பற்றி இருவருக்குமிடையே மனக்கசப்பு ஏற்பட்டதென்றும்,

எனினும் 1908-ம் ஆண்டில் பிள்ளை ராஜத்துவேஷ வழக்கில் தண்டிக்கப் பெற்றபின், திரு. வேதமூர்த்தி முதலியார் தமிழிலும் ஆங்கிலத்திலும் சிதம்பரம் பிள்ளையின் வரலாற்றுச் சுருக்கம் ஒன்றைச் சென்னை மாநகரில் வெளியிட்டார்.

கப்பல் கம்பெனி விஷயமாகத் தமக்கும் பிள்ளைக்குமிடையே ஏற்பட்டிருந்த மனஸ்தாபத்தையும் மறந்து பிள்ளைக்குக் கிடைத்த கொடிய தண்டனையை நினைத்து நெஞ்சுருகி அந்தத் தியாக வாழ்வின் நினைவுக்குறியாக இருநூல்களை வெளியிட முன்வந்த திரு. முதலியார், அப்புத்தகம் ஒன்றிலும் தம் பெயரை ஆசிரியராக வெளியிட்டுக்கொள்ளவில்லை.

நண்பர் பரலி சு. நெல்லையப்பர் மூலமாகத்தான் அந்த வாழ்க்கை வரலாற்றுப் புத்தகங்களின் ஆசிரியர் திரு. எஸ். வேதமூர்த்தி முதலியார் என்பது என்னைப் போன்றவர்களுக்குத் தெரியவந்தது.

என்றும் பி.ஸ்ரீ. எழுதியுள்ளார்.[8]

இதற்கு அரண் சேர்க்கும் சி.ஐ.டி. குறிப்பொன்றும் கிடைக்கிறது. பர்மா போலீஸ் துறையின் சி.ஐ.டி. குறிப்பு, United Burma 30-8-1908 இதழில் பின்வருமாறு விளம்பரம் வந்திருந்ததைப் பதிவு செய்கிறது.[9]

---

8. பி.ஸ்ரீ., கொஞ்சமோ நினைவின் வெள்ளம்!, நன்செய்ப் பதிப்பகம், சென்னை, 1973, ப. 111-112. (இதன் சுருங்கிய வடிவம் சுதேசமித்திரன் வாரப்பதிப்பு, 28-9-1947இல் வெளிவந்துள்ளது. மறுபதிப்பு: குமரி மலர், ஜனவரி 1983.)

9. MPAI, 1908, para 1402 (b).

Character Sketch

of

Srijut Chidambaram Pillai,

the Great South Indian *Swadeshi*

worker who sacrificed himself for the cause

> To be had at: The *United Burma* office, 48, Merchant Street, Rangoon.
>
> Note: The income out of this will be sent to Mrs Chidambaram Pillai who is sorely in need for help.

1908 ஆகஸ்டு மாத அளவில் வேதமூர்த்தி முதலியார் வெளியிட்ட வரலாற்றைத் தழுவியே எம். கிருஷ்ணசாமி ஐயர் தம் நூல்களை எழுதியிருக்கிறார் என்பது வெள்ளிடைமலை. இதற்கு மேல், சமகால இதழ்களில் வெளியான தலையங்கங்களையும் செய்திகளையும் அவர் தாராளமாக எடுத்தாண்டிருக்கிறார். இதனை ஆங்கில நூலின் முன்னுரையில் பின்வருமாறு குறிப்பிடுகிறார்.

> With regard to the materials for this book we are much indebted to many Indian Newspapers, chief among them being the *Hindu* and the *United Burma* of which the latter contained a character-sketch. This sketch with some alterations and additions appears in this booklet.

ஆகவே, வ.உ.சி.யின் பின்னணி, தனிவாழ்க்கை, குடும்பச் செய்திகள், பண்புகள் ஆகியவற்றை வேதமூர்த்தி முதலியாரிடமிருந்தே எம். கிருஷ்ணசாமி ஐயர் பெற்றிருக்கிறார் என்பதில் ஐயமில்லை. 'கம்பனி ரிஜிஸ்தர் செய்யப்பட்டு ஒரு மாதத்துக்குள் பணமில்லையானாலும், பம்பாய்க்கு ஒரு புதிய ஸ்டீமர் வாங்குவதற்காக சென்றிருந்த ஸ்ரீ பிள்ளை, 'ஸ்டீமருடன் தூத்துக்குடிக்குத் திரும்புகிறது, இல்லையேல் சமுத்திரத்தில் விழுந்திறந்து போகிறதென்று சத்தியம் செய்தாராம்'; 'அக்காலத்தில், அவரின் ஏகபுத்திரன் அஞ்சும்படியாக அசௌக்கியமாயிருந்தான். அவரின் மனைவி பிரசவகாலத்திலிருந்தாள். அவர் மனைவியும் நண்பர்களும் ஒரு முறை ஊர்வந்து செல்ல பன்முறை அவரை வேண்டியும், அவர் எழுதிய பதிலென்னவெனில், 'என் மனைவியையும் புத்திரனையும் கடவுள் கையில் ஒப்புவித்திருக்கிறேன். அவர் எங்களுக்கு எது நன்மை என்பதை என்னைவிட நன்குணர்வார்'

என்று சொல்லிய பதில் போன்ற நூலில் இடம்பெற்றுள்ள செய்திகளை உடனிருந்த ஒருவரே பதிவுசெய்திருக்க முடியும்.

இதனை மேலும் உறுதிப்படுத்தும் சான்று வ.உ.சி.யின் உற்ற தோழரும் குருவுமான சுவாமி வள்ளிநாயகம் கோவைச் சிறையில் வ.உ.சி. இருந்த காலத்தில் 23 நவம்பர் 1909இல் அவருக்கு எழுதிய கடிதமாகும்.

> I am sending you today thro: 'Registered book post' two life sketches, one in English and one in Tamil, of your good self that seem to have been prepared and published from the matter concerning your life that was written by Mr. Vedamurti and appeared in the 'United Burma' of Rangoon which was also reprinted afterwards in pamphlet form of which I got 100 copies, but not a single copy I have with me at present, having been already distributed among the public, ...

அதாவது, ரங்கூனிலிருந்து வெளிவந்த 'யுனைடெட் பர்மா' இதழில் வேதமூர்த்தி முதலியார் எழுதிய வாழ்க்கைக் குறிப்பு பின்னர் தனி வெளியீடாகவும் வந்ததென்றும், அதைக் கொண்டு தயாரிக்கப்பட்டதாகவே தாம் அனுப்பிவைத்த இரு நூல்களும் தோன்றுகின்றன என்றும் சுவாமி வள்ளிநாயகம் தெளிவுபடுத்துகிறார்.

வேதமூர்த்தி முதலியார் எழுதிய மூலநூலைக் கண்டெடுத்து முழு உண்மையை வெளிக்கொணர வேண்டியது இனிவரும் ஆய்வாளர்கள் கடமை.

~

வ.உ.சி.யின் தொடக்க கால வாழ்க்கையை இவ்வளவு விரிவாக எழுதிய எஸ். வேதமூர்த்தி முதலியார் யார்?

இவரைப் பற்றி இடைப்பிறவரலான, துண்டு துக்காணியான செய்திகளையே திரட்ட முடிந்துள்ளது. பி.ஏ. பட்டதாரியான இவர் நெல்லை மாவட்டத்தில் சார்பதிவாளராகப் பணியாற்றியபோது தூத்துக்குடி நகராட்சிப் பணியில் அமர்த்தப்பட்டிருக்கிறார். பொதுநல நாட்டம் மிக்க இவர் அரசுப் பணியைத் துறந்துவிட்டு 'சர்வஜன மித்திரன்' என்ற தமிழ் இதழையும், The People's Guardian என்ற ஆங்கில இதழையும் 1900க்கும் 1905க்கும் இடைப்பட்ட காலத்தில் திருநெல்வேலியிலிருந்து தொடங்கி நடத்தியிருக்கிறார். ('சர்வஜன மித்திரன்' இதழில் பாரதி எழுதிய ஒரு கட்டுரையின் காரணமாகவே எட்டயபுரம் சமஸ்தானப்

பணியிலிருந்து அவர் விலக நேர்ந்ததென்பர்.) திருநெல்வேலி மாவட்டத்தில் சுதேசி இயக்கம் கிளர்ந்தெழுந்தபோது இந்த இதழ்களை மூடிவிட்டு, சுதேசிக் கப்பல் கம்பெனியில் வேதமூர்த்தி முதலியார் வேலைக்குச் சேர்ந்திருக்கிறார். 1907 ஜனவரியில் தூத்துக்குடியில் இவர் தொடங்கிய ஒரு சுதேசி அங்காடி இரண்டொரு மாதங்களிலேயே மூடுவிழா கண்டுள்ளது. சுதேசிக் கப்பல் கம்பெனிக்குக் கப்பல்கள் வாங்க வ.உ.சி. இவரையே ஐரோப்பாவுக்கு அனுப்பிவைத்திருக்கிறார். இதில் ஏற்பட்ட கருத்து வேறுபாட்டின் காரணமாகக் கப்பல் கம்பெனியை விட்டுவிலகி, 1907 செப்டம்பர் மாத அளவில் விருதுப்பட்டியில் தமது மைத்துனருடன் சில காலம் வாழ்ந்த பின்னர் பர்மாவுக்குச் சென்று *Rangoon Daily Mail* முதலான இதழ்களில் இவர் பணியாற்றியிருக்கிறார். வ.உ.சி. வரலாற்றை இவர் வரைந்தது இக்காலத்தில்தான். 1911ஆம் ஆண்டின் தொடக்கத்தில் சென்னைக்குத் திரும்பிய இவர், *The International Pen Portraits* என்ற ஆங்கில மாத இதழை நடத்த முற்பட்டிருக் கிறார். 1930களின் தொடக்கத்தில் இந்திய சட்டசபையில் பர்மாவாழ் இந்தியரின் பிரதிநிதியாக விளங்கிய இவர், 1932ஆம் ஆண்டளவில் கங்கையில் நீராடும்போது மூழ்கி இறந்ததாகப் பி.ஸ்ரீ. குறிப்பிடுகிறார்.

வ.உ.சி. முன்னின்று நடத்திய 'விவேகபாநு' இதழில் 1900, 1901ஆம் ஆண்டுகளில் வேதமூர்த்தி முதலியார் எழுதிய சில கட்டுரைகள் வெளிவந்திருப்பதை நோக்க, தொடக்கத்திலிருந்தே வ.உ.சி.யின் நட்பைப் பெற்றவராக இவர் இருந்திருப்பது தெரிகிறது. சுவாமி வள்ளிநாயகத்திற்கும் இவர் நல்ல நண்பராம். வ.உ.சி.யின் வாழ்க்கைக் குறிப்புகளைத் திரட்டுவதற்கு இத்தொடர்புகள் அடிப்படையாக இருந்தன என்பதில் ஐயமில்லை.[10]

~

எம். கிருஷ்ணசாமி ஐயர் எழுதிய தமிழ், ஆங்கில நூல்களை நான் கண்டெடுத்த கதையை இங்குக் குறிப்பிடுதல் பொருத்தமுடையது. தமிழ் நூலின் ஐந்து பிரதிகளை இதுவரை கண்டறிய முடிந்துள்ளது. 1984ஆம் ஆண்டளவில் தமிழ்நாடு ஆவணக்காப்பகத்தின் நூலகத்தில் இதன் ஒரு படியை முதலில் கண்டெடுத்தேன். பாதுகாப்புக்காக 'ஷிஃபான்' என்ற

10. MPAI, 1907, paras 42; 67; 786; MPAI, 1909, para 1074; MPAI, 1911, para 252; பி.ஸ்ரீ.யின் முன்குறித்த கட்டுரைகள் ஆகியவற்றை ஆதாரமாகக் கொண்டு இந்தப் பகுதி எழுதப்பட்டுள்ளது.

மெல்லிய துணி பக்கங்களின்மீது ஒட்டிய பிரதி இது. எனவே அச்செழுத்துகள் மங்கலாக இருந்தன. இதனை அப்போதே ஒளிநகல் எடுத்துவைத்தேன். அடுத்து ஒரு படி இந்த நூலைப் பற்றிய அரசுக் கோப்பில் இணைக்கப்பட்டிருந்தது. பின்னர் லண்டனிலுள்ள பிரிட்டிஷ் நூலகத்தில் ஒரு படியும், சென்னை ரோஜா முத்தையா ஆராய்ச்சி நூலகத்தில் இரண்டு படிகளும் இருக்கக் கண்டேன். அரசுக் கோப்பிலுள்ள பிரதி நீங்கலாகப் பிறவற்றிலெல்லாம் ஒரு குறிப்பிட்ட பத்தி மட்டும் தாள் ஒட்டியோ மையால் கோடிட்டு அழித்தோ மறைக்கப்பட்டுள்ளதைக் காணலாம். காவல்துறையின் கெடுபிடி இதற்குக் காரணமாகலாம்.

ஆங்கில நூலைக் கண்டெடுத்தது வேறு கதை. 1986-87ஆம் ஆண்டளவில், இந்திய தேசிய இயக்கத்தின் தோற்றமும் வளர்ச்சியும் பற்றிய ஆய்வுகளைப் படித்துக்கொண்டிருந்த வேளையில், சிகாகோவின் நார்த்வெஸ்டர்ன் பல்கலைக்கழகத்தில் பேராசிரியராகப் பணியாற்றிக்கொண்டிருந்த ஜான் ஆர். மெக்லேன் (John R. McLane) எழுதிய *Indian Nationalism and the Early Congress* (Princeton University Press, 1978) நூலின் துணைநூற்பட்டியலில் *The Life-Sketch of Sjt V.O. Chidambaram Pillai with a Prefatory Essay on India as a Maritime Power, 1909* என்ற பதிவைக் கண்டு, அதனைத் தேடலானேன். பத்தாண்டுகளாகியும் அதனைக் கண்டுபிடிக்க முடியவில்லை. 1994இல் 'வ.உ.சி.யும் பாரதியும்' நூலை வெளியிட்டபோது 'இந்தியா' இதழில் வ.உ.சி. வாழ்க்கை வரலாறு பற்றி வெளியான விளம்பரத்தை இணைத்தபோது அதில் குறிப்பிட்ட நூல் இதுவாகவே இருக்கலாம் என நூலின் முழுப்பெயரை வழங்கியிருந்தேன். 1999இல் சிகாகோ பல்கலைக்கழகத்தில் பணியாற்றியபோது ஜான் மெக்லேனைத் தொடர்புகொண்டு இந்நூல் பற்றி உசாவினேன். தம் ஆய்வில் பயன்படுத்திய நூல்கள் அனைத்தையுமே பிரிட்டிஷ் நூலகத்திலேயே தாம் கண்டதாகக் கூறிய அவர், வேறு தகவல் எதையும் நினைவுகூர இயலவில்லை என்று முடித்துக்கொண்டார். சிகாகோவிலிருந்து சென்னைக்குத் திரும்பும் வழியில் ஒரு வாரம் (டிசம்பர் 1999) லண்டனில் தங்கி, பிரிட்டிஷ் நூலகத்தில் இந்நூலைத் தேடினேன். அக்காலத்தில் பிரிட்டிஷ் நூலகத்தில் கணினி நூற்பட்டி இல்லை என்பது மட்டுமல்லாமல் ஒன்றிணைந்த நூற்பட்டிகூட இல்லை. அச்சிட்டவை, தட்டச்சிட்டவை, கையால் எழுதியவை என்று நூல்களாகவும் கோப்புகளாகவும் பேரேடுகளாகவும் அட்டைகளாகவும் வகைவகையான நூற்பட்டிகள் கொண்டதாகவே பிரிட்டிஷ் நூலகம் இருந்தது. பல ஆண்டுகளுக்கு முன் நூலகத்தைப் பயன்படுத்திய ஒருவர்

சுட்டிய நூல் என்று கூறி அங்கிருந்த மூத்த நூலக ஊழியரின் உதவியை நாடினேன்; நூலின் அடையாளக் குறியீட்டைத் தராமல் பொத்தாம்பொதுவாக நூலைப் பார்த்தேன் என்று சொன்னவர் கழுத்தை நெரியுங்கள் என்று பிரிட்டிஷாருக்கே உரிய எரிச்சல் கலந்த நகைச்சுவையுடன் கூறிய அவர், சிறிது எண்ணிப் பார்த்துவிட்டு, Vernacular Tracts (VT) என்ற நூற்சேகரிப்பின் பட்டியல்கள் அடங்கிய கெட்டிக் கட்டடம் செய்த சிற்றேடுகளைக் கொடுத்து, 'இருந்தால் இந்த வரிசையில்தான் இருக்க வேண்டும்' என்றார். பரபரப்போடு அவற்றைப் புரட்டினேன். தேடியது தட்டுப்பட்டதும் நான் அடைந்த மகிழ்ச்சிக்கு அளவில்லை (TR 1043). சில மணிநேரத்தில் புத்தகமும் கைக்கு வந்தது. பிரிட்டிஷ் நூலகத்தில் ஒளிப்படி எடுப்பது செலவு பிடிக்கும் காரியம். இருந்தாலும் £ 21.80 செலுத்தி ஒளிப்படி எடுத்தேன். (இப்போது நாமே கைப்பேசி கொண்டு படியெடுத்துக்கொள்ள பிரிட்டிஷ் நூலகம் அனுமதிக்கிறது. இணையமும் புதிய தகவல் தொழில்நுட்பங்களும் ஆய்வுக்கான தரவுச் சேகரிப்பைத் தலைகீழாக மாற்றிவிட்டன. பழம்நூல்களைத் தேடியெடுப்பது எளிதாகிவிட்ட அதே வேளையில் தேடல் தரும் சொல்லொணாத இன்பங்களும் எதிர்பாராமல் தட்டுப்படும் மாணிக்கங்கள் கிடைக்காமல்போவதும் பேரிழப்பு என்றே சொல்ல வேண்டும்.)

~

முதல் பகுதியின் இணைப்பாக அமைவது பரலி சு. நெல்லையப்பர் எழுதிய 'வ.உ. சிதம்பரம் பிள்ளை சரித்திரம்'. வ.உ.சி. உயிர்நீத்த சில ஆண்டுகளில் வெளியான நூல் இது. கறாராக வரையறுத்தால் இந்நூலுக்குள் இதைச் சேர்க்க வேண்டியதில்லை. எனினும் இந்நூலின் அமைதிக்குப் பரலி நெல்லையப்பர் எழுதிய சித்திரம் பொருந்தியதேயாகும்.

பதினேழு பதினெட்டு வயதிலேயே வ.உ.சி.யோடு தொடர்புகொண்டுவிட்டவர் நெல்லையப்பர். வேறுவகையாகச் சொல்வதானால் பாரதியைக் காண்பதற்கு முன்பே வ.உ.சி. யோடு அவருக்குப் பழக்கம் ஏற்பட்டுவிட்டது. இவர் மட்டுமல்லாமல், இவருடைய அண்ணன் சண்முகசுந்தரமும் தம்பி குழந்தைவேலனும்கூட வ.உ.சி.யின் கப்பல் கம்பெனியில் பணியாற்றியவர்களேயாவர். வ.உ.சி.யின் சிறைக்காலத்திலும்கூட அவருக்குத் துணைபுரிந்த நெல்லையப்பர், வ.உ.சி.யின் இறுதிக்காலம்வரை அவரோடு அணுக்கமாக இருந்திருக்கிறார். சிறையிலிருந்தபொழுது இவர் கேட்டுக்கொண்டதற்கிணங்கவே வ.உ.சி. தமது சுயசரிதையின் முதற்பகுதியை எழுதினார்.

தமது ஆசிரியத்துவத்தில் வெளியான 'லோகோபகாரி'யில் வ.உ.சி. காலமான அடுத்த ஆண்டே அதனைத் தொடராக வெளியிட்டவரும் நெல்லையப்பரே. வாழ்நாள் முழுவதும் வ.உ.சி., பாரதி ஆகியோரின் புகழைப் பாடி, அதற்காகக் கேலிக்கும் உள்ளானவர் நெல்லையப்பர்.[11]

அத்தகையவர் வ.உ.சி. மறைந்த நான்காண்டுகளில் எழுதிய சிறு நூல் இது. எனவே ஏறத்தாழச் சமகாலத்தில் எழுதியது இது. வ.உ.சி.யோடு நெருங்கிப் பழகியவர் என்ற முறையில் எவ்வளவோ செய்திகளைச் சொல்லியிருக்கக்கூடியவர். இவ்வளவு சுருக்கமாக முடித்துவிட்டாரே என்ற ஆவலாதியும் அங்கலாய்ப்பும் மீதூர்கின்றன. இருப்பினும், கவனமாகப் படிப்பவர்கள் இதிலும்கூடப் பல புதிய செய்திகளை அறிந்துகொள்ளலாம்.

இரங்கலுரைகள்

18 நவம்பர் *1936*இல் வ.உ.சி. காலமானபொழுது 'தமிழகப் பத்திரிகைகளில் ஒன்றுகூட அனுதாபத் தலையங்கம்' எழுதவில்லை என்கிறார் ம.பொ. சிவஞானம்.[12] இக்கூற்று முழு உண்மை இல்லை என்றாலும்கூட, தமிழ் இதழியல் உலகம் பெருமைகொள்ளும்வகையில் அதன் பதிவுகள் அமையவில்லை என்றே சொல்ல வேண்டும்.

வ.உ.சி. காலமானபொழுது வெளியான பதிவுகளைப் பதினெட்டு இதழ்களிலிருந்து திரட்ட முடிந்துள்ளது. சம்பிரதாயமான இரங்கலுரைகள் தொடங்கி, விரிவான, அரசியல் நுட்பம் வாய்ந்த, உணர்வு மேலீட்டில் எழுதிய இரங்கலுரை களும், ஏராளமான பதிவுகளும் இவற்றில் அடங்கும்.

நாகவேடு முனிசாமி முதலியாரை ஆசிரியராகவும் வெளியீட்டாளராகவும் கொண்ட 'ஆனந்த போதினி'யும் சைவ சித்தாந்த நூற்பதிப்புக் கழகத்தின் சார்பில் வெளியான 'செந்தமிழ்ச் செல்வி'யும் மேலோட்டமான இரங்கலுரைகளை எழுதியிருந்தன. அதே தருணத்தில் காலமாகியிருந்த வேதாந்தத்

---

11. சி.ஆர். பழநியாண்டி (அன்புப்பழம்நீ), கே.வி. வீரராகவன், *தமிழன் தொடுத்த அன்புப்போர்*, நியூ இந்தியா புக் ஹவுஸ், இராமச்சந்திரபுரம், *1947*, ப. *27–8*.

12. ம.பொ. சிவஞானம், *எனது போராட்டம்*, இன்ப நிலையம், சென்னை, *1974*, ப. *144*.

தமிழறிஞர் கோ. வடிவேல் செட்டியாரோடு இணைத்து இவ்விரண்டு இதழ்களும் குறிப்பை எழுதியிருந்தன.

1920களின் பிற்பகுதியில், பிற்போக்குத்தனம் வாய்ந்த கடுஞ்சைவத்திற்கு எதிராக வ.உ.சி. சமரிட்டபோது அவருக்குத் துணைநின்ற சொ. முருகப்பாவும், அவருடைய ஆசிரியத்துவத்தில் வெளியான 'குமரன்' வார இதழும் சுருக்கமான அளவில் தமது இரங்கல் தலையங்கத்தை அமைத்துக்கொண்டனர். 1920களின் இடைப்பகுதியில் சுயமரியாதை இயக்கத்திலிருந்து விலகி, மீண்டும் தேசிய இயக்கத்தை நோக்கிச் சொ. முருகப்பா பயணப்பட்டுக்கொண்டிருந்தது இதற்குக் காரணமாக இருக்கலாம். சொல்வன்மைமிக்க சொ. முருகப்பா வ.உ.சி.யுடனான தமது நட்பையும் தொடர்பையும் விரிவாக எழுதியிருந்தால் எவ்வளவோ புதிய செய்திகளும் ஆழமான புரிதலும் கிடைத்திருக்கும். அது இயலாமல்போனதை எண்ணி ஏக்கமும் ஏமாற்றமும் கொள்ளாமல் இருக்க முடியவில்லை.

'குமரன்' வெளியான அதே செட்டிநாட்டிலிருந்து பலவான்குடி ராம.கு.ராம. இராமசாமி செட்டியார் நடத்திவந்த கடுஞ்சைவ இதழான 'சிவநேச'னிலும் தம் சீர்திருத்தக் கருத்துகளை வ.உ.சி. முன்வைத்திருந்தார். ஆனால் 'சிவநேச'னும் அதனைப் பற்றியெல்லாம் கருத்துரைக்காமல் பொதுப்படவே தன் இரங்கலுரையை அமைத்துக்கொண்டது. ஒருவர் காலமாகும்போது விவாதத்திற்குரிய செய்திகளை மொழியக் கூடாது என்ற மரபைச் 'சிவநேசன்' பேணியது போலும்.

சென்னை மாகாணத்தின் ஐரோப்பியர் நலனைப் பிரதிபலித்த 'மெட்ராஸ் மெயில்' ஓரிரு வரிகளில் வ.உ.சி. யின் மறைவைப் பதிவு செய்ததோடு நிறுத்திக்கொண்டமை புரிந்துகொள்ளக்கூடியதே.

தமிழகத்தில் இந்தியத் தேசிய இயக்கத்தின் முதல் பெரும் மக்கள் தலைவர் என்ற முறையில் வ.உ.சி.யின் மறைவைத் தேசிய இதழ்கள் பதிவுசெய்தன. நாளேடுகளான 'சுதேசமித்திர'னும் ஆங்கில 'இந்து'வும் இரங்கலுரைகளோடு தமிழகத்தின் பல்வேறு பகுதிகளில் நடந்த இரங்கல் கூட்டங்கள் பற்றிய பதிவுகளையும் வெளியிட்டன.

கெடுவாய்ப்பாக, வ.உ.சி. மறைந்த 1936ஆம் ஆண்டுக்குரிய 'சுதேசமித்திரன்' கிடைக்கப்பெறவில்லை. என்றாலும் 1972இல், வ.உ.சி.யின் நூற்றாண்டின்போது,

அந்நாளேடு வெளியிட்ட சிறப்பு இணைப்பில் வ.உ.சி.யின் மறைவின்பொழுது வெளியான தலையங்கம் முதலான பற்பல செய்திகள் மறுவெளியீடாகியிருந்தன. அதேபோல், தூத்துக்குடியிலிருந்து வெளிவந்த 'வ.உ.சி. நூற்றாண்டு மல'ரிலும் 1936ஆம் ஆண்டுக்குரிய சில 'சுதேசமித்திரன்' செய்திகள் இடம்பெற்றிருந்தன. மூல இதழ்கள் கிடைக்கப்பெறாத நிலையில் இவற்றைப் பயன்கொண்டுள்ளேன்.

தமிழகத்தில் முன்னோடியான தேசிய இயக்கச் செயற்பாட்டாளராக விளங்கிய ஜி. சுப்பிரமணிய ஐயர் தொடங்கித் திறம்பட நடத்திய முதல் தமிழ் நாளேடான 'சுதேசமித்திர'னுக்கு 1930களில் ஆசிரியராக இருந்தவர் ஸி.ஆர். ஸ்ரீநிவாசன். சொற்சித்திரங்கள் தீட்டுவதில் வல்லவரான இவர் எழுதிய தலையங்கம் விரிவோ ஆழமோ அமைந்ததாக இல்லாதிருப்பது ஏமாற்றம் தருகிறது.

'சுதேசமித்திர'னுக்குப் போட்டியாக 1933இலிருந்து வெளிவரலான 'தினமணி'யும் பார்க்கக் கிடைக்கவில்லை. 'ஐம்பதாண்டுகளுக்கு முன்' என்று பின்னாளில் 'தினமணி' வெளியிட்டுவந்த வரிசையில் இடம்பெற்ற ஒரு குறிப்பு மட்டும் சமூக ஊடகங்களில் உலவிவருகிறது. அதனை இந்நூலில் இணைத்துள்ளேன். 'தினமணி'யின் ஆசிரியர் டி.எஸ். சொக்கலிங்கம் வ.உ.சி.யின் நெருங்கிய நண்பர். அவருடைய அண்ணன் மடத்துக்கடை சிதம்பரம் பிள்ளையும் வ.உ.சி.யின் நண்பர் என்பதோடு ஆஷ் கொலை வழக்கில் தண்டனையும் பெற்றவர். டி.எஸ். சொக்கலிங்கம் கேட்டுக்கொண்டதற்கிணங்கவே வ.உ.சி. தமது சுயசரிதையின் இரண்டாம் பகுதியை எழுதினார். வ.உ.சி. மறைந்தபோது 'தினமணி'யில் கட்டாயம் விரிவான செய்திகளும் கட்டுரைகளும் தலையங்கமும் இடம்பெற்றிருக்கும். இனிவரும் ஆய்வாளர்கள் அவற்றைத் தேடுவார்களாக.

தலையாய ஆங்கில நாளேடு என்ற வகையில் 'இந்து'வும் விரிவான செய்திகளை வெளியிட்டது. அப்போது அதன் ஆசிரியராக இருந்தவர் கஸ்தூரி சீனிவாசன். வ.உ.சி.யோடு அணுக்கமாக இருந்த பி. வரதராசுலு நாயுடு, வி. சக்கரை செட்டியார் ஆகியோரின் புகழஞ்சலியை வெளியிட்டதோடு தமிழகமெங்கும் நடைபெற்ற அஞ்சலிக் கூட்டங்கள் பற்றிய பதிவுகளையும் 'இந்து' வெளியிட்டது. ஆனால் தலையங்கம் எதனையும் தீட்டவில்லை. இத்தனைக்கும் சுதேசி இயக்கத்தின் பெருந்தலைவர் என்ற முறையிலும், திலகரின் சீடர் என்ற

முறையிலும் வ.உ.சி., கஸ்தூரிரங்க ஐயங்காரோடு நெருங்கிய தொடர்புகொண்டிருந்தவர்.

எஸ்.எஸ். வாசனை வெளியீட்டாளராகவும், கல்கியை நடைமுறை ஆசிரியராகவும் கொண்டிருந்த 'ஆனந்த விகடன்', அவ்வப்பொழுது நிகழும் செய்திகளைப் பற்றிக் கருத்துரைக்கும் 'என்ன? எங்கே? எப்பொழுது?' என்ற பகுதியில் ஒரு பக்கத்திற்கு வ.உ.சி.யின் மறைவைப் பற்றி எழுதியதோடு அமைந்துவிட்டது. தலையங்கம் எதையும் எழுதவில்லை. எத்தனையோ பிரமுகர்களைப் பற்றி மாய்ந்து மாய்ந்து எழுதிய கல்கி, வ.உ.சி.யைப் பற்றி எழுதாததை எப்படிப் புரிந்துகொள்வது?

'ஜெயபாரதி' என்ற நாளேட்டின் புதிதாகத் தொடங்கிய வாரப் பதிப்பும் ஒரு பக்கத்திற்கு இரங்கலுரை வெளியிட்டது. தி.ஜ.ர. என்ற தி.ஜ. ரங்கநாதன் பொறுப்பாசிரியராக இருந்த இதழுக்கு, அவருக்கு அடுத்துப் பொறுப்பேற்றுக்கொண்டவர் ரா.அ. பத்மநாபன். வ.உ.சி. பற்றிய பதிவின் உள்ளடக்கத்தை நோக்க, இதனைப் பின்னவரே எழுதியிருக்கலாம் எனக் கருத இடமுண்டு.

ராய. சொக்கலிங்கம் ஆசிரியராக விளங்கிய 'ஊழியன்' வார இதழில் 'எஸ்.ஸி.' என்பவர் எழுதிய விரிவான கட்டுரை, வ.உ.சி.யின் சுதேசி இயக்க காலச் சாதனைகளை விவரிக்கிறது. அக்காலத்தில் திருநெல்வேலிப் பகுதியில் அவருக்கிருந்த செல்வாக்கை 'எஸ்.ஸி.' உணர்ச்சி பொங்க விவரிக்கிறார். ('எஸ்.ஸி.' யார் எனத் தெரியவில்லை.)

வ.உ.சி. பற்றி உள்ளம் நெக்குருக எழுதியவர் 'நவசக்தி'யின் ஆசிரியர் திரு.வி. கலியாணசுந்தர முதலியார். தென்னாட்டுத் தந்தை என்றும், தமிழ்த் திலகர் என்றும் வ.உ.சி.யை வருணித்த திரு.வி.க., 'சிதம்பரம் பிள்ளை எளிதில் கொள்கையை மாற்றிக்கொள்பவரல்லர். காற்று எப்படி வீசுகிறதோ அப்படித் திரும்பும் நீர்மை பிள்ளையவர்களின் பிறவியில் அமையவில்லை' என்றதோடு, 'வீரர் சிதம்பரம் பிள்ளைக்கு இராஜதந்திரம் தெரியாது. சூழ்ச்சியுங் கரவும் அவரை அறியா. அவர் உள்ளொன்று வைத்துப் புறமொன்று பேசியதில்லை. இகல் எரி முதலியன அவர்தம் நெஞ்சில் நெடிது நிலவா' என்றும் புகழாரம் சூட்டினார்.

திரு.வி.க. எழுதியதோடு இணைத்து நோக்க வேண்டியது 'மணிக்கொடி' வெளியிட்ட வ.ரா.வின் கட்டுரை. 1933இல்

'காந்தி'யில் வெளியான 'தமிழ்ப் பெரியார்கள்' தொடரில் ஏற்கெனவே வெளிவந்ததுதான் என்றாலும் வ.உ.சி.யின் தியாகத்தையும் பங்களிப்பையும் சிக்கெனச் சொற்களில் சித்தரிக்கும் கட்டுரை இது. 'வெற்றி அதிர்ஷ்டம் சிலருக்குத்தான் கிட்டும். பல போர் வீரர்கள் மாண்டதன் பின்னரே, போர்க்களத்தில் ஒரு கட்சிக்கு வெற்றி கிடைக்கிறது. இறந்தவன் முட்டாள் என்றும் மிஞ்சினவர்கள் புத்திசாலிகள் என்றும் சொல்லக்கூடுமா?' என்று கேட்ட வ.ரா., வ.உ.சி.யை 'உணர்ச்சிக் களஞ்சியம். ரொம்ப யோக்கியர். அற்பத்தனம் சிறிதும் இல்லாதவர். பொய் நடையையும் வஞ்சகப் பேச்சையும் அறவே ஒழித்தவர், வெறுத்தவர்' என்றார். 'அரசியல் உலகில் சாதாரணமாய்க் காணப்பெறும் உபாயங்களை, பிள்ளை அவர்கள் கைக்கொண்டு வாழ்ந்திருப்பாரானால், அவர் இன்றைக்கும் தலைவர் என்று மதிக்கப்பட்டு, பிரசங்க முழக்கத்தில் ஈடுபட்டுக்கொண்டே வந்திருப்பார். வேஷம் போடத் தெரியாததனால் யோக்கியராய், அவர் அக்ஞாத வாழ்வு வாழ்ந்துவருகிறார்' என்று எழுதியதுதான் எவ்வளவு பொருத்தமானது. மொழிநடையில் இருவேறு போக்கினரான திரு.வி.க.வும் வ.ரா.வும் ஒரே கருத்தை வெளியிட்ட நயம் நோக்கத்தக்கது. வ.ரா.வின் கட்டுரையைப் படித்து, தமது வாழ்வின் அடிநாதத்தை வ.ரா. புரிந்துகொண்டுவிட்டார் என்று வ.உ.சி. மகிழ்ந்திருப்பார் என்று அமைதி காண்போமாக.

தேசிய இயக்க இதழ்களின் சித்தரிப்பில் சில பொதுத்தன்மைகளைக் காணலாம். அனைத்துமே தமிழகத்தில் இந்தியத் தேசிய இயக்கத்தின் முதற்பெரும் தலைவராக வ.உ.சி.யை முன்வைத்தன. இருண்ட மாகாணத்தில் முதல் தீப்பந்தத்தை ஏற்றியவராக அவரைச் சித்தரித்து, சுதேசிக் கப்பல் கம்பெனி தொடங்கி வெள்ளை ஏகாதிபத்தியத்திற்கு அவர் விட்ட அறைகூவலை முதன்மைப்படுத்தின. பாரதி எழுதிய விஞ்சு கூற்றும் வ.உ.சி. மறுமொழியுமாக அமைந்த பாடலைத் தவறாது மேற்கோள் காட்டின. சிறையில் அவர் பட்ட சொல்லொணாத் துன்பங்களுக்கு அழுத்தம் கொடுத்தன. சிறையிலிருந்து மீண்ட பிறகு அவர் அனுபவித்த வறுமையைச் சுட்டியதோடு, பொது வாழ்க்கையிலிருந்து அவர் தாமாகவே விலகிவிட்டதான தோற்றத்தையும் உருவாக்கின. ஓரளவுக்கு அவருடைய தமிழ்ப் பணிகளையும் விவரித்தன. 'நவசக்தி' போன்ற இரண்டொரு இதழ்களே அவருடைய தொழிலாளர் இயக்கப் பணிகளை சுட்டின. காந்திய யுகத்தில் தமிழ்நாடு காங்கிரஸ் கட்சி அவரை ஒதுக்கியதையோ, அவர் நீதிக்கட்சியிலும் சுயமரியாதை இயக்கத்திலும் 1920களின்

பிற்பகுதியிலிருந்து ஆர்வம் செலுத்தியதையோ மறைத்தன, அல்லது இடைப்பிறவரலாகவும் சூசகமாகவும் மட்டுமே உணர்த்திச் சென்றன. கடைசி மூச்சுவரை காங்கிரஸ் கட்சிச் சார்பினராகவே அவர் இருந்ததாகச் சாதித்தன.

'பிற்காலத்தில் அவர் தீவிரமாக அரசியலில் கலந்து கொள்ளவில்லை' என்றது 'ஜெயபாரதி.' தேசிய இயக்கத் திற்குள் தொடர்ந்து திலகருக்கு ஆதரவு, அன்னி பெசண்ட் தலைமையிலான சுயஆட்சி இயக்கத்திற்கு எதிர்ப்பு, காந்திய ஒத்துழையாமைத் திட்டத்திற்கு மறுப்பு, சித்தரஞ்சன் தாஸ் தலைமையிலான சுயராஜ்யக் கட்சிச் சார்பு என்று வ.உ.சி.யின் செயல்பாடுகள் தொடரவே செய்தன. சென்னை, கோயம்புத்தூர் ஆகிய நகரங்களில் 1918 முதல் 1924 வரை மிகத் தீவிரமாகத் தொழிலாளர் இயக்கத்தில் பணியாற்றினார். 1928இல் கோவில்பட்டி சதி வழக்கு என்ற காங்கிரஸ் தொண்டர்களுக்கு எதிரான வழக்கில் இலவசமாக எதிர்வழக்காடியதோடு குற்றஞ்சாட்டப்பட்டவர்களைத் தம் வீட்டிலேயே வைத்துப் பராமரித்தார். சைவ இயக்கத்திலும் சீர்திருத்தத்திற்கு ஆதரவாகக் கடுமையாக உழைத்தார். ஆனால், அவர் பார்ப்பனரல்லாதார் இயக்கத்தோடு கொண்டிருந்த உறவும், (விகிதாச்சார அடிப்படையில் அனைத்துப் பிரிவினருக்கும் அரசியல் உரிமை, கல்வி வேலைவாய்ப்பு இடங்கள் என்ற) வகுப்புரிமைக்கு அவர் அளித்த ஆதரவும் காங்கிரஸ் கட்சிக்கும் அதன் தலைமைக்கும் உவப்பளிக்கவில்லை. நீதிக் கட்சி மாநாடுகளில் அவர் கலந்துகொண்டதும், சேலம் மாவட்டக் காங்கிரஸ், மாநாட்டில் (1927) அவர் ஆற்றிய தலைமையுரையும், பெரியார்மீது அவர் கொண்டிருந்த மதிப்பும் அவர்களுக்குக் கசப்பைத் தந்தன. 'ஜஸ்டிஸ் கட்சியிடம்கூடச் சிறிது பற்றுக் காட்டினார்' என்று இதனைப் பஞ்சமாபாதகம் போல் சுட்டிச்சென்றது 'ஜெயபாரதி'. காந்திய வழி பிடிக்காததால் 'அவர் தேசத்தை மறந்தாரா, காங்கிரசை மறந்தாராவென்றால் இல்லை' என்ற 'ஊழியன்' மேலும் எழுதியதாவது,

> ஒன்றிரண்டு வருடங்கட்கு முன்பு அவரை தங்கள் வழிக்கு உபயோகப்படுத்திக்கொள்ள வேண்டுமென்னும் கருத்துக்கொண்ட சில ஜஸ்டிஸ் மனப்பான்மை படைத்தோர் சென்னை நேப்பியர் பார்க்கில் ஒரு கூட்டம் கூட்டி 'பார்ப்பனர்–அல்லாதார்' என்பது பற்றிப் பேசினார்கள். அதில் பிள்ளையும் பேசினார். பேசும்போது அவரது வாய் அறிந்தோ அறியாமலோ 'ராஜகோபாலாசாரியார் காங்கிரசிலிருப்பதா போவதா' என்பது பற்றி பேசத்

தொடங்கிவிட்டது. அதனைத் தொடர்ந்து கோவில்பட்டியில் சத்தியாக்கிரகிகளை போலீசார் தரையில் போட்டு இழுத்த ஒரு சம்பவத்தைக் குறிப்பிட்டார். குறிப்பிட்டதும், அவரது கண்மடை திறந்துவிட, கூட்டத்தில் மாலைமாலையாக அழுதார். 'என் தேச மக்களை சர்க்கார் இப்படியும் செய்கிறார்களே; இது சத்தியாக்கிரகிகட்குச் செய்யும் மரியாதையா?' என்று விம்மிவிம்மிச் சொன்னார். இதிலிருந்து வாசகர்காள், திரு. பிள்ளையின் தேசாபிமானத்தையும் காங்கிரஸ் பக்தியையும் அறிந்துகொள்ளலாமன்றோ?

இப்படி நாடகப்பாங்கில் எழுதினாலும், காங்கிரஸ் கட்சியும் அதன் தமிழகத் தலைமையும் வ.உ.சி.யை ஓரங்கட்டியதைப் பற்றித் தேசிய இதழ்கள் அமைதியே காத்தன.

தமிழ்நாடு காங்கிரஸ் சென்னை நகரில் அனுதாபக் கூட்டம் ஒன்றைக்கூட நடத்தவில்லை என்று மனம் பொங்குகிறார் ம.பொ.சி. 1939இல் இராயப்பேட்டை காங்கிரஸ் அலுவலகத்தின் முன் அவர் வ.உ.சி.யின் சிலையை அமைக்க முயன்றபோது சத்தியமூர்த்தி அனைய காங்கிரஸ் தலைவர்கள் வ.உ.சி.யை வகுப்புவாதி என்று கடுஞ்சொற்களால் பழித்ததாகவும் பதிவுசெய்கிறார். இறுதியில் சிலைத் திறப்பு விழா பொம்மைக் கல்யாணம் போல் நடந்தேறியதென்றும், ஒரு தீவிபத்தை நிமித்தமாகக் கொண்டு அந்தச் சிலையும் கரவாக அகற்றப்பட்ட தென்றும் அவர் மனம்வெம்பி எழுதியுள்ளார்.[13]

'ஜெயபாரதி', 'ஊழியன்' போன்ற இதழ்களின் கருத்துக்கு எதிர்வினை ஆற்றும்முகமாகவே திராவிட இயக்க இதழ்கள் இரங்கலுரை வரைந்தன. மணவை ரெ. திருமலைச்சாமியின் 'நகரதூதன்' மென்மைப் போக்கைக் கைக்கொள்ள பெரியாரின் 'குடிஅரசு' இதழோ,

> தோழர் சிதம்பரம் ஒரு பார்ப்பனராய் இருந்திருப்பாரானால் . . . சிதம்பரம் கட்டடம், சிதம்பரம் உருவச்சிலை, சிதம்பரநாதர் கோவில், சிதம்பரம் பண்டு, காங்கிரஸ் மண்டபங்களில், காங்கிரஸ் பக்தர் வீடுகளில் சிதம்பரம் கழுத்து சிலை, சிதம்பரம் உருவப்படம் இருக்கும்படியான நிலையை அடைந்திருப்பார். ஆனால் அவர் பிள்ளை. அதுவும் சைவப் பிள்ளையானாலும் 'சூத்திரப்பிள்ளை' ஆனதால் அவர் வாழ்வு அவருக்கே அவ்வளவு மகிழ்ச்சியை கொடுக்காமல் இருந்தது என்பதோடு அவருக்காக ஏற்படுத்தப்பட்ட பண்டுகூட வெளியிட யோக்கியதை இல்லாததாய் இருந்துவருகிறது

13. ம.பொ.சி., *எனது போராட்டம்*, ப. 145–9.

என்று அழுத்தமாக எழுதியதோடு, அவருடைய வாழ்வை 'மற்ற தேசாபிமான பார்ப்பனரல்லாதாரும் அறியட்டும்' என்பதாக எச்சரித்தது.

இதே போக்கில் 'குடிஅர'சில் எழுதிய சந்திரன் என்பவர் வ.உ.சி. ஐயராக இருந்திருந்தால் தேசிய இதழ்கள் எவ்வளவு ஆர்ப்பாட்டம் செய்திருக்கும் என்று கேட்டதோடு, 'இதுவரையில் இந்நாட்டில் இறந்த வடநாட்டு 'படே'க்களாயிருந்தாலும் சரி, தென்னாட்டு 'படே'க்களாயிருந்தாலும் சரி – சிதம்பரம் பிள்ளை தியாகத்துக்கு ஒப்பாகுமா? ஜெயிலிருக்கும் திக்கே தெரியாத கஸ்தூரிரங்கய்யங்கார், ரங்கசாமி அய்யங்கார் முதலியோரின் சேவையும் தியாகமும் பிள்ளை அவர்களின் தியாக முன்பு உறை போடவும் கூடுமா?' என்றும் வினவினார்.

நீதிக்கட்சியின் அதிகாரபூர்வத் தமிழ் ஏடான 'விடுதலை' 1936இல் புதன்கிழமை, சனிக்கிழமை என வாரம் இருமுறை வெளியானது. அப்போது அதன் ஆசிரியராக விளங்கியவர் பண்டித எஸ். முத்துசாமி பிள்ளை. கெடுவாய்ப்பாக 18, 25 நவம்பர் இதழ்களுக்கு இடையிலான 21ஆம் தேதிக்கான இதழ் கிடைக்கப்பெறவில்லை. அதில் வ.உ.சி. இரங்கலுரை வெளிவந்திருக்க வேண்டும். கிடைத்துள்ள இதழில் இரண்டொரு இரங்கல் கூட்டப் பதிவுகள் மட்டுமே காணக்கிடைக்கின்றன.

துணைத் தலையங்கம் எழுதிய ஜஸ்டிஸ் கட்சியின் நாளேடான 'ஜஸ்டிஸ்' நாளிதழ், '*Alpha*' என்பவர் எழுதிய வாழ்க்கைக் குறிப்பினையும் வெளியிட்டது. வ.உ.சி.யின் சுதேசி இயக்க காலச் சாதனைகளைச் சுருக்கமாக முன்வைத்த இக்குறிப்பும், தமிழ்ச் சமூகமும் காங்கிரஸ் கட்சியின் தேசியத் தலைமையும் வ.உ.சி.யை அலட்சியப்படுத்தின என்பதற்கே மிகு அழுத்தம் கொடுத்தது.

இந்தப் பின்னணியில் வ.உ.சி.க்குக் கொழும்பு 'வீரகேசரி' செலுத்திய அஞ்சலி தனிச் சிறப்பிடம் பெறுகிறது. 1930இல் ஆவணிப்பட்டி பெ.பெரி. சுப்பிரமணியம் செட்டியார் என்பவர் தொடங்கிய இந்நாளிதழின் நடைமுறை ஆசிரியராக இருந்தவர் எச். நெல்லையா. 'வீரகேசரி' கொழும்புவாழ் இந்தியத் தமிழரின் நலன்களைப் பெருமளவு எதிரொலித்த நாளிதழாகும். சுதேசிக் கப்பல் கம்பெனியை முன்னின்று நடத்திய காலத்தில், வ.உ.சி.க்குக் கொழும்பு நகர்வாழ் வணிகர்களோடு நெருக்கம் ஏற்பட்டிருக்கிறது. அத்தொடர்பு பின்னாளிலும் நீடித்திருக்கிறது. 'வீரகேசரி'யில் அவ்வப்பொழுது பங்களித்துவந்த வ.உ.சி., 1933–34இல் பத்தொன்பது இயல்களில் தமது அரசியல் குருவான

திலகரின் வரலாற்றை அதன் ஞாயிறு வாரப்பதிப்பில் தொடராக எழுதி வெளியிட்டார். வேறு எந்த இந்திய இதழும் தராத இடத்தை அவர் வாழ்ந்த காலத்திலேயே வ.உ.சி.க்குத் தந்த 'வீரகேசரி', அவருடைய மறைவுக்கும் மிக அதிக அளவிலான இடத்தைத் தந்த பெருமையினையும் பெறுகிறது. வ.உ.சி.யின் உடல்நிலை கவலைக்கிடமான கட்டத்திலிருந்து அவர் மறைவுக்குப் பிறகான செய்திகளையும் விரிவாக வெளியிட்டது. தலையங்கத்தை எழுதிப் பெருமை சேர்த்ததோடு, நிதி திரட்டுவதற்கான அறிக்கை, இறுதி ஊர்வலக் காட்சியின் ஒளிப்படம், வாசகர் கடிதங்கள், கையறுநிலைப் பாடல்கள் எனப் பலவற்றை வெளியிட்டது.

~

வ.உ.சி.யின் மறைவைப் பதிவு செய்யாத இதழ்கள் இருந்தனவா? நான் தேடிப் பார்த்த அளவில் 'செந்தமிழ்', 'தமிழ்பொழில்', 'கலைமகள்', திலகரின் 'மராட்டா', 'டைம்ஸ் ஆப் இந்தியா' ஆகியவை எதுவும் எழுதவில்லை.

இத்தனைக்கும் 'செந்தமிழ்' மாத இதழை வெளியிட்டுவந்த மதுரைத் தமிழ்ச் சங்கத்தில் தொடக்கம் முதலே வ.உ.சி. உறுப்பினராக இருந்திருக்கிறார். அதன் தோற்றுநர் பொ. பாண்டித்துரைத் தேவர் வ.உ.சி.க்கு அணுக்கர்; போட்ட முதல் திரும்பாது என்ற தெரிந்தும் பதினாயிரக்கணக்கில் சுதேசிக் கப்பல் கம்பெனியில் முதலீடு செய்தவர்.

கரந்தைத் தமிழ்ச் சங்க மாத இதழான 'தமிழ்ப்பொழில்' இதழில் 1929–30இல் திருக்குறள் பற்றிக் கட்டுரை எழுதியவர் வ.உ.சி. 'பொழிற்றொண்டர்' ஏனோ அவர் மறைவை இழப்பாகக் கருதாமல் போயிருக்கிறார்.

'கலைமக'ளின் மௌனத்தைப் புறக்கணிப்பாகவே கருத வேண்டியுள்ளது.

தமிழ்ச் சமூகத்தில் வ.உ.சி.யின் பெயரையும் புகழையும் பரப்பி நிலைநிறுத்திய பெருமைக்கு உரியவர் ம.பொ. சிவஞானம் (1906–1995). வ.உ.சி. காலமானபோது அவர் 'கிராமணி குலம்' என்ற இதழை நடத்திக்கொண்டிருந்தார். அதில் வ.உ.சி.க்கு இரங்கலுரை வந்ததா எனக் கண்டறிய வேண்டும்.

காந்தி, நேரு ஆகியோர் இரங்கலுரை எழுதவில்லை. வ.உ.சி.யின் வழக்கு நிதிக்கு நன்கொடை அளித்தவரும், சுதேசிக் கப்பல் கம்பெனியில் பங்கு வாங்கியவருமான

ராஜாஜியும் எந்த இரங்கல் செய்தியும் வெளியிட்டதாகத் தெரியவில்லை. ராஜாஜிக்கும் வகுப்புரிமைப் பிரச்சனையின் காரணமாக வ.உ.சி.யின்மீது 'வெறுப்பு' இருந்தது எனக் கூறும் ம.பொ.சி., 1939இல் நடந்த வ.உ.சி. சிலைத் திறப்பு விழாவில் 'சிறிது சகிப்புத்தன்மை காட்டி' பங்குகொண்டாலும் 'தனது போக்கிலேதான் அவர் பேசினார்' என்கிறார்.[14]

1935இல் தூத்துக்குடிக்கு வருகை தந்தபோது பின்னாளில் இந்தியாவின் முதல் குடியரசுத் தலைவராக இருந்த ராஜேந்திர பிரசாத் அவரைச் சந்தித்ததும், அதன் பின் அவரைப் புகழ்ந்து பேசியதும் பற்றிய சமகாலப் பதிவுகள் கிடைக்கவில்லை என்பதையும் இங்குச் சுட்டலாம்.

படங்கள்

வாழ்க்கை வரலாற்று நூல்கள் ஒருபுறம் இருக்க, வ.உ.சி.யின் படத்தையும் தனியே அச்சிட்டு விற்றிருக்கிறார்கள். சுதேசி இயக்க காலத்தில் வ.உ.சி.க்கு இருந்த பெரும்புகழுக்கும் மக்கள் செல்வாக்குக்கும் இது ஓர் உரைகல். சென்னை வேப்பேரியிலிருந்து பி. கல்டிரன் கம்பெனி வ.உ.சி.யின் படத்தை ஓரணாவுக்கு விற்றிருக்கிறது.[15] கும்பகோணம் மகாமக விழாவிலும் (1909) வ.உ.சி. படங்கள் விற்கப்பட்டதாக ரயில்வே காவல் துறைப் பதிவொன்று கூறுகிறது.[16]

சென்னை மூர் மார்கெட்டில் எஸ். கன்னியப்ப முதலியார் என்ற வியாபாரி பல்வேறு தேசியத் தலைவர்களின் படங்களை விற்றுவந்ததாக அறிந்த சி.ஐ.டி. பிரிவு அவரை விசாரித்தது. பூனா நகரிலிருந்த சித்ரசாலா அச்சகத்திலிருந்து வ.உ.சி. படத்தின் ஆயிரம் படிகளை வாங்கியதாகவும், அவை பெரும்பாலும் விற்றுத் தீர்ந்துவிட்டன என்றும் அவர் விசாரணையில் கூறியிருக்கிறார். போலீஸ் விவரிப்புகளிலிருந்து அப்படம் வ.உ.சி.யின் புகழ்பெற்ற பக்கவாட்டுப் படம் என அனுமானிக்க முடிகிறது.

வ.உ.சி. படம் தனியாக விற்கப்பட்டது ஒருபுறமிருக்க, 1909இல் நாசிக் நகரிலிருந்து ஸ்ரீதர் வாமன் நாகர்கர் என்பவர் ஒரு படத்தை அச்சிட்டுப் பரப்பியிருக்கிறார். அதில் மஹிஷாசுர

14. ம.பொ.சி., *எனது போராட்டம்*, ப. 149.

15. *சுதேசமித்திரன்* 8–1–1909, விளம்பரம்.

16. MPAI, 1909, para 345.

மர்த்தினியாக விளங்கும் பாரத மாதா, 'அந்நியப் பொருள் புறக்கணிப்பு' என்ற சிங்கத்தின்மீதேறி, 'சுதேசி' (வாள்), 'ஐக்கியம்' (கதாயுதம்), 'ஆத்ம உறுதி' (கத்தி), 'சுதந்திரம்' (திரிசூலம்) ஆகிய ஆயுதங்களைக் கொண்டு 'பரதேசி வியாபாரம்', 'அந்நியப் பொருள்கள்', 'தேச துரோகம்' முதலான அரக்கர்களை அழிப்பதாகக் காட்சிதருகிறார். இச்சித்திரத்தைச் சுற்றி 24 தேசத் தலைவர்களின் படங்கள் அமைந்திருந்தன. காந்தி, லஜபதி ராய், திலகர், அரவிந்தர், சுரேந்திரநாத் பானர்ஜி, தாதாபாய் நௌரோஜி என்ற வரிசையில் இடம்பெற்ற ஒரே தமிழ்நாட்டுத் தலைவர் வ.உ.சி. மட்டுமே. இந்து சமய உணர்வும் இந்திய தேசபக்தியும் இணைந்த இந்தப் படத்தை ராஜதுரோகத் தன்மை மிகுந்ததாக அரசாங்கம் கருதி அஞ்சியது. 1917இல் இந்திய அரசின் சி.ஐ.டி. துறையின் சார்பாகத் தயாரிக்கப்பட்ட Political Trouble in India, 1907-1917 என்ற மந்தண நூல் இதைப் பற்றி மூன்று பக்கங்களுக்கு எழுதியிருந்தது.

பம்பாய் கிர்காவ் பகுதியிலிருந்த நாது அண்டு கம்பெனி என்ற நிறுவனம் 'ஸ்ரீஜத் சிதம்பரம் பிள்ளை சொல்லுகிறார்: "நம் தேசத்தில் செய்த சாமான்களை உபயோகப்படுத்துங்கள்"' என்ற தலைப்புடன், '"சிதம்பரம்', 'அரவிந்தர்', 'திலகர்' இவர்கள் பேரால் செய்யப்பட்ட வளையல்கள் நிரம்பவும் திருப்திகரமாக இருக்கிறது" என்று விளம்பரப்படுத்தியதோடு, வ.உ.சி.யின் கோட்டோவியத்தையும் பயன்படுத்தியுள்ளது.[17]

வ.உ.சி. கைதாகி, கொடுந்தண்டனைப் பெற்றதைத் தொடர்ந்து அவர் புகழ் நாடெங்கும் பரவியதை இவற்றின்மூலம் அறிந்துகொள்ளலாம். சிறையிலிருந்து வெளியான பின் அவருடைய புகழ் மங்கிய கொடுமைக்கு யார் காரணம் என்பது தனி ஆய்வுக்குரியது.

ஜேம்ஸ் காம்பெல் கெர் நூலில் இடம்பெற்ற படத்தைக் கண்டெடுத்ததும் எளிதில் நிகழ்ந்துவிடவில்லை. சுதந்திரத்திற்குப் பிறகு வெளியான இதன் மறுபதிப்புகளில் இந்தப் படம் இல்லை. தொடர்ந்து தேடினேன். மூலநூலைப் பல ஆண்டுகள் கழித்துப் புது தில்லி நேரு நினைவு நூலகத்தில் கண்டெடுத்தபோதுதான் படியெடுக்க முடிந்தது. ஆர்ட் தாளில் தனியே அச்சிட்டு நூலுக்குள் மடித்துவைக்கப்பட்ட பெரிய படத்தை மடிப்பு நீக்கிக் கவனமாகப் படம் எடுக்க வேண்டியிருந்தது. (இணைத்துள்ள படத்தில் மடிப்புக் கோடுகளைப் பார்க்கலாம்.)

---

17. *சுதேசமித்திரன்*, 19-10-1909

வ.உ.சி. சிறையிலிருந்தபோது இதைப் போன்ற
ஒரு படம் ஆயிரக்கணக்கில் விற்பனையாகியிருக்கின்றது.

நாசிக் நகரில் அச்சான 'ராஜதுரோக'ப் படம்.
வலது கீழ்க்கோடியில் வ.உ.சி.

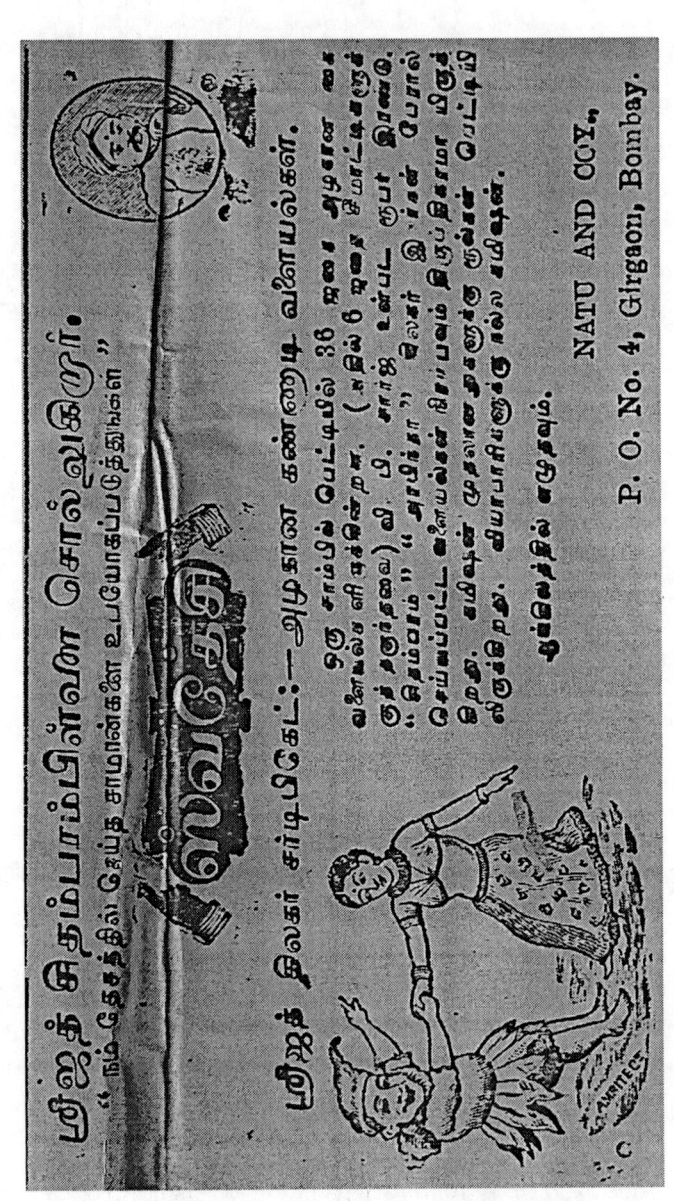

சுதேசமித்திரன், 19-10-1909. விளம்பரம்

இந்தப் பதிப்பு

எம். கிருஷ்ணசாமி ஐயர் எழுதிய இரண்டு நூல்களையும் அண்மையில் ரெங்கையா முருகன் மீள்பதிப்பிட்டுள்ளார்.[18] இருப்பினும் ஊன்றிப் பார்க்கும் ஆய்வாளர்களுக்கென இவற்றை நானும் மறுபதிப்பிட்டுள்ளேன். பதிப்பிக்குங்கால் தமிழ் நூலில் எந்த மாற்றத்தையும் செய்யவில்லை. தெளிவு கருதிச் சில இடங்களில் மட்டும் நிறுத்தற் குறியீடுகளை மாற்றியுள்ளேன். வருவித்துக்கொண்ட இரண்டொரு இடங்களைத் தெளிவுறப் பகர அடைப்புக்குள் கொடுத்துள்ளேன். வ.உ.சி. பிறந்த ஆண்டைப் பிழைபட இவை குறித்துள்ளன. இவைபோன்ற பிழைகளை நான் திருத்தவில்லை. சில பிழைகளை மட்டுமே சுட்டிக்காட்டியுள்ளேன்.

ஆங்கில நூலைப் பொறுத்தமட்டில் எழுத்துப்பிழைகளைக் களைந்துள்ளேன். இந்தியாவின் பண்டைக்காலக் கடலியல் சாதனைகளைப் பற்றிய முன்னுரைக் கட்டுரையை இந்நூலின் அமைதியைக் கருதிச் சேர்க்காமல் தவிர்த்திருக்கிறேன். ஆர்வம்கொண்டோர் அதனை ரெங்கையா முருகன் பதிப்பில் காண்க.

அக்காலத்தில் வ.உ.சி.யின் ஆங்கில முதலெழுத்துகளைத் தமிழில் 'வி.ஒ.', 'வி.ஓ.' எனச் சீர்மையில்லாமல் இரண்டு விதமாகவும் எழுதியுள்ளனர். அக்கால அச்செழுத்துருக்களில் குறில், நெடில் தெளிவுற இல்லை என்பதையும் குறிப்பிட வேண்டும். எனவே நானும் சீர்மையைக் கைக்கொள்ள முயலவில்லை.

இரங்கலுரைகளைப் பொறுத்தவரை, சென்ற நாற்பதாண்டுகளில் உலகின் பல்வேறு நூலகங்களிலும் தனிநபர் சேகரங்களிலும் தேடிக் கண்டெடுத்தேன். என் பார்வைக்குக் கிட்டாத பல இதழ்கள் கட்டாயம் இருக்கும். அவற்றிலும் வ.உ.சி.யின் மறைவு தொடர்பான செய்திகள் பதிவாகியிருக்கலாம். அவற்றை இனிவரும் ஆய்வாளர்கள் தேடியெடுத்து வ.உ.சி. யியலுக்கு வளம் சேர்க்க வேண்டும். இதைக் குறிப்பிடும் அதே வேளையில் நான் முன்பு பார்த்த இதழ்கள் சிலவற்றை இப்போது தேடியெடுப்பது அருமை என்பதையும் சொல்ல வேண்டும். 1980களின் பிற்பகுதியில் நான் பார்வையிட்ட காலத்திலேயே 'நவசக்தி' சிதிலமடைந்திருந்தது. அக்காலத்தில் பெருந்தொகுதிகளையும், இறுக்கமாக அட்டைக் கட்டடம்

18. *ரெங்கையா முருகன், சக்ரா ராஜ்சேகர் (ப-ர்), வ.உ.சி. வரலாற்றுச் சுருக்கம் (தமிழ்–ஆங்கிலம்), விதை–சக்ரா, 2021.*

செய்த இதழ்த் தொகுப்புகளையும் ஒளிநகல் எடுக்கும் வாய்ப்போ வசதியோ தொழில்நுட்பமோ இருக்கவில்லை. அவற்றைக் கையால் எழுதியே படியெடுத்தேன். கவனமாகப் படியெடுத்தாலும் கட்டாயம் பிழைகள் நேர்ந்திருக்கும். இதையும் வாசகர்கள் கருத்தில் கொள்ள வேண்டும்.

~

வ.உ.சி. காலமான தருணத்தில் சென்னை மாகாணத்தின் ஆளுநர் எர்ஸ்கின் தூத்துக்குடிக்கு அலுவல்முறையில் வருகை புரிந்திருந்தார். நகரின் நாயகருக்கு அஞ்சலி செலுத்தும்முகமாக முழுக் கடையடைப்பு நடந்ததால் ஆளுநரின் வருகை பிசுபிசுத்தது. இறுதி மூச்சுவரை ஆங்கில ஆட்சியாளரின் நிம்மதியைக் குலைப்பவராகவே வ.உ.சி. திகழ்ந்திருக்கிறார்.

~~

நன்றியுரை

1981இல் என் வ.உ.சி. தேட்டம் தொடங்கியது. இந்தத் தேட்டத்தில் உதவியவர்கள் பலர். அனைவரையும் குறிப்பிடுவதென்றால் அதற்குத் தனி நூலொன்றை எழுத வேண்டியிருக்கும். எனவே இந்நூலின் உருவாக்கத்திற்கு நேரடியாக உதவியவர்களை மட்டும் இங்கு நன்றியுடன் குறிப்பிட விரும்புகிறேன்.

தமிழ்நாடு ஆவணக்காப்பகம் (சென்னை), இந்தியத் தேசிய ஆவணக்காப்பகம் (புது தில்லி), நேரு நினைவு நூலகம் - அருங்காட்சியகம் (புது தில்லி), மறைமலையடிகள் நூல்நிலையம் (சென்னை), ரோஜா முத்தையா ஆராய்ச்சி நூலகம் (சென்னை), பெரியார் ஆய்வக நூலகம் (சென்னை), ஞானாலயா (புதுக்கோட்டை), அழகப்பா பல்கலைக்கழக நூலகம் (காரைக்குடி) ஆகிய நூலகங்களின் உதவியின்றி இந்நூல் இயல்வதாகியிருக்காது. கேட்கின்ற தகவல்களை உடனுக்குடன் தந்துதவும் சுந்தர் கணேசன், இரா. பிரகாஷ், கி. கோவிந்தன் ஆகியோர் தனி நன்றிக்குரியவர்கள்.

1987இல் 'ஆனந்த விகடன்' இதழின் 1936ஆம் ஆண்டுக்குரிய தொகுதியைப் பார்வையிட விரும்பி, அதன் ஆசிரியர் எஸ். பாலசுப்பிரமணியம் அவர்களுக்குக் கடிதம் எழுதியதும் அனுமதி நல்கி உடனே அவர் விடையிறுத்ததை நன்றியுடன் நினைவுகூர்கிறேன்.

கொழும்பு நாளேடான 'வீரகேசரி' தொகுப்பு களைக் கண்டடைந்தது ஒரு பயணக் கதை. 2002, 2008 என இரண்டு முறை இதற்காக இலங்கைக்குச் சென்றேன். இலங்கையில் இந்தியத் தூதராக விளங்கிய திரு. கோபாலகிருஷ்ண காந்தி, இலங்கை அரசின் வெளியுறவுத் துறையைச் சேர்ந்த திரு. சுமித் நகண்டலா,

ஆவணத் திணைக்களத்தின் இயக்குநர் சரோஜா வேட்டசிங்க ஆகியோர் ஆவணத் திணைக்களத்தைப் பயன்கொள்ள உதவினர். 'வீரகேசரி' அலுவலகத்தில் பழைய தொகுதிகளைப் பார்வையிட அனுமதி நல்கியவர் அதன் ஆசிரியர் திரு. வ. தேவராஜ். மூத்த எழுத்தாளர் தெளிவத்தை ஜோசப், பேராசிரியர் சந்தகோமி கோப்பரஹேவ, பேராசிரியர் எம்.ஏ. நுஃமான், 'சரிநிகர்' சிவா, எஸ்.கே. விக்னேஸ்வரன், ஜெயதீபன் உலகபிரகாசம், துவாரகன், சசீவன் என அன்பர்கள் பலர் கொழும்புப் பயணத்தில் துணைபுரிந்தனர்.

களப்பணிக்காகத் திருநெல்வேலிக்கும் தூத்துக்குடிக்கும் 1980களின் பிற்பகுதியிலிருந்து பலமுறை சென்றிருக்கிறேன். அப்போதெல்லாம் எனக்குப் பேருதவி புரிந்தவர் தமிழகத்தின் மூத்த ஆய்வாளரான ஆ. சிவசுப்பிரமணியன்.

முப்பத்தைந்தாண்டுகளுக்கு முன்பே என்னுடைய வ.உ.சி. ஆய்வு நூல்களை வெளியிட்ட வெள்ளையாம்பட்டு சுந்தரம் (சேகர் பதிப்பகம்), மே.து. ராசுகுமார் (மக்கள் வெளியீடு) ஆகியோருக்கு நன்றிகூறுகிறேன்.

என் முதலாசிரியர்களான முகம் மாமணி, த. கோவேந்தன் ஆகியோர் நினைவைப் போற்றுகிறேன்.

வ.உ.சி. சுப்பிரமணியம் அவர்கள் இன்றிருந்தால் இந்நூலைக் கண்டு மகிழ்ந்திருப்பார். அவருடைய குடும்பத்தினர்க்கும் என் நன்றி உரியது. வ.உ.சி. வாலேசுவரன், வ.உ.சி.ஆ. சண்முகசுந்தரம் ஆகியோர் நினைவும் இவ்வேளையில் மேலிடுகிறது.

முன்னுரையை ஊன்றிப் படித்து நுட்பமாகக் கருத்துரைத்தார் பழ. அதியமான். வழக்கம் போல் இலக்கணம், யாப்பு தொடர்பான என் அறியா வினாக்களுக்கு விடையளித்தார் பா. மதிவாணன்.

ஒப்புநோக்குவதிலும் பிறவாறும் உதவியவர்கள் அ.வே. கன்னல், செ.க. ஆதிரை, உத்தரா விஜய், சு. கலாவதி, ஆ. அறிவழகன் ஆகியோர்.

காலச்சுவடு நண்பர்களான பா. கலா முருகன், எஸ்.இ. ஜெபா பெட்ஸி, ம. ஸ்டெனோலின் ஆகியோர் பொறுப்புடன் நூலாக்கத்தில் துணைநின்றனர்.

சென்னை சலபதி
17 ஆகஸ்டு 2022

~~

இரண்டாம் பதிப்புக்கான குறிப்பு

வெளிவந்த நான்கு மாதங்களில் இதனைப் போன்ற ஓர் ஆவணத் தொகுப்பு நூல் மறுபதிப்பைக் காண்பது பெருமகிழ்ச்சி தருகிறது.

இந்நூலின் முதல் பகுதியில் நான்காவது இயலாக இடம் பெற்றுள்ள காவல் துறையின் ரகசியப் பிரிவு தயாரித்த வ.உ.சி. வரலாற்றை மூல ஆவணத்தோடு ஒப்பிட்டுச் செப்பமாக்கி யுள்ளேன்.

மதுரகவி பாஸ்கரதாஸ், பூமிபாலகதாஸ் ஆகியோர் வ.உ.சி. வாழ்ந்த காலத்திலேயே பாடிய பாடல்களையும் பிற்சேர்க்கை யில் புதிதாகச் சேர்த்துள்ளேன். இவற்றைக் கவனப்படுத்திய ய. மணிகண்டனுக்கு நன்றி.

சென்னை **சலபதி**
11 டிசம்பர் 2022

~~

மூன்றாம் பதிப்புக்கான குறிப்பு

1932இல் தூத்துக்குடியில் நிகழ்ந்த வ.உ.சி.யின் மணிவிழா பற்றிய செய்திகளை இந்த மூன்றாம் பதிப்பில் புதிதாகச் சேர்த்துள்ளேன். இச்செய்திகளையெல்லாம் தேடித் தொகுத்து முப்பத்தைந்தாண்டுகளுக்கும் மேலாகிவிட்டநிலையில் உரிய கோப்பு பிறவற்றோடு கலந்துவிட்டது. இரண்டாம் பதிப்பு வெளியான பிறகே இது கைக்கு அகப்பட்டது.

மணிவிழாச் செய்திகள் மகிழ்ச்சிக்கு மாறாகத் துயரத்தையே தருகின்றன. இந்தியத் துணைக்கண்டத்தையே தென் தமிழகத்தை நோக்கித் திரும்பிப் பார்க்கவைத்த தலைவரின் மணிவிழா தூத்துக்குடி நகருக்குள் ஒடுங்கிவிட்டது. வரதராஜுலு நாயுடு தவிர வேறு எந்தத் தலைவரும் இதில் பங்கு கொண்டதாகத் தெரியவில்லை. பெரியாராவது அப்போது வெளிநாட்டுப் பயணத்தி லிருந்தார். ராஜாஜி, திரு.வி.க., சத்தியமூர்த்தி, எஸ். சீனிவாச ஐயங்கார் முதலான பெருமக்கள் ஏன் பங்களிக்கவில்லை என்ற கேள்வி தொக்கிநிற்கிறது. 'போதுமான நிதி சேராததால்' ஒத்திவைக்கப்பட்ட பணமுடிப்பு வழங்கும் நிகழ்ச்சி வ.உ.சி.யின் வாழ்நாளில் நடைபெறவில்லை.

வ.உ.சி.க்கு உற்ற துணையாக வாழ்நாளெல்லாம் விளங்கிய பரலி சு. நெல்லையப்பர் எழுதிய இரங்கல் குறிப்பு நூலில் இடம் பெறாமல் போய்விட்டதே என்ற ஆற்றாமை 'லோகோபகாரி'யில் வெளியான சிறு நறுக்கு ஓரளவு போக்கியுள்ளது. அவ்விதழின் முழுத் தொகுப்புகள் கிடைத்தால் வ.உ.சி. ஆய்வுக்கு வளம் சேரும் என்பதில் ஐயமில்லை.

கவனக் குறைவாலும் முயற்சி எளிமையாலும் காலத் தாழ்வாக இந்த ஆவணங்களைக் கையளிப்பதற்குத் தமிழுலகும் வ.உ.சி. அன்பர்களும் என்னை மன்னிப்பார்களாக.

சென்னை சலபதி
8 ஆகஸ்ட் 2023

~~

பகுதி 1
வாழ்க்கை வரலாறுகள்

1.

வ.உ.சி.
ரகசிய போலீஸ் குறிப்பு
1907

---

221. Tinnevelly (Tuticorin Sub-division), 18-6-1907.

Enquiries made about the antecedents of V.O. Chidambaram Pillai, Assistant Secretary of the Swadeshi Steam Navigation Company (Limited), Tuticorin, have elicited the following information: His father V. Loganatha Pillai was a private vakil and has now given up practice and is living at Ottapidaram of this district. Chidambara Pillai is a 2nd grade pleader. He practised as a vakil for some time in the Sub-Magistrate's Court, Ottapidaram, but did not get on well with Mr. Padmanabha Aiyar, the Sub-Magistrate, and so he removed to Tuticorin. He is said to be inclined to lead a dissolute life. He has taken part in the congress movement. On account of his attitude towards the Swadeshi movement, he is looked upon as a man of some importance. He began his career as a vakil about 1896 and is said to have stooped to low tricks. His present age is about 35 years.

Madras Police Abstracts of Intelligence, 1907

சுதேசிக் கப்பல் கம்பெனி முன்னேற்றம் கண்டுவந்த நிலையில் அதனை முன்னின்று நடத்திவந்த வ.உ.சி.யைப் பற்றிக் காவல் துறையின் ரகசியப் புலனாய்வுத் துறை தயாரித்த குறிப்பு இது. இதுவே வ.உ.சி.யைப் பற்றிய முதல் வாழ்க்கை வரலாற்றுக் குறிப்பாகலாம். அரசுக்கு எதிரான நபர்களைப் பற்றி எதிர்மறையான செய்திகளையும் பார்வையினையும் வழங்குவதே காவல் துறையின் வளமுறை. இக்குறிப்பைப் படிக்கும்போது இதனைக் கருத்தில் கொள்ள வேண்டும்.

~ ~

2.

வ.உ.சி. வரலாறு
எம். கிருஷ்ணசாமி ஐயர்
1908
(தமிழ்)

ஸ்ரீமான்,

வ. உ. சிதம்பரம் பிள்ளை.

திவ்ய சரித்ர சுருக்கம்.

பிரசுரித்தவர்

எம். கிருஷ்ணசாமி ஐயர்.

ஹரி ஹர அச்சுக்கூடத்தில்

பதிப்பிக்கப்பட்டது.

1908.

ஓம்

ஸ்ரீமான்
வி.ஓ. சிதம்பரம் பிள்ளை
ஜீவிய சரித சுருக்கம்

'மன்னிய புகழ்மா பாரத தேவி
தன்னிரு தாளிணைக் கடிமை யாளனால்.'

பல பத்திரிகைகளில்
தோன்றின விஷயங்களிலிருந்து
தொகுக்கப்பட்டு

எம். கிருஷ்ணசாமி ஐயரால்

சென்னை:
ஹரிஹர அச்சுக்கூடத்திற் பதிப்பிக்கப்பெற்றது.

1908

விலை அணா 3

முகவுரை

மெய்வருத்தம் பாரார் பசிநோக்கார் கண்டுஞ்சார்
எவ்வெவர் தீமையு மேற்கொள்ளார் – செவ்வி
அருமையும் பாரா ரவமதிப்புங் கொள்ளார்
கருமமே கண்ணா யினார்

என்றார் நீதிநெறி விளக்க மியற்றிய குமரகுருபர சுவாமிகள். தேசபக்தியின் மிகுதியால் பாரத மாதாவுக்குத் தொண்டுசெய்யக் கங்கணம் கட்டி, தன்னல மறுப்பை இலட்சணமாகக் கொண்டு, சகோதரர்களின் மிடிமையைக் கைத்தொழி லபிவிருத்தியால் போக்கவெண்ணி, எல்லாரும் புண்யோக்த தேசாபிமான தேசபக்த சிகாமணி யெனப் போற்றிப் புகழும்வண்ணம் அல்லும் பகலும் இடைவிடாது சிந்தித்து அதன் பயனாக சுதேசி ஸ்டீம் நாவிகேஷன் கம்பனியைப் புதல்வியாகப் பெற்றுப் பல இடையூறுகளிடையே வளர்த்துக் காத்து என்றென்று மழியாப் புகழை நாட்டிய மகான் தூத்துக்குடி வி.ஓ. சிதம்பரம் பிள்ளை அவர்களின் சரித்திரத்தைக் கூற நம்க்குச் சித்தித்ததே பெரும்பாக்கியமெனக் கருதுகிறோம்.

பிள்ளையின் சரித்திரத்தை எழுதுவதற்குப் போதுமான விஷயங்கள் கிடைக்கிலவே வென்று கைபிசைந்து கலுழ்ந்திருக்கையில், நாம் அதைத் தொடங்கும்படியாய் ஆஞ்ஞாபிக்கப்பட்டோம். எழுத ஆரம்பிக்கவும் விஷயங்கள் கிடைத்தன. நண்பர்கள் தைரியம் கூறினார்கள். சீக்கிரம் வெளியிடும்படி வற்புறுத்தினார்கள்.

இப்புத்தகம் ஸ்டீம் நாவிகேஷன் கம்பனி எவ்வளவோ இடையூறுகளிடையே ஸ்தாபிக்கப்பெற்று வளர்ந்துவருவதால், நம்மொவ்வொருவரின் ஆதரவையும் அனுதாபத்தையும் பிள்ளையவர்களுக்காகவாவது அது பெற வேண்டும்; ஓங்கி வளரவேண்டும்; இந்தியாவில் பல கம்பனிகள் ஏற்பட ஒரு வழிகாட்டியாக விருக்கவேண்டும் என்ற விஷயங்களை விளக்கவே எழுதப்பட்டது.

தொகுத்தவர்

ஸ்ரீ வி.ஓ. சிதம்பரம் பிள்ளை

சுதேசி ஸ்டீம் நேவிகேஷன் கம்பெனிக்கு ஆதியும் பகவனுமான வரும், இந்த வருஷாரம்பத்தில் தூத்துக்குடி, திருநெல்வேலிக் குழப்பங்களுக்கு காரணபூதரென்று கருதப்பட்டு ஜனசமூகத்துக்கு மிக்க ஆபத்துண்டாக்கக்கூடிய பெரிய இராக்ஷசன் என்று திருநெல்வேலி செஷன் ஜட்ஜ் மிஸ்டர் பின்ஹேயால் இருமுறை ஆயுள் தீபாந்திர சிக்ஷை விதிக்கப்பெற்றவரைப் பற்றிய உண்மையான விஷயங்களையும், பிறப்பு வளர்ப்புகளையும், அவர் நாட்டுக்குச் செய்த பேருபகாரங்களையும் சாதாரண ஜனங்கள் அறிய ஆவல்கொள்வது சகஜமே. ஜனங்கள் தப்பபிப்பிராயங்கள் கொள்ளாதிருக்க அவர் பூர்வீகாதிகளையும் வாழ்க்கையையும் தெரிந்தவரையில் கூறி அவரைச் சூழ்ந்திருக்கும் களங்கங்களை நீக்குவது ஒவ்வொருவரின் கடமையாகும். இச்சரிதம் இக்காரியத்துக்கு எவ்வளவு அனுகூலமாயிருக்கு மென்பதைப் படிப்பவர்களே தீர்மானிக்க வேண்டியது. ஒருவர் சரித்திரம் எழுதப்படுவது யாது காரியத்துக்காக? சாதாரண ஜனங்கள் சரித்திரத் தலைவர் நடந்தொழுகியிருக்கும் சரியான வழிகளைப் பின்பற்றி அவர் குணத்தை ஓம்பிக் குற்றத்தை மறந்து நடப்பதற்கு ஒரு விளக்கு போன்றிருப்பதற்காகவே. எந்நாட்டிலும், எந்த ஜாதியாரிலும் தத்தம் வீரர்களைப் போற்றித் தொழுவது வழக்கத்தில் பண்டைக்கால முதல் இருந்துவருகிறது. வீரர்களைத் தொழுவதெதற்காக? வீரர்கள் யார்? வீரர்களைக் கண்டுபிடிப்பதெப்படி? இவ்விஷயங்கள் சிதம்பரம் பிள்ளையை வீரராகப் பாவித்துக் கூறப்புகும் சரித்திரத்தில் கூறப்படும். நம் நாட்டின் அபிவிருத்திக்கு மிக்க பாடுபட்டுழைத்த வெகு சிலரில் இவர் ஒருவரென்பதை யாரும் மறுக்க முடியாது.

பிறப்பு

தூத்துக்குடிக்கு சமீபத்திலிருக்கும் ஓட்டப்பிடாரத்தில் தான் சாதாரணமாய் பூஸ்திதியுடைய பெற்றோர்களுக்கு செல்வப்புதல்வனாய் சிதம்பரம் 1873ஆம் ஆண்டில் பிறந்தார். அவர் பெற்றோர்கள் இன்னும் சௌக்கியமாய் வாழ்ந்துவருகிறார்கள்.

படிப்பு

சிதம்பரம் முறையே வித்தியாப்பியாசம் பெற்று வயது வந்ததும் ஆங்கிலம் கற்க பெற்றோர்களால் தூத்துக்குடி செண்ட் ப்ரான்சிஸ் எக்ஸ் சேவியர் ஹைஸ்கூலுக்கு அனுப்பப்பட்டார். அவர் நுட்பபுத்தியுள்ள மாணாக்கனாகையால் ஒவ்வொரு வருஷமும் வகுப்புப் பரிக்ஷைகளில் தவறாமல் தேறி, கடைசியாக அப்பள்ளிக்கூடத்து மாணவனாகவே மெட்ரிகுலேஷன் பரிக்ஷையிலும் தேறினார். பிறகு மேலே வாசிக்காமல், இரண்டாவது கிரேட் வக்கீல் பரிக்ஷைக்கு சிதம்பரம் வாசித்தார். இப்பரிக்ஷையிலும் தேர்ச்சிபெற்றார்.

சிதம்பரம் வக்கீலாக

வக்கீல் பரிக்ஷை தேறியதும் கோர்ட் சன்னத் பெற்றுக்கொண்டு, ஸ்ரீ சிதம்பரம் பிள்ளை தாம் பிறந்த ஊரிலேயே வக்கீலாக இருந்துவந்தார். ஓட்டப்பிடாரம் தாலூக்காவானதினால் அதில் சப்மேஜிஸ்திரேட் கச்சேரியிருக்கிறது. வக்கீலாக இருக்கும் காலத்தில் பன்முறை போலீசாருக்கு விரோதமாய் நடக்க வேண்டிய சந்தர்ப்பங்கள் ஏற்பட்டன.

அவர் வாழ்க்கையில் ஒரு உத்தம குணம் ஆதிமுதலே ஜ்வலித்துக்கொண்டிருந்தது. இந்த குணம்தான் அவர் செய்கைகள் எல்லாவற்றிற்கும் வழிகாட்டும் கொள்கை. அது யாதெனில் அவருக்கு ஏழைகளிடத்திலுள்ள மித மிஞ்சியதும், அளவு கடந்ததும், எல்லையற்றதுமான அனுதாபம்; கஷ்டத்துழல்பவருக்கு அவரது சற்றும் கைகூசாத உதவி. போலீசார் யார்மீதாவது குற்றம் கல்பித்தார்களென்று அவர் மனதுக்குப் பட்டால், தமக்கு என்ன அபாயம் அதனாலுண்டாவதாயிருந்தாலும், அதைப் பொருட்படுத்தாது அவர்களுக்கு ஆடை அவிழ்ந்தவன் கைபோல் தம்மாலியன்ற உதவியைப் பலனொன்றும் எதிர்பாராமல் தாமே செய்ய முன்வருவாராம். இத்தகைய சந்தர்ப்பங்கள் அவர்கள் வக்கீலாயிருந்த காலத்தில் அனேக மேற்பட்டதென்றும், அதில் அவர் தலையிட்டு வெளியேறினாரென்றும் விருத்தாந்தங்கள் இன்னும் பலரால் சொல்லிக்கொள்ளப்படுகின்றன.

ஒரு சமயத்தில் ஒரு கொலை அவர் கிராமத்தில் நடந்தேறியது. ஏதோ பிசகாய் போலீசார் கொலைக் குற்றத்திற்காக குற்றமற்ற ஒருவனைப் பிடித்தார்கள். மிஸ்டர் சிதம்பரம் பிள்ளை அப்பேதைக்காக முன்னின்று உழைப்பாரென்பதை நன்கறிந்த வரும், இவருடன் நேசமாயிருந்தவருமான அக்கேஸ் போலீஸ் இன்ஸ்பெக்டர் அக்கொலையில் சிதம்பரம் பிள்ளையையும்

சம்பந்தப்படுத்தி, தம் அறிக்கையில் இவர் பெயரையும் சேர்த்து எழுதிவிட்டார். பிறகு பிள்ளையவர்களின் நண்பர்கள் இதில் பிரவேசித்து இன்ஸ்பெக்ட்டரிடம் பிள்ளையைப் பற்றிச் சொன்னபொழுது, அவர் பிள்ளையின் பெயரை குற்றவாளி ஜாபிதாவிலிருந்து நீக்கிவிடவேண்டுமானால், பிள்ளை அக்குற்றவாளிக்கு வக்காலத்துப் பெற்றுப் பேச வருவதில்லை யென்ற நிபந்தனைக்குட்பட வேண்டுமென்றாராம். அப்படியே பிள்ளை ஒத்துக்கொண்டாராயினும், குற்றவாளிக்குத் தம்மாலியன்ற உதவியைச் செய்யாமல் பின்வாங்கியிருக்க வில்லை. பிறகு இக்கேஸ் ஹைகோர்ட்டுக்கு அப்பீல் செய்யப் பட்டது. இதில் ஹைகோர்ட்டார் அக்குற்றவாளியாகக் குற்றம் சாட்டப்பட்டவரை கேஸ் ருசுவாகவில்லையென்று விட்டுவிட்டார்கள். இவ்வளவுக்கும் பிள்ளை செய்த உபகாரம் இவ்வளவு அவ்வளவு என்று சொல்ல முடியாது. பிறர் துயரத்தைத் தம் துயரமாகத் தாங்கி வீரமோடு விரையும் உத்தம புருஷர் பிள்ளை.

பிள்ளை வக்காலத்து பெற்றுக் கேஸ் எடுத்துக்கொண்டு விட்டால், எதிர்க்கக்ஷியில் பெரிய சட்டப் பரிக்ஷைப் பட்டங்கள் பெற்ற நிபுணர் வாதிக்க நேர்ந்தபோதிலும், அவர்களும் இவருடைய சட்ட ஞானத்தையும், குறுக்கு விசாரணை செய்யும் சாமர்த்தியத்தையும், கேசை நடத்தும் சாதுரியத்தையும் கண்டு மகிழ்ந்து புகழ்ந்து சொல்லும்படியாய், தம் முழுமனதுடன் மனசாட்சிக்கு விரோதமில்லாமல் உழைப்பார். இவர் சாமர்த்தியத்தை நன்குணர்ந்த அவர்கள் நண்பர்களும் நன்மை விரும்பிகளும் அவரை தூத்துக்குடிக்கு வக்கீலாகப் போனால் வருமானம் அதிகரிப்பதுமல்லாமல் நல்ல கெட்டிக்கார வக்கீல் என்ற கீர்த்தியும் கிடைக்குமென்று வற்புறுத்திக் கட்டாயப்படுத்தினபொழுது, அவர்கள் விருப்பத்துக்கியைந்து 1900ஆம் ஆண்டில் அங்ஙனமே அவர் தூத்துக்குடிக்குச் சென்றார். அவருக்கு கிரிமினல் தரப்பில்தான் அதிகப் பழக்கமும் அனுபவமும். இதில் அவர் அந்தஸ்துள்ள வக்கீல்களை விட இவருக்கு அதிகமான வருமானம் வந்துகொண்டிருந்தது. இந்த வக்கீல் அலுவலில் அவரின் இலக்ஷியம் மிக்க உயர்ந்தது. வானமே உடைந்து விழுவதாயிருந்தாலும், இவர் வக்கீல் அனுபவத்தில் யோக்கியதை, நாணயம் இவை பிரபலக் கொள்கைகளாகயிருந்து வந்தன. ஒரு கேஸ் எடுத்துக்கொண்டுவிட்டால், அதை அரைகுறையாய் ஆராய்வதென்பதாவது, நுனிப்புல் மேய்வதென்பதாவது அவர் அறியாத விஷயங்கள். அவர் முழுமனத்தையும், சக்தியையும், சட்டஞானத்தையும், சாமர்த்தியத்தையும் ஒவ்வொரு கேசுக்கும் சமர்ப்பிப்பார். இப்படியில்லாமலிருந்தால் வக்கீல் அனுபவத்தில் அவருக்கிருந்த பிரக்யாதியும், ஜனங்களுக்கு அவரிடமுண்டான நம்பிக்கையும் விசுவாசமும் சாதாரணமாய் ஏற்படுமா?

வக்கீலாயிருப்பவர்களைப் பற்றி சர் டி. மாதவராயர் பின்வருமாறு ஒரு சமயத்தில் கூறியிருக்கிறார்: 'ஒரு பசுமாடு சுவாதீன சண்டையில் வாதி கொம்பைப் பற்றி அதை இழுக்கவும், பிரதிவாதி வாலைப் பற்றி அதை இழுக்கவும் வக்கீல்கள் சமயம் பார்த்து பால் கறந்து செல்கிறார்கள்.' வக்கீல்கள் சாதாரணமாய்ப் பணத்தாசை பிடித்தவர்கள், சமயத்தில் பணம் பிடுங்கிக்கொள்கிறவர்கள், சுயநலங் கருதியவர்கள், பணமே தம் முழு நோக்கமாகக் கொண்டவர்கள் என்ற சாதாரண உலக வசைமொழிகள் பொய்யென்று ருசுப்படுத்த பிள்ளையவர்களைச் சான்றாக எடுத்துக்கொள்ளலாம். பிள்ளை அவர்கள் கக்ஷிக்காரன் எவ்வளவு கொடுக்க சக்தியுள்ளவன் என்று அறிந்து பீஸ் கேட்பதன்றி, கேஸின் தன்மையைக் குறித்து அவ்வளவாய்க் கவனிப்பதில்லை. ஆபத்தான கேஸ்களில் சிக்குண்ட ஏழைகளுக்கு இனாமாகக்கூட அவர் வாதித்திருக்கிறார். அவரிடம் பிறர் கஷ்டத்தையும் சௌகரியத்தையும் தம்முடையது போல் பாவித்துப் பின் நடக்கும் ஒரு அருமையும் அபூர்வமான குணமுமிருக்கிறது.

அவரின் பாஷா பாண்டித்யம்

பிள்ளைக்கு ஆங்கிலத்தில் தமிழில் உள்ள வளவு பாண்டித்யமில்லை என்பது ஒத்துக்கொள்ள வேண்டியதாயினும், அவர் சம படிப்புள்ளவர்களைவிட பன்மடங்கு ஆங்கிலத்தில் பயிற்சியும் பாண்டித்ய முமடைந்திருக்கிறார். தமிழில் விசேஷ பாண்டித்யமுள்ளவர். தாய் பாஷையாகிய தமிழிடத்தில் அவருக்கு விசேஷ ப்ரீதியும் ஆர்வமும். அவருக்கு நேரும் அவகாச காலங்களில் தமிழ் கிரந்தங்களை வாசித்துக்கொண்டிருப்பது அவருக்கு வழக்கம். தமிழில் செவ்வையாய் எழுதவும் பேசவும் கற்றிருக்கிறார். மேலும் அவர் கவனசக்தியும் வாய்ந்தவர். தமிழில் இனிய பாக்கள் பலவமயங்களில் பாடியிருக்கிறார். இவைகள் பலவில்லவாயினும், இவருக்குத் தமிழிலுள்ள விசேஷ பாண்டித்யத்துக்கு அவைகள் போதுமான அத்தாட்சிகளாய் விளங்குகின்றன. இவர் புத்தகசாலையிலும்கூட விசேஷமாய்த் தமிழ்ப் புஸ்தகங்கள் உள்ளன. ஆங்கிலத்திலும் புஸ்தகங்கள் பலவிருப்பினும், தமிழ்ப் புஸ்தகங்களே எண்ணில் அதிகம். அவர் தமிழ்ப் பண்டிதர்களுக்கும் சன்னியாசிகளுக்கும் தம்மாலான உதவி செய்யப் பின்வாங்கார். இவர் வீட்டில் யாராவது அதிதிகளாக இருந்துகொண்டேயிருப்பார்கள். இவருக்குத் தமிழிடமிருந்த அபிமானங்கூட இவர் கேஸில் ஒரு பெருங்குற்றமாக பாவிக்கப்பட்டது. சுப்பிரமணிய சிவாவுக்கு இவர் உடந்தையாக விருந்ததாக இவர்மேல் கேஸ் கொண்டுவரப்பட்டதற்கு இவருக்கு ஆயுள் பரியந்தம் தீபாந்திர சிக்ஷை ஜட்ஜ் பின்ஹேயால் விதிக்கப்பட்டது. தமிழபிமானமே

இவருக்கும் சிவாவுக்கும் அத்யந்த சினேகத்தை விளைவித்தது. இந்த சிநேகம்தான் சிவா இவருடன் சதா காணப்பட்டதற்கும் இவர் வீட்டிலிருந்ததற்கும் காரணம். இதனால் பிராசிகூஷன் தரப்பார் சிவாவை இவர் வீட்டில் வைத்து இரக்ஷித்தாரென சாட்சியம் கொண்டுவந்தார்கள். இதை ரிஷி வாக்கியமாகக் கொண்ட ஜட்ஜும், இத்துடனில்லாமல் சிவா, பிள்ளையவர்களின் கையிலுள்ள ஒரு பதுமை. சிவா, பிள்ளை சொன்னபடி பேசி நடித்துவந்தார். இவர் தூண்டுகோலாலே சிவா ஜெயிலில் கேஸ் விசாரணையிலிருக்கும்பொழுது ஸ்டேட்மண்ட் கொடுத்தது என்று அனுமானித்து விட்டார். இந்த அனுமானத்தால் அபார தண்டனைக்குள்ளாகினார் பிள்ளை. இவ்வளவுக்கும் காரணம் அவர் தமிழபிமானம், பண்டித பரிபால்யம், அதிதி ஆதரவு. சிவா ஒரு சந்நியாசி யென்பதைப் படிப்பவர்கள் அறிந்துகொள்ள வேண்டும். பிள்ளை ஏதாவது சிவாவுக்கு உதவி செய்திருந்தால் அவரை அதிதியாகக் கருதித்தான் செய்திருப்பார். சில சமயங்களில் நல்ல குணங்களும் குற்றங்களாகக் கருதப்படுகின்றன என்பதற்கு பிள்ளை அவர்களைவிட வேறு திருட்டாந்தம் வேண்டியதில்லை. அவர் கேசை அறிந்தவர்கள் அவர் நல்ல குணங்கள் சில அவருக்கு கோடரியாக இருந்தன என்பதை நன்கறிவார்கள். கேசைப் பற்றிப் பின்னிருக்கும் வரலாற்றால் இவ்விஷயம் நன்றாய்ப் படிப்பவர்களுக்குப் புலப்படும். சுருங்க கூறில் அவர் மேன்மையான குணாதிசயங்கள் அவர் கேசுக்கு அஸ்திவாரக்கல்கள்.

அதிதிகளை ஆதரித்தலென்றதால் பிள்ளை காவிவேஷ்டி போர்த்து தலை முண்டனம் செய்து திரியும் மாயவேஷப் போலி சன்னியாசிகளையெல்லாம் ஆதரிப்பவரல்ல. அவரை இலேசில் ஏமாற்ற முடியாது. தகுந்தவர்களுக்கே உதவி செய்வார். அவரிடத்தில் போலி சந்நியாசிகள் நாடுவதற்கும் பயப்படுவார்கள். உலகத்தை உண்மையில் துறந்தவர்களை அவர் கண்டுபிடித்து விடுவார். சந்நியாசிகளுறவாலும் சகவாசத்தாலும் இவருக்கு சன்னியாசம் தாம் பெற்றுக்கொள்ள வேண்டுமென்ற அவா அதிகம் ஏற்பட்டது.

1901ஆம் ஆண்டில் பிள்ளையவர்களுக்கு துக்ககரமான சங்கடம் ஒன்றுண்டாயிற்று. பிள்ளையின் அருமையான மனைவி அவரைவிட்டு வானுலகுக்கேகினாள். தம்மனதுக் கியைந்த மனைவியின் பிரிவாற்றாமையால் மனக்கிலேசமுற்று இத்துடன் இல்லறப் பற்றை ஒழித்து சந்நியாசம் பெற்றுக்கொள்வதென்று பலமுறை சிந்தித்துக்கொண்டிருந்தார். அவரின் நண்பர்கள் பிள்ளை சன்னியாசியாகி விடுவாரென்று மிக பயந்தார்கள். அவர்கள் நிர்பந்தத்தாலும் வற்புறுத்தலாலுமே அவர் சன்னியாசம் வாங்கிக்கொள்ளுதல் தடைபெற்றது. ஆயினும் அவர் அடிக்கடி

தாம் சந்நியாசியாக மரணமடைய வேண்டுமென்பது தம்மிஷ்டம் என்பதைக் கூறுவதுண்டு.

ஜனாசார சீர்திருத்தக்காரராக

பிள்ளை அவர்களுக்கு ஆசார சீர்திருத்தத்திலும் மிக்க பற்றுண்டு. ஆசார சீர்திருத்தங்களில் இவர் மிக்க கவலை செலுத்தினது அந்நிய தேச யாத்திரை, கப்பல் யாத்திரை. இவர் போலி சீர்திருத்தக்காரர் அல்ல. எதை போதிப்பதாயிருந்தாலும், அனுபவத்தில் தாம் நடந்துகாட்டியே பின் போதிக்க முன்வருவது. இவருக்கு இந்த சீர்திருத்தத்திலுள்ள ஆர்வம் ஸ்டீம் நாவிகேஷன் கம்பனி ஏற்பாடானதற்கு ஒரு காரணம் என்னலாம். இத்துடனிற்கவில்லை. தம் அறிவுக்கேற்பட்ட ஞானத்தை தமிழ் ஜனங்கள் பலர் அறியும்பொருட்டு ஒரு பத்திரிகையை ஸ்தாபித்தார்.

'விவேகபானு'

இம்மாதாந்திர சஞ்சிகையை சுவாமி வள்ளிநாயக மென்பவருடன் கூடி பிரசுரித்து வந்தார். இதை 1900 ஆண்டு பிற்பாகத்தில் துவக்கினார். இதில் வேதாந்தம், ஆசார சீர்த்திருத்தம், மதுவிலக்கம் போன்ற விஷயங்கள் சம்பந்தமாக பல வியாசங்கள் பிள்ளை வரைந்தார். சுவாமி வள்ளிநாயகம் இவர் கூட வாசித்தவர், இவரின் அந்தரங்க நண்பர். இவர்போல் வக்கீலாகக் கொஞ்ச காலமிருந்து சந்நியாசியாக இப்பொழுதிருக்கிறார். இவர் வேதாந்த சம்பந்தமாக வியாசங்கள் சில ஆங்கில மாதாந்த சஞ்சிகைகளுக்கு எப்பொழுதாவது எழுதுவார். சென்னையில்தான் இப்பொழுது இருந்துவருகிறார். இவரிடம் பிள்ளைக்கு மிக்க விசுவாசம். இவர்களிருவரும் ஒரு வருஷம் போல் பத்திரிகையை நடத்தினார்கள். பிறகு நிறுத்திவிட வேண்டி நேரிட்டது. தற்சமயம் உடுமலைப்பேட்டை எம்.ஆர். கந்தசாமிக் கவிராயர் இந்தப் பத்திரிகையை புதிதாகத் துவக்கி இன்றும் நடத்திவருகிறார். இப்பத்திரிகைக்காக கவிராயரவர்கள் மிக்க சிரமப்பட்டு ஒரு அச்சு யந்திரசாலையும் மதுரையில் ஏற்படுத்தியிருக்கிறார்கள்.

பிள்ளையின் மதம்

இவர் ஹிந்து மதத்தில் மிக்கப் பற்றுள்ள சைவ வகுப்பைச் சேர்ந்தவர். இந்து மதக் கிரியைகளை இவர் நம்புகிறதில்லை. இவரை ஒரு வேதாந்தி என்று சொல்லலாம். வேதாந்தத்தில் தமிழிலும் ஆங்கிலத்திலுமுள்ள புஸ்தகங்களை நன்கு வாசித்திருக்கிறார். அவர் எந்த வேதாந்த சபை அல்லது கட்சிக்குச் சேர்ந்தவர் என்று

நாம் சொல்ல வியலாது. அவருடையது பிரத்தியேகமானது. அவரை ஏதாவது ஒரு சபைக்காரருடன் சேர்த்துச் சொல்ல வேண்டுமானால், விவேகாநந்தர் கூட்டத்தைச் சேர்ந்தவ ரென்னலாம்.

அவர் சதாசாரங்கள்

பிள்ளை மாமிசம் சாப்பிடுபவரல்ல. மது முதலிய பானங்களை விலக்கினவர். புகை சுருட்டு முதலிய பிடிப்பவரல்ல. அப்படி யிருந்தாலும் மிக்க வீர சைவரல்ல. ஜாதிப் பிரிவினை வித்தியாசத்தினால் பிரயோஜன மிருக்கிறதென்பதில் அவருக்கு நம்பிக்கையில்லை. அவர் ஜீவஹிம்சையை சகியாதவர். இதில் இவரை ஜைனர்களுக்குச் சமானமாகச் சொல்லலாம். அவர் ஒரு பூச்சி புழு நசுக்கப்பட்டாலும், மனிதனுக்கும் மனிதனுக்கும் வித்தியாசம் சங்கல்பிக்கப்பட்டாலும் அதைக் கண்டு சகித்து வாளாவிரார்.

அவரின் குணாதிசயங்கள்

ஏழ்மையால் உண்மையாய் வருந்துபவர்களைக் கண்டால் தம்மிடத்துள்ள தெதுவானாலும் கொடுத்துவிட்டுத்தான் பின்னொரு காரியம் பார்ப்பார். தம்மிடத்தில் ஒரு பைசாவிருந்தாலும் அதனால் வருத்தத்தா லுழல்பவனுக்கு ஏதாவது அனுகூலமா யிருக்குமானால், உடனே அந்த பைசா அவனிடம் போய்விடும். அவர் பணப்பெட்டி காலியானதாயிருந்தாலும் அவரிருதயம் காருண்ய செல்வத்தால் நிறைந்து பொங்கித் ததும்பிக்கொண்டிருந்தது. பக்ஷமாகிய பால் சதா காலமும் யாருக்கவசியமோ அவர்களுக்காக அவர் மனதில் சுரந்துகொண்டே இருந்தது. சற்றும் பின்வாங்காமல் தம் பக்ஷத்தை வறியவன், செல்வன், உயர்குலத்தன், இழிகுலத்தன் என்ற வித்தியாசங்களில்லாமல் சகலரிடமும் காட்டிவந்தார். இவ்விதமாய் அவர் அறிவுக்கெட்டியமட்டில் ஒரு நாட்டின் உண்மையான மனிதனொருவன் தான் சேர்ந்த ஜன சங்கத்துக்கும் நாட்டுக்கும் எப்படி தன் கடமையைச் செலுத்துவானோ, அப்படி வீணாடம்பரமில்லாமல் மிக்க அமைதியு மடக்கமுமாய் தம் கடமையைச் செலுத்தி வாழ்ந்துவந்தார். இவரைப் பற்றி திருநெல்வேலி ஜில்லாவைவிட பிறிதிடங்களில், சுதேசி முயற்சி நடுவிலுண்டாய் இவரை வெளியில் நடிகராகக் கொண்டு வராவிடில், யாருக்குமே தெரியாதிருக்கும். இது யார் சித்தம்? எல்லாம் எம்பெருமான் சித்தமன்றோ? எல்லாமவன் திருக்கூத்தே! எல்லாமவன் திருவுள்ளவருளே!

சுதேசி முயற்சி

இரண்டொரு வருஷங்களுக்கு முன் பங்காளப் பிரிவினையால் பிறந்து, உறுதிப்பாட்டினால் வளர்ந்து, தழைந்து ஓங்கி நாடெங்கும் பரவும் சுதேசிய முயற்சி இவர் மனதை அப்படியே கவர்ந்து விட்டது. இதற்கு[1] பிள்ளை தம் உடல், உயிர், ஆவி மூன்றையும் சமர்ப்பித்தார். இம்முயற்சி அவரிடமடங்கி வெளித்தோன்றா திருந்த சக்தியை வெளித்தோன்றச் செய்தது. கைத்தொழில் புதினத்திலும் அபிவிருத்தியிலும் நாட்டின் சாம்ராஜ்யப் பேறு இருக்கிறதென்கிற எண்ணம் அவர் மனதில் உதித்தது. இந்த எண்ணம் தோன்றியதும் தம் ஆசை விருப்பம் முதலியவைகளை எல்லாம் அடக்கி இந்த முயற்சி சித்திபெறத் தாம் எவ்விதத்தில் உபயோகமாயிருப்போமென்ற எண்ணம் மேலிட்டு அவரைத் தூண்டி முன்னுக்கிழுத்து விட்டது.

பாய்காட்டும் பிள்ளையும்

இம்முயற்சியின் கிளையாகிய அந்நிய சரக்கு விலக்கு சுதேசி முயற்சிக்கு அவசியம் கண் போன்றதென்பது அவர் நம்பிக்கை. இக்காரணத்தால் இவர் தம்மிடமிருந்த பரதேசி கம்பளித்துணிக ளனைத்தையும் சேர்த்துக்கட்டி, அந்நிய சரக்கு விலக்கு முதல்முதல் உற்பத்தி ஸ்தானமாகிய கல்கத்தாவுக்கு நெருப்பில் போட்டு கொளுத்திவிட அனுப்புவித்தார். அந்நிய சரக்கு விலக்கில்லையேல் சுதேசியம் பலிக்காதென்பது அவர் நோக்கம்போலும். அந்நிய சரக்கொன்றும் தன்னிடமும் வீட்டிலும் வைத்துக்கொள்வதில்லையென்று பிரமாணம் செய்துகொண்டார். அவர் வீட்டில் ஒரு பரதேச சாமானைக்கூடக் காண முடியாது. அவர் பல நாட்களாய் வைத்திருந்த கைகடியாரத்தைக்கூட ஒருவருக்குக் கொடுத்துவிட்டாரெனில் நாம் இனிக் கூறவேண்டுவ தென்னவிருக்கிறது? அம்பட்டனிடம் சுதேசியக் கத்தி இல்லாவிடில் க்ஷவரம் செய்துகொள்ளாமலே இருந்துவிடுவார். பரதேசித் துணி தரித்தவன் முகத்தை நேராகப் பார்க்க மாட்டார். இதெல்லாம் வீராவேசப் பைத்தியம் என்று பலர் கருதுவார்கள். ஆயினுமென்ன? மதமாகட்டும், நூதனக் கோட்பாடாகட்டும், எதாகட்டும் இத்தகை மனிதர்களால்தான் ஸ்தாபிக்கப்பெற்று விருத்தியடைந்திருக்கிறது. இவ்விஷயம் சரித்திரம் வாசித்தவருக்குத்

---

1. ஒருவன் தன் ஸ்வதேசத்துக்கு தன் உடல், உயிர், ஆவிகளை அர்ப்பணஞ் செய்தால், அஷ்ட ஐஸ்வரியமும் வாங்கமுடியாத விலையுயர்ந்த ஒன்றை அடைகிறான். அதென்னவெனில் தன்னொத்த மனிதர்கள் அவனிடம் கொள்ளும் என்றுமழியா அன்பு. – மார்கஸ் சிசரோ

தெரியாததன்று. சங்கராசாரியார் புத்தர்களை சம்காரம் செய்து தம் மதத்தை ஸ்தாபிக்கவில்லையா? பிள்ளை போன்றவர்கள் இவ்வீராவேசம் ஆதியில் கொண்டவர்களல்ல. ஆவேசம் உண்டாவது கடவுளருளால்தான். எல்லாம் அவரின் கிருபாகடாக்ஷமே. இல்லையேல், இவர்களிடம் நூதனம் நூதனமான எண்ணங்களும் அபூர்வ சக்திகளும் தோன்றுதலை வேறெவ்விதமாகக் காரணம் கற்பித்துக் கூற முடியும்? தெய்வ சங்கல்பத்தால் தோன்றியது சுதேசி முயற்சி. தெய்வ கிருபையால் அது வளர்ந்துவருகிறது. நாமெல்லாம் கடவுளின் கருவிகள். நம் காரியங்களுக்கு நாம் பாத்திரர்களல்லர். எல்லாம் ஈசனிட்டபடியே செய்கிறோம். ஆகையால் துக்கம், சந்தோஷம் என்பது நமக்கு வித்தியாசமில்லை; எல்லாம் ஒன்றே. இதுவே இந்து மதஸ்தர்களாகிய நமக்கு முலைப்பாலுடன் ஊட்டப்பட்ட போதனை. சுதேசியம், அந்நிய சரக்கு விலக்கு இவைகள் கடவுளா லருளப்பட்டவைகள். இவைகளை போதிக்கக் கடவுளருள் பெற்றவர்கள் பிள்ளை போன்ற ஞானிகள். இத்தகையார்களின் அபூர்வ சாமர்த்தியங்களை இவர்களுக்குக் கடவுளருளால் உண்டாகும். விசேஷ ஞானங்களாலும் ஊகங்களாலும் நாம் காண்கிறோம்; கேட்கிறோம். இத்தகையார்களை கடவுள் வரப்பிரசாதம் பெற்றவர்களென்று நாம் கண்டுகொண்டு அவர்களை வாழ்த்துவதே வீரவணக்கம்.[2] வீரர் வெளிப்புக அனேக காரியங்கள் இடையூறுகளாக ஏற்படுகின்றன. இடையூறுகளினின்றும் நம்மை மீட்பவர்களை வீரர்கள் என்று கண்டுகொள்ளுகிறோம். ஒருமுறை கண்டுகொண்டதும் அவர்களிடம் நமக்கு பக்தி விசுவாசம் அதிகரிக்கிறது.

இவ்விதமாய்ப் பிள்ளையவர்களைப் புகழ்பவர்கள் கருதுவதொருசார்பாக, படிப்பவர் அந்நிய சரக்கு விலக்கைப் பற்றி சர்க்கார் உத்தியோகஸ்தர்கள் என்ன நினைக்கிறார்களென்பதை யும் அறிந்துகொள்ள லவசியம். இது பின்ஹேயின் ஜட்ஜ்மண்டி லிருந்து பொறுக்கி யெடுத்துள்ள பாகத்தால் விளங்கும்.

சுதேசி ஸ்டீம் நாவிகேஷன் கம்பெனி

இது ஏற்படுவதற்கு முக்கிய காரணம் தூத்துக்குடிக்கும் கொளம்புக்கும் ஓடிக்கொண்டிருக்கும் பிரிட்டிஷ் ஸ்டீம்

2. வீரர் வணக்கம் என்பது நம்மைவிட சக்தி அதிகமாய் வாய்ந்தவர் களிடம் நமக்கு உண்டாகும் அதியாச்சரியமே. இவ்வதியாச்சரியம் அதிகப்படுவதால் வீரரை வணங்கல் உண்டாகிறது. உலகத்து சரித்திரத்தை ஆராய்வோமானால், அது வீரர்களின் சரித்திரமும் பராக்கிரமும் என்று தெரியவரும். ஒரு தேசத்தாரின் சரித்திரத்தில் நூதன மாறுபாடுண்டாக்கினவர்கள் வீரர்களே.

நாவிகேஷன் கம்பனியும், கம்பனியாரின் நடத்தையும். வேறு மார்க்கமில்லை யென்று நன்குணர்ந்த கம்பனியார் வழிப்போக்கர்களுக்கும் சாமான் ஏற்றுமதி இறக்குமதிக்கும் தங்களிஷ்டப் பிரகாரம் விகிதங்களை ஏற்படுத்திக்கொண்டிருந்தார்கள். விகிதங்கள் பெற்றுக்கொண்டும் சுதேசி வியாபாரிகளை மிக்க கேவலமாய் நடத்திவந்தார்கள். இது பல வருஷங்களாக நடந்துவந்தது. சுதேசி முயற்சி கிளம்பினதின் பின் சுதேசிகளிடம் ஐரோப்பியர்களுக்கு வெறுப்பு அதிகப்பட்டுக் கொண்டுவந்தது. வேறு வழி காணாமல் திகைத்து என்ன செய்வதென்று தோன்றாமலிருந்த வியாபாரிகளுக்கு வழியறிந்த மாலுமியாகிய சிதம்பரம் கிடைத்தார். பிள்ளைக்கு சுதேசியப் பணத்துக்கும் அதிகாரத்துக்குமுட்பட்ட ஒரு நாவிகேஷன் கம்பனி ஏற்படுத்தி, அதை ஒழுங்காய் நடத்தல் சாத்தியமென்றும், இதில் லாபம் வருமென்றும், இதில் தம் கவனத்தை செலுத்தி, இக்கம்பனியை இதரக் கம்பனிகள் நாடெங்கும் ஏற்பட ஒரு மாதிரியாக்க வேண்டுமென்றும் எண்ணம் உதித்தது. உடனே அதற்காக உழைக்க ஆரம்பித்தார் பிள்ளை. சொல்ப காலத்துக்குள் ஒரு ஸ்டீமர் வாங்கப்பட்டது. இதுதான் கம்பனியின் பிறப்பு. அன்று முதல் அவரின் வாழ்க்கைப் பயனாகிய நோக்கம் சித்திபெற்றது. அதற்காக மிக்க சிரமப்பட்டு நல்ல ஸ்திதிக்குக் கொண்டுவர அவர் எடுத்த முயற்சியில் அவருக்கு சில இடையூறுகள் சம்பவித்தன. தற்சமயம் கம்பனி தாய்ப்பசுவிடமிருந்து பிரிக்கப்பட்ட கன்று போலிருக்கிறது. சுதேசிக் கம்பனியின் வரலாற்றைக் கூறும்பொழுது, அது ஒரு காரியத்தை முடிக்கும் நோக்கம் கொண்டவன் செல்வவானல்லாதவனாயினும், செல்வாக்கும் ஆதரவுமிக்கில்லாதவனாயினும் என்ன செய்ய முடியுமென்பதற்குப் போதுமான சாட்சியமாய் நிற்கிறது. பிள்ளை தம் நோக்கத்தை நிறைவேற்றுவதற்கு ஊன்றுகோலாயிருந்தது அவரின் அந்தரங்க ஆர்வம், விடாமுயற்சி.[3] அவருக்கு 'நாடு இதால் நன்மையடையும் என்ற நம்பிக்கை பூர்ணமாயிருந்தது. இந்த நம்பிக்கையே அவரை முயற்சிக்கத்தூண்டியது; கடைசியாக நோக்கத்தை நிறைவேற்றியது. ஆரம்பத்தில் ஏதாவது கடத்தற்கரிய கஷ்டங்கள், இடையூறுகள் ஏற்பட்டால் அவர் சொல்வதிதுதான்: 'நாம் கடவுளின் அருள்

---

3. ஒரு நாட்டாருடைய பெருமைக்கும் பலத்துக்கும் பின்னாட்களில் நன்மைகள் விளையுமென்ற நம்பிக்கைக்கு அந்நாட்டாருடைய இராஜிய சுவதந்திரங்களே மூலாதாரமாயும் மூலகாரணமாயுமிருக்கின்றன.

   ஆனால் ஒரு நாட்டாருடைய பொருளாதார சம்பந்தமான விஷயங்களில் முறைபிசகியும் நியாயவீன்மாயும் [நியாயமின்றியும்] யாராவது தலையிட்டால், அவர் அப்படி செய்வது அந்நாட்டாரின் இருதயத்தை, உயிர்நிலையைப் போய்ப் பிடிக்கும். – ஜான் மார்லி

பெற்றவர்கள். வந்தே மாதரம். பாரதமாதா நம்மைக் கைசோர விடமாட்டாள்.' நாம் இதனால் கற்றுக்கொள்வதென்னெனில், நம்பிக்கை எல்லாவற்றிற்கும் அஸ்திவாரம்; அதில்லாவிடில் ஒன்றுமில்லை என்பதே.

சார்ட்டர் ஸ்டீமரில் லாபம் கிடைக்காதுபோனபொழுது, பிள்ளை 1906ஆம் வருஷம் அக்டோபர் மாதம் இந்தியன் கம்பனி ஆக்ட்படி ஸ்டீம் கம்பனியாக ரிஜிஸ்தர் செய்து பங்குசேர்க்க வாரம்பித்தார். இதற்காக இன்றிருந்த இடம் நாளையிராது; எப்பொழுதும் இதுவே கண்ணும் கருத்துமாய், ஜனங்களுக்கு இதைப் பற்றிப் பிரசங்கம் செய்து அவர்கள் ஆதரவைப் பெற யாத்திரை செய்வார். பிள்ளை அவர்கள் இப்படி ஆடம்பரங்கள் செய்யாதிருந்திருந்தால் அவருக்கு நேரிட்ட ஆபத்துகள் நேரிட்டிருக்கா என்று சிலர் எண்ணுகிறார்கள். எல்லாரும் வெளி யிலிருந்து வேதாந்தம் பேசலாம். இதுண்மையானாலும், கம்பனி விருத்தியடைவதெப்படி? அவர் வெளியூர்களுக்கு சென்று பிரசங்கம் செய்யாதிருப்பாரானால், பல நூற்றாண்டுகளாக விருந்துவரும் நம்மவர்களின் ஓயாத் தூக்கம் இன்னும் நெடுந்தூக்கமாகவே இருக்கும். பல ஜில்லாக்களில் கனவான்கள் இப்பொழுது கம்பனியில் பங்கு வாங்கியிருக்கிறார்கள். கல்கத்தா, பம்பாய் போன்ற நகரங்களில்கூட பலர் பங்குக்காரர்களாயிருக்கிறார்கள். நம் இராஜதானியில் எடுத்துக்கொள்ளப்பட்டிருக்கும் பங்குகளை விட வெளி இராஜதானிகளில் பங்குகளதிக மிருப்ப தெக்காரணத்தால்? எல்லாம் பிள்ளையவர்களின் முயற்சியே.

கம்பனி ரிஜிஸ்தர் செய்யப்பட்டு ஒரு மாதத்துக்குள் பணமில்லையானாலும், பம்பாய்க்கு ஒரு புதிய ஸ்டீமர் வாங்குவதற்காக சென்றிருந்த ஸ்ரீ பிள்ளை, ஸ்டீமருடன் தூத்துக்குடிக்குத் திரும்புகிறது, இல்லையேல் சமுத்திரத்தில் விழுந்திறந்து போகிறதென்று சத்தியம் செய்தாராம். என்னே இவர் மனவலிமை! ஒன்று, நாட்டுக்கு உழைத்தல்; இல்லையேல் மரணம். அம்மம்ம! இச்சமயம் அவருக்கு ஹிருதயத்தில் சில மனக்கிலேசங்கள். அக்காலத்தில், அவரின் ஏகபுத்திரன் அஞ்சும்படியாக அசௌக்கியமாயிருந்தான். அவரின் மனைவி பிரசவகாலத்திலிருந்தாள். அவர் மனைவியும் நண்பர்களும் ஒரு முறை ஊர்வந்து செல்ல பன்முறை அவரை வேண்டியும், அவர் எழுதிய பதிலென்னவெனில், 'என் மனைவியையும் புத்திரனையும் கடவுள் கையில் ஒப்புவித்திருக்கிறேன். அவர் எங்களுக்கு எது நன்மை என்பதை என்னைவிட நன்குணர்வார்' என்பதே. இது அவர் சுயேச்சையாக கம்பனிக்காக பம்பாயிலிருந்த காலத்தில் சொன்னதும், எழுதியதும். தம் மனைவி மக்களிடமிருந்து பிரிக்கப்பட்டுள்ள இச்சமயத்தும் அவர் இதையே திருப்பிச்

சொல்கிறார். அவரைப் பொருந்தியமட்டில், அவருக்கு எங்கிருந்தாலும் ஒன்றே; ஜயிலும் ஒன்று, வீடும் ஒன்று. சிதம்பரம் பிள்ளை யானாலென்ன? யாரானாலென்ன? அவர்களுக்கு நேரிட்ட ஆபத்து நம்மெல்லோருக்கும் நேரிட்டது போலல்லவா? நமக்குள் மத ஆசார இராஜாங்க அபிப்பிராய பேதங்கள் இருந்துகொண்டேயிருக்கும். பிள்ளையை மதப்பித்தர், பகல் கினவு காண்கிறவர், ஆகாயக்கோட்டை கட்டுகிறவர், நேரில்லாத மார்க்கத்தில் ஊக்கமுடையவர் என்று உங்களுக்கு இஷ்டமுள்ளபடி கூப்பிடுங்கள். சுயபுத்தியுள்ள மனிதர் எப்போதும் எல்லா விஷயங்களிலும் ஒரேமாதிரியாயிருப்பது சாத்தியமல்ல, விரும்பத்தக்கதுமல்ல; ஆனால் எல்லோருக்கும் பொதுவான நன்மை தீமைகள் திருஷ்டியிலிருக்கும்போது மற்ற பேதங்களை யெல்லாம் மறந்து சகோதரர் போலப் பாடுபட்டுப் பொது நோக்கத்தை நிறைவேற்றிக்கொள்வதுதான் புத்திசாலிகளுக்குற்றதாகும். எப்படியிருப்பினும் சுதேசி ஸ்டீம் நாவிகேஷன் கம்பனியை ஸ்தாபிப்பதில் தம் வக்கீல் அலுவலைக் கட்டொடு விட்டு அவர் காட்டிய தன்னல மறுப்புக்காகவாவது நீங்கள் அவரை மெச்சவேண்டாமா? கம்பெனியை ஸ்தாபித்தவரும் நிலைநாட்டியவருமான பிள்ளை, இறந்து நீறாய் விடலாம். அவர் தன்னலம் கருதாது உழைத்ததின் பயனாகவிருப்பதும், இனி மிக்க பலனை விளைவிக்க விருப்பதுமாகிய சுதேசி கம்பனி என்றென்றும் நிலைநிற்கும். இதை விட அவர் ஞாபகார்த்தம் வேறொன்றும் வேண்டுமோ?

நூதனக் கொள்கைகளை போதிக்கும் ஞானிகளும் ஜனாங்கத் தலைவர்களும் தங்கள் கிருத்தியங்கள், ஊழியங்கள் சித்திபெறுவதைக் கண்டு களித்து அனுபவிக்கக் கூடாது என்பது ஈச்வரன் ஆஞ்ஞை போலும். இது எக்காலத்தும் உண்மை. இதற்கு சிதம்பரம் பிள்ளை ஒரு விலக்கல்ல. சாதாரண ஜனங்களிடையே தாய்நாடு மறுபிறப்படைய இரு வருஷங்கள் நன்றாய் உழைத்தார். ஆனால் அது விருத்தியடைந்து பலன் கொடுப்பதைக் கண்டானந்திப்பதற்கில்லாமல் அவர் வேலை செய்ய முடியாதபடி அதினின்றும் பிரிக்கப்பட்டிருக்கிறார். இவர் கஷ்டம் கம்பனிக்கு நல்லகாலமாக முடிகிறது. கம்பனிக்கு எல்லாப் பக்கங்களிலிருந்தும் சர்வஜனங்களிடமிருந்தும் ஆதரவும் அனுதாபமும் வந்துகொண்டேயிருக்கின்றன. கம்பனியை கவனியாதவர்களும், அதற்கு விரோதமாகவிருந்தவர்களுமான வியாபாரிகள் அதனிடம் மிக்க அன்புடையவர்களாய்விட்டார்கள். கம்பனிக்கு சொந்தமாக இரு ஸ்டீமர்கள்தான் இருக்கின்றன. மூலதனம் இன்னும் சேரவில்லை. லாபமிருக்கிறதென்பது நன்றாய்த் தெரிந்தும் பணக்காரர்களாயுள்ளவர்கள் ஏன் இன்னும் அசிரத்தையாயிருக்கிறார்கள்? எவ்வளவு சீக்கிரம் 2

ஸ்டீமர்கள் வாங்க முடியுமோ அவ்வளவு சீக்கிரம் வாங்கினால் நலம். சுதேசியத்தின் சக்திக்கும் வலுவுக்கும் சான்றாகவிருக்கும் கம்பனிக்காக செய்யப்படும் விண்ணப்பங்கள் உண்மையான பாரத ஆரிய சிகாமணிகளின் இருதயத்தைக் கரையச்செய்யும் என்று நம்புகிறோம். சமீபத்தில் கம்பனியின் மூலதிரவியம் இரட்டிப்பாக்கப் பெற்றிருக்கிறதாம். அனேக பங்குகள் இன்னும் வாங்கப்படாமலிருக்கின்றனவாம். இப்பங்குகள் எல்லாம் வாங்கப்பட்டு கம்பனி விருத்தியாகவேண்டுமென்று நாம் ஈசனைப் பிரார்த்திப்போமாக.

அவர் குடும்பம்

அவர் மனைவி மீனாட்சி அம்மாள் தம் கணவனிடமிருந்து பிரிந்த வருத்தத்தை எப்படி சகிப்பள்! அவர்களின் இரு ஆண் குழந்தைகளில் ஒன்றுக்கு 4 வயதாகிறது; மற்றொன்றுக்கு சுமார் இரண்டு வருஷமிருக்கும். அவைகள் தகப்பனினின்று பிரிக்கப்பட்டன. யாரின் சாபமோ? குடும்ப சம்ரக்ஷணகர்த்தா நன்றாய் சம்பாதிக்கும் காலத்தில் பிரிக்கப்பட்டார். யார் என்ன சமாதானம் சொன்னபோதிலும், மீனாட்சி அம்மாள் எப்படி வாளாவிருப்பள்! செல்வப்புதல்வன் தகப்பனார் வாஞ்சையை மிகப் பெற்றவனாக எப்படித் தகப்பனாரைப் பிரிந்து காலங்கழிப்பான்! எப்பொழுதும் இருள் காடாந்தகாரமாக விருக்குமோ? ஒளி வுண்டாகவே உண்டாகாதோ? படிப்பவரே! அவ்வேழைக் குழந்தைகளிடம் உமக்கு இரக்கமில்லையா? 'நான் வீணாகக் கண்ணீர் சிந்துகிறேன். இரத்தத்தையும் கண்ணீராக வடிப்பேன். உங்களுக்கு இதனால் பயனேதுமுளதெனில்.'

ஒரு பிரார்த்தனை

தமிழ்நாட்டு மகாஜனங்களே! உங்களுடைய சுதேச பக்தியையும், ஸ்வஜனாபிமானத்தையும், ஒற்றுமையறிவையும் பரிட்சை செய்வதற்குக் கடவுள் ஒரு தக்க தருணம் குறித்திருக்கின்றார். திருநெல்வேலியிலுள்ள பிள்ளையின் பெற்றோர்களுக்கும் மனைவிமக்களுக்கும் தமிழ்நாடு முழுமையினின்றும் எல்லோரும் தத்தமாலியன்றமட்டும் பணமனுப்பி ஜகதீசனுடைய ஆசீர்வாதத்தையும், பாரதமாதாவின் அருளையும் பெற்று வாழவேண்டும்.

சிதம்பரம் பிள்ளையிடம் அனேக பிழைகளிருந்திருக்கலாம். அவர் தப்பிதங்கள் பல செய்திருக்கலாம். இக்குற்றங்கள் மானிடருக்கியற்கைதானே! 'குற்றங்கடித்து குணம் ஓம்புவர் பெரியோர்.' அவரின் சினேகிதர்கள் சிலர் அவரெதிரவே அவரின்

அத்யந்த நோக்கம் மார்க்கங்களை பரிசுத்தமாக்கிவிடுகிறது என்பார்கள். அவரைப் பற்றிய விசாலமானவும் நுணுக்கமானவும் கொள்கைகளை விசாரித்து சீர்தூக்க நமக்கு இது இடமுமன்று, சமயமுமன்று; ஆனாலும் ஒரு விஷயம் மட்டும் குறிக்கிறோம்.

நிறுத்திப்பார்த்தால் பெரிய இராஜதந்திரிகள், வீரர்கள், இராஜாங்க ஸ்தாபகர்கள், பிரமுகஜாதியார் – ஒவ்வொருவரிடத்திலும் குற்றம் குறைபாடுகள் இருந்தே தீரும்.

விண்ணப்பங்கள்

ஸ்ரீமது மீனாட்சியம்மாள் மகாராஜாவுக்கு நவம்பர் *1*– தி ஒரு மனுசெய்து கொண்டார். அதில் பிள்ளையின் தீவாந்தர சிக்ஷையை வெறுங்காவலாய் மாற்றவேண்டுமென்றும், ஜெயில் அதிகாரிகள் கடின சிக்ஷ விதிக்கப்பட்டிருக்கும் கைதிகளைப் போல் பிள்ளையை வேலைசெய்ய நிர்ப்பந்திக்கிறார்களென்றும், அப்படி கடுமைவேலை செய்யும்படி அவரை நிர்ப்பந்திப்பதைவிட அவரை இந்த நிமிஷமே தீபாந்தரம் அனுப்பிவிட்டால் நலமாயிருக்குமென்றும் எழுதினார். மறுபடியும் ஸ்ரீமது மீனாட்சி அம்மாள் பிரிவி கவுன்சில் அபீலுக்கு திரவிய சகாயம் செய்யும்படி சகோதரர்களை வேண்டிக்கொள்கிறார்கள். உதவி செய்ய விருப்பமுள்ளவர் ஸ்ரீ பிள்ளையின் மனைவியாகிய உப்பிலிபாளையம் கோயமுத்தூர் ஸ்ரீமதி மீனாட்சி அம்மாளுக்கு எழுதிக்கொள்ளலாம்.

2

'தேசாபிமான சங்கம்'

இத்தலைப்பெயர் கொண்டு ஒரு சங்கம் திருநெல்வேலியில் *1908*ஆம் ஆண்டு ஆரம்பத்தில் ஸ்தாபிக்கப்பெற்றது. இச்சங்கம் காங்கிரஸ் சூரத்தில் கலைந்தபின் ஜனங்களுக்கு நாட்டின் உண்மையான நிலைமையை எடுத்து போதித்து, அவர்களுக்குள் தேசாபிமானக் கிளர்ச்சியை உண்டாக்க சில பிரமுகர்களால் ஏற்படுத்தப்பட்டது. இச்சங்கத்தில் வாரத்துக்கொருமுறையோ, சமயம் வாய்த்தபொழுது பிரதி தினமோ சுதேசியம், அந்நிய சரக்கு விலக்கு, சுதேசியக் கல்வி போன்ற விஷயங்களைப் பற்றிய பிரசங்கங்கள் நடைபெற்றுவந்தன. பிரசங்கங்களைக் கேட்கும் ஜனங்கள் நாளுக்கு நாள் அதிகரித்துக்கொண்டே வந்தார்கள். பிப்ரவரி மாதத்தில் ஸ்ரீமான் சுப்பிரமணிய சிவா திருநெல்வேலிக்கு வந்து சேரவும், சங்கத்தார் வேண்டுகோளுக்கியைந்து அவர்

மேற்குறித்த விஷயங்களைக் குறித்து உபந்நியசித்தார். ஜனத்திரள் அதிகமானதால் தூத்துக்குடியில் சமுத்திரக்கரையில் பிரசங்கங்கள் செய்யப்பட்டன.

ஸ்ரீ பிள்ளையும் பிரசங்கங்களும்

சூரத் காங்கிரஸில் நாஷனலிஸ்ட் பிரதிநிதியாகப் பிள்ளை சென்றிருந்தார். கைத்தொழி லபிவிருத்தியே தம் முழுநோக்க மாகக் கொண்டவராய்த் தமிழிலும், தமிழரிடத்திலும், தமிழ்ப் பண்டிதரிடத்திலும் மிக்க அன்பும் பற்றும் இயற்கையா யமைந்த பிள்ளை இப்பிரசங்கங்களைப் பற்றிக் கேள்விப்படாமலும், அத்துடன் அனுதாபப்படாமலும், சமயம் வாய்த்தபொழுது பிரசங்கங்கள் கேட்காமலுமா இருப்பார்? தமக்கு சௌகரியமும் காலமும் கிடைத்தால் ஸ்டீம் நாவிகேஷன் கம்பனியைப் பற்றியும் பொதுவாய்க் கைத்தொழிலைப் பற்றியும் பேசாமல் வாளா விருப்பாரா பிள்ளை? ஸ்ரீ சிவா தமிழில் நல்ல பண்டிதரென்றும் பிரசங்கியென்றும் தெரியவருகிறது. இவரிடம் பிள்ளைக்குண்டான மதிப்பும் பிரியமும் இருவர்களுக்கும் நட்பு உண்டாகவும் அதிகரிக்கவும் காரணம். ஸ்ரீ பிள்ளை நாவிகேஷன் கம்பனி மானேஜராக இருந்துவந்ததால், ஆபீஸ் வேலை முடிந்து மாலை வீடு போகும்பொழுது பிரசங்கங்களுக்குப் போவதுண்டு. தூத்துக்குடி ஜனங்களுக்கு இவரிடத்தில் மிக்க மதிப்புண்டு. சிறிய குழந்தைகளுக்குக்கூட பிள்ளையை நன்றாய்த் தெரியும். இவர் தமிழ்ப் பாண்டித்யமும் தேசாபிமானமும் வெளிப்படை. இத்தகைய பிள்ளை பிரசங்கத்துக்கு வந்தால், உடனே ஜனங்கள் அவர் பிரசங்கியார்பக்கம் சென்று உட்கார விலகிக்கொள்வார்கள். சில தினங்களில் பிரசங்க முடிந்த பின் ஜனங்கள் பிள்ளையைப் பேசவேண்டுமென்று வேண்டிக்கொண்டால், வேண்டுகோளை நிராகரிப்பது சரியா? இவ்விதமாய் பிள்ளையும் பிரசங்கங்கள் செய்ய ஏற்பட்டது. இப்பிரசங்கங்களுக்கு வரும் ஜனத்திரள் இன்னும் பிள்ளையால் அதிகரித்தது. காட்டன் மில், கோரல் மில் கூலியாட்கள்கூட மாலையில் பிரசங்கங்கள் கேட்க வந்து கூடுவார்கள்.

காரல் மில்லில் கூலியாட்கள் வேலைநிறுத்தம்

இதற்குக் காரணம் இருவிதமாகக் கூறப்படுகிறது. 1. கூலியாட்கள் பஞ்சக் கொடுமையால் மில் மானேஜர்களை கூலிகளை உயர்த்தும்படியாய் வேண்டிக்கொண்டும், அவர்கள் காது கொடுக்காமலிருந்ததால், அவர்கள் ஏகோபித்துத் திரண்டு, அவர்களுக்கு புத்திவந்து கூலி அதிகப்படும்வரையில் வேலைக்குப்

போகாமல் நின்றார்கள். ஸ்ரீ பிள்ளை இப்படி வேலையினின்றும் நின்று பசியால் வருந்தும் ஏழைகளிடம் பரிதாபங்கொண்டு, தம் சினேகிதர்களாகிய சில வக்கீல்களுடன் ஒத்து சிரமப்பட்டு அவர்களின் கஷ்ட நிவர்த்திக்காக தொகைசேர்த்தி, வேலையிலவர்கள் சேரும்வரையில் ஏதோ கொஞ்சம் உதவினார். 2. இதனால் ஸ்ரீ பிள்ளைதான் தம் பிரசங்கத்தால் கூலியாட்களை வேலை நிறுத்தும்படி தூண்டினார் என்றும், அவர்தான் குழப்பங்களுக்குக் காரணமென்றும் மற்றொரு காரணம் சொல்லிக்கொள்ளப்படுகிறது. இந்த வேலைநிறுத்தம் மதுரைக்கெட்ட அங்கும் கூலியாட்கள் வேலைக்கு செல்லாது நின்றுவிட்டார்கள். ஒருவாரம் போல் தூத்துக்குடி வேலைநிறுத்தம் நீடித்திருந்தது.

ஸ்ரீ பிள்ளை கூலியாட்களுக்காக மில் மானேஜர்களுடன் பேசி, கூலியாட்களுக்குச் சமாதானம்கூறி மில்வேலை மறுபடியும் துடங்கும்படி செய்தார். இந்நாட்களிலெல்லாம் பிரசங்கங்கள் நடந்துகொண்டேயிருந்தன. பிரசங்கத்துக்கு வரும் கூலியாட்களுக்கு பிள்ளை அன்றன்றைய செய்திகளைக் கூறுவார். மில் மானேஜர்கள் கூலிக்காரர்களுக்காக பிள்ளை காட்டிய சிரத்தையை, அவர் நஷ்டமுண்டாக்க செய்த சூழ்ச்சியென்று கருதி டிப்டி மாஜிஸ்தி[ரேட்டி]டம் முறையிட்டார்கள்.

டிப்டி மாஜிஸ்திரேட் பிள்ளையை நேரில் வரவழைத்து பிரசங்கங்கள் நிறுத்தப்படவேண்டும், அவைகள்தான் வேலைநிறுத்தத்துக்குக் காரணமென்றார். பிள்ளை பிரசங்கத்தை நிறுத்தவில்லை. பிரசங்கம் செய்பவர்களுக்கு பிரசங்கம் நிறுத்தவேண்டுமென்று நோடீஸ் கொடுக்கப்பட்டது.

பால் விடுதலைத் திருநாள்

பிபின் சந்தர பால் ஜயிலிலிருந்து விடுதலை பெறும் தினமாகிய மார்ச் 9–தி ஒரு திருநாளாக பாவிக்கப்பட்டு, கொண்டாட்டம் நடக்கவேண்டுமென்று சங்கத்தாரால் தீர்மானிக்கப்பட்டது. இதற்கு வேண்டிய ஏற்பாடுகள் நடந்துகொண்டிருந்தன. இதற்கிடையே ஸ்டீம் நாவிகேஷன் கம்பனி டைரக்டர்கள் ஒரு மீட்டிங் கூடி பிள்ளை பிரசங்கங்களுக்குச் செல்லக்கூடாதென்று தீர்மானித்து, அத்தீர்மானத்தை அவருக்கு அனுப்பினார்கள். 9 தேதியன்று தூத்துக்குடியில் கொண்டாட்டம் கூடாதென்று சர்க்கார் நோடீஸ் மூலியமாய்த் தடுத்துவிட்டார்கள். விசிதமாய் சிதம்பரம் பிள்ளை அதில் தலையிட்டுக்கொள்ளக்கூடாதென்று அவருக்கு நோடீஸ் கொடுக்கப்பட்டது. 9–தி யன்று டிப்டி மாஜிஸ்திரேட்டிடம் ஆஜராகவேண்டுமென்றும்

உத்திரவாயிற்று. ஸ்ரீ சிதம்பரம் கோர்ட்டுக்குச் சென்று பின் உடனே திருநெல்வேலிக்குச் சென்று அங்கு ஜனக்கூட்டப் பவனியில் சேர்ந்தார். ஜனங்கள் அவர் பேசவேண்டுமென்று பிரியப்பட அதற்கியைந்து பேசினார்.

உடனே ஸ்ரீ பிள்ளை நன்னடைக்கு ஜாமீன் கொடுக்க வேண்டும், ஜில்லா எல்லையை விட்டு கொஞ்ச காலம் அப்புறம் போகவேண்டும் என்று மாஜிஸ்திரேட் உத்திரவாயிற்று.

மார்ச் மீ 12வ. ஸ்ரீ பிள்ளை, சிவா, பத்மனாப ஐயங்கார் மூவரும் கைது செய்யப்பட்டனர். மூன்று பெயர்களையும் ஜாமீனில் விட மனு செய்துகொள்ளப்பட்டது. மனுத் தள்ளப்பட்டது.

மார்ச்சு மீ 13–தி. ஸ்ரீ பிள்ளைப் பிரசங்கங்களில் இராஜநிந்தனையாக சில பாகங்களிருக்கின்றன வென்று இ.பி.கோ. 124–A செக்ஷன்களின்படி குற்றம் சாட்டப்பட்டது.

மார்ச் மீ 14–தி. ஜாமீன் மாஜிஸ்திரேட் மறுத்துவிட்டதால் ஜனங்கள் திரள்திரளாய்க்கூடி கலகம் செய்தார்கள். முனிசிபலாபீஸ், கோர்ட் முதலிய இடங்களை சேதப்படுத்தி, பெரிய கலகம் செய்து விட்டார்கள். இரண்டு மூன்று நாட்கள் கலகங்கள் இருந்தன.

மார்ச் மீ 17–தி. இராஜநிந்தனைக் கேசில் ஜாமீன் பெற்று குற்றவாளிகள் விடுதலை செய்யப்படவேண்டுமென்று மாஜிஸ்திரேட்முன் செய்துகொள்ளப்பட்ட மனுக்கள் தள்ளப்பட்டன.

இக்கலவர நிலையால் மதராஸ் கவர்மெண்டார் 20–தி தண்டப் போலீசை திருநெல்வேலிக் கனுப்பினார்கள். தண்டப்போலீஸ் கூடாதென்று ஆனரபில் குருசாமி ஐயரும் இரண்டு பேரும் மதராஸ் கவர்னரை பார்க்க வந்தார்கள். கவர்னர் அதன் அவசியத்தை எடுத்துச்சொன்னார். அவர்கள் ஊருக்குத் திரும்பினார்கள். இதில் கவர்னர் ஊரிலுள்ள பெரிய மனிதர்கள் சமயத்தில் கலகத்தை அடக்க சர்க்காருக்கு உதவி செய்யாதது அவர்கள் கடமையைச் சரியாகச் செய்ததாகுமாவென்றார்.

மார்ச் மீ 21–தி. ஹைகோர்ட்டில் மிஸ்டர் பி. நாராயணமூர்த்தி ஜட்ஜ்கள் முன்னிலையில் ஜாமீன் தள்ளப்பட்டதற்கு அப்பீலைக் கொடுத்துப் பேசினார். ஜட்ஜ்கள் டிப்டி மாஜிஸ்திரேட் ஜாமீன் மறுதளித்தது சட்டரீகமானதல்லவென்று சொல்லி ஜாமீனில் விட்டுவிட உடனே உத்திரவளித்தார்கள்.

ஸ்ரீ பிள்ளைக்கு ஜாமீன் கொடுக்கப் பலர் திருநெல்வேலியில் முன்வந்தார்கள். அவர் தன்னண்பர்களுக்கும் ஜாமீன்

கொடுக்கப்பட்டாலன்றி தமக்கு ஜாமீன் கொடுப்பதில் பிரயோஜனமில்லையென்று சொல்லிவிட்டார்.

மார்ச் மீ 26 ௳. இராஜநிந்தனைக் கேஸ் விசாரணை தொடங்கிற்று. டிப்டி மாஜிஸ்திரேட் விசாரணை செய்து, செஷனுக்குக் கமிட் செய்தார். இக்கோர்ட்டில் மிஸ்டர் என்.கே. இராமசாமி ஐயர் பிள்ளையின் விருப்பப்படி கேஸை நடத்தினார். கேஸ் நடந்துகொண்டிருக்கையில் பிள்ளை அவருக்கு அவரிருப்பதில் பிரயோஜனமில்லை, மாஜிஸ்திரேட் அவர் சொல்வதையெல்லாம் தடுத்துரைக்கிறாரென்றும், அவர் வருமானத்தை இங்கு தங்கி கேஸ் நடத்துவதால் கெடுத்துக்கொள்ள வேண்டாமென்றும் ஒரு கடிதம். ஐயர் தஞ்சாவூருக்கு திரும்பி விட்டார். செஷன் கோர்ட்டில் ஹைகோர்ட்டு வக்கீல் மிஸ்டர் சடகோபாச்சாரியார் பிள்ளைக்காக ஆஜரானார். ஆக்டிங் பப்ளிக் பிராசிகூட்டர் பாரிஸ்டர் மிஸ்டர் ரிச்மென்ட் சர்க்கார் தரப்பில் ஆஜரானார். கேஸ் சுமார் இரண்டு மாதம் நடைபெற்றது விபரங்களை எழுதுவது அனாவசியமென்று நிறுத்துகிறோம்.

பிராசிகூஷன் முதல் சாட்சி போலீஸ் இனிஸ்பெக்ட்டர் ஶ்ரீ பிள்ளை அவர்கள் பிப்ரவரி 23, 26 ௳களிலும், மார்ச் 1, 3 ௳களிலும் செய்த பிரசங்கங்களில் ஆக்ஷேபகரமானவைகள் என்று குறிப்பிட்டவைகள்:

1. ~~பிப்ரவரி மீ 23 ௳. ஜனங்கள் ஒன்றுசேர்ந்தால் ஐரோப்பியரை ஓட்டிவிடலாம். நாம் எல்லாம் ஒன்றுசேர்ந்து விட்டோமென்று தெரிந்தால் போதும், தாங்களே போய் விடுவார்கள்.~~*
2. இந்தியாவில் 50, 000 ஐரோப்பியர்கள் உண்டு. பலவந்தமாய் அவர்களை வெளியாக்குவது கஷ்டமல்ல. ஆனால் இந்தியர்கள் பலாத்காரம் செய்யக் கூடாது. ஆனபோதிலும், இந்தியர்கள் ஐரோப்பியர்களுக்குப் பயப்பட வேண்டியதில்லை.
3. இந்தியர்கள் தாங்கள் தீர்மானித்த பிரகாரம் மேற்படி தீர்மானத்தைக் கைகொண்டு அன்னிய தேசத்து சரக்குகளை வாங்காமல் இருந்தால் – அதாவது அன்னிய தேசத்துத் துணி, சர்க்கரை, எனாமல் பாத்திர சாமான்கள் – ஐரோப்பியர்கள் தாங்களே இந்தியா விட்டு போய்விடுவார்கள்.

---

* இந்தப் பத்தி நான் பார்த்த பிரதிகளிலெல்லாம் அடிக்கவோ, மறைக்கவோ பட்டுள்ளது. காவல் துறை கெடுபிடிகள் இதற்குக் காரணமாக இருக்கலாம். – பதிப்பாசிரியர்

4. 26 ௳ சில வார்த்தைகள் [வர்த்தகர்கள்] இன்னும் பிரிடிஷ் (B.S.N.) கம்பனிக்கு உதவி செய்கிறார்கள். நான் இனி அவர்களைக் கேட்கப்போகிறதில்லை. சில சுதேசிகள் என்னிடம் வந்து அப்பேர்ப்பட்டவர்களுக்குக் கெடுதல் செய்வதாய் வந்தவர்களை நான் தடுத்தேன். தங்களுக்கு என்ன வந்தாலும் பரவாயில்லை என்று சொன்னார்கள்.

5. மார்ச் 20–தி. நாவித சகோதரர்கள் பரதேசி வஸ்திரம் தரித்து இருக்கிறவர்களுக்குத் தாங்கள் வேலை செய்வதில்லை என்பதாக சத்தியம் செய்து கொடுத்திருக்கிறார்கள். அப்பேர்க்கொத்த வொருவன் வேலை செய்துகொள்ள வந்தால் கத்தியால் தலையைத் தொட்டு அனுப்பிவிடுவார்கள்.

6. 3 ௳ சுயராஜ்யம் தவிர அன்னிய ராஜாங்கத்தை விரும்புகிறவர்களுண்டா? ஆகையால் வந்ததெல்லாம் வரட்டும். நாம் எதற்கும் பயப்பட வேண்டியதில்லை. வந்ததெல்லாம் வரட்டும்.

ஜட்ஜ் மிஸ்ட்டர் பின்ஹே ஜூலை மீ 7 ௳ சிதம்பரம் பிள்ளைக்கு உடந்தைக் குற்றத்துக்கு 10 வருஷ தீபாந்திர சிக்ஷையும், இராஜநிந்தனைக் குற்றத்துக்கு 10 வருஷ தீபாந்திர சிக்ஷையும் விதித்தார். அவர் தீர்ப்பிலிருந்து சில பாகங்களை மட்டும் படிப்பவர்கள் தங்கள் தங்கள் அபிப்பிராயங்கள் தீர்ப்பைப் பற்றிக் கொள்ளும்படியாய்க் கீழ் வரைகிறோம்:

(ஸ்ரீ பிள்ளையை தீர்ப்பு சொல்லப்பட்டதும் பாளையங்கோட்டை ஜயிலுக்கு கொண்டுபோனார்கள். 9 ௳ அன்று கோயம்புத்தூர் ஜயிலுக்கு அவரைக் கொண்டு போனார்கள். அவர் ஸ்டேஷனிலிருந்து ஜயிலுக்குப் போகும்பொழுது யாதொரு முகவாட்டமுமின்றிச் சென்றனராம்.)

1. ஸ்ரீ சிதம்பரம் பிள்ளை தொழிலபிவிருத்திக் குழைப்பதாக வேஷம் போட்டுக்கொண்டு ஐரோப்பியர்களுக்கும் இந்தியர்களுக்கும் ஜாதித் துவேஷத்தைக் கிளப்பி, ஒருவரைக் கண்டால் ஒருவருக்கு ஆகாதுபோகும்படி செய்துகொண்டு வந்தாரென்ற முடிவு தீர்மானத்தை மறுதளிப்பதற்கில்லை. ஸ்ரீ பிள்ளை தமது எலும்புக்கூடு அறுதி இராஜவிசுவாச காதகராக யிருந்துவந்தார். ஸ்ரீ சிவா, பிள்ளை அவர்களின் கையில் அகப்பட்ட கோல். திருநெல்வேலிக் கலகத்தில் மரணம் உண்டானதற்கு அவர்கள்தான் காரணம்.

2. ஸ்ரீ பிள்ளை தொழிலபிவிருத்திக்குப் பாடுபடுவதாகச் சொல்லிக்கொண்டு சுவராஜ்யப் பேற்றை[4] அடைவதர்க்குள்ளாக வழிகளை எடுத்துச்சொல்லிப் பிரசங்கித்தார். கோரல் மில் வேலைநிறுத்தத்தை உண்டாக்கினவர் அவரே.

3. ‘இராஜசீயப் பேச்சுக்கே இத்தேசத்தில் இந்தியர்க்கு, பிரிடிஷாருக்குள்ளதுபோல், இராஜ நடவடிக்கையில் வோட் கொடுக்க சுதந்தரமுண்டா? இப்போது பத்திரிகை சட்டம் இராஜப்பிரதிநிதி சபையில் செய்தாயிற்று. அதை மாற்றியிருக்கவோ தடுத்திருக்கவோ, இந்தியர்கட்கு ஆட்சி அமைப்பில் வழி ஏற்பட்டிருக்கிறதா? இந்தியர்கள் அந்தரங்கத்தில் கூடி கவர்ண்மெண்டுக்கு மனுப்பண்ணிக்கொண்டால், அதிகாரிகள் கவனித்தால் உண்டு, இல்லாவிடில் இல்லை. ஆகவே, இந்தியர்கள் பொதுக்கூட்டங்கூடி பகிரங்கமாய்ப் பேசுவதெல்லாம், ஜனங்கள் தங்கள் தேகவலுவை யுபயோகித்து கலகம் செய்யும் நோக்கமாய்த்தான் செய்வதாக வேண்டும். இது அபாயமான காரியமல்லவா?[5]

4. இந்தியாவில் ராஜிய விஷயமாய்ப் பேச சட்ட யுக்தமான சமயமேயில்லை. இங்கிலாண்டில் ராஜீய விஷயமாய்ப் பேசுகிறவன் தன்னுடைய நியமகர்களைப் பார்த்துப் பேசுகிறான். இவர்களுக்கு வோட் கொடுக்க பாத்தியமிருக்கின்றது. அந்த வோட்டை அடுத்த நியமன சமயம் வரும்போது தன் பக்கமாய்க் கொடுக்க அவர்களைத் தூண்டும் நோக்கத்துடன் பேசுகிறான். ஆகையால் சாமானிய ஜனக் கூட்டத்தைப் பார்த்து ராஜீயப் பேச்சுப் பேசப்படும்பொழுது பின்னொரு சமயத்தில் ஜனங்களுக்கு இராஜாங்கத்தில் அமைந்துள்ள சக்தியைச் செலுத்துமாறு பேசுகிறான். இத்தேசத்திலோ, அப்படிப் பேசுகிறவர்களுக்கு அப்படிப்பட்ட

---

4. ஆங்கிலேயர்களுக்கு எப்படி சுய ஆட்சியிருக்கிறதோ அப்படியே எங்களுக்கும் சுய ஆட்சி வேண்டும். – தாதாபாய் நௌரோஜி.

5. நம்முடைய பிரிடிஷ் பிரஜைகளை ஆள்வதற்கு ஒருவித மனச்சாக்ஷியும், இந்தியப் பிரஜைகளை ஆள்வதற்கு ஒருவித மனச்சாக்ஷியும் வைத்துக்கொண்டு நாம் நடப்பது பெரிய கொடுமையாயும் அநீதியாயுமிருக்கிறது. – ஜான் மார்லி.

இந்தியப் பிரஜைகளுடைய சுகத்தையும் சௌகரியத்தையும் அதிகப்படுத்துவதும், அவர்களுடைய செல்வத்தை விருத்திசெய்வதும், முக்கியமாய் அவர்களுடைய எல்லா நன்மைகளையும் காத்து இரக்ஷிப்பதுமே நமது பிரிடிஷ் ஏகாதிபத்தியத்தின் சர்வகால நோக்கங்களும் விருப்பங்களும். – மகாராணி விக்டோரியா.

முகாந்தர மிருப்பதாகச் சொல்லிக்கொள்ள முடியாது. திருநெல்வேலியிலும் தூத்துக்குடியிலுமுள்ள சாமானிய ஜனங்களுக்கு வோட்டில்லை. ஆகையால் ஒருவன் ஜனங்களை நதிமணலில் கூட்டிவைத்துப் பேசக் கனவிலும் நினைக்க மாட்டான். ஏனெனில் தன்னுடைய விருப்பத்தை நிறைவேற்ற அவர்களுக்குச் சக்தியில்லை. ராஜீயப் பிரசங்கம் செய்வதாக ஒருவன் வெளிவரும்போது ஏன் ஜனங்களைக் கூட்டிப் பேசுகிறான் என்று கவர்ன்மென்ட் உத்தியோகஸ்தர்கள் கவலைப்படுகிறார்கள். அவன் யாரைப் பார்த்துப் பேசுகிறானோ அவர்களுக்குச் சட்டப்படி அமைந்திருக்கும் சக்தி யெதையும் உபயோகிப்பதற்கில்லை. என்ன எண்ணத்தோடு அவன் கூட்டத்தைப் பார்த்துப் பேசுகிறான்? ஜனக் கூட்டத்துக்குள்ள ஒரே சக்தியைப் பிரையோகிக்க வேண்டுமென்றுதான் பேசக்கூடும். அதாவது ஜனக்கும்பலுக்கும், பிரதி மனிதனுக்குமுள்ள சரீரபலத்தை யுபயோகிக்கும்படி தூண்டித்தான் பேசுகிறான். கும்பலைப் பார்த்து சரீர பலத்தை யுபயோகிக்கும்படி பேசுவது மகா அபாயகரமான காரியம். அதனாலேதான் அமைதிக்கும் ஒழுங்குக்கும் பொறுப்பேற்ற உத்தியோகஸ்தர்கள் சாமானிய ஜனங்கள் கும்பலாய்ச் சேர்ந்திருக்க பிரசங்கங்கள் செய்யப்படும்பொழுது இயற்கையாகச் சூழ்ச்சியுடனும் ஜாக்கிரதையுடனு மிருந்து சமுசயமும் கொள்ளுகிறார்கள்.'[6]

---

6. 'பிரிட்டிஷ் இராஜ்யத்தில் இந்தியர்கள் என்ன நிலைமையி லிருக்கிறார்கள்? இந்தியர்கள் பிரிட்டிஷ் இராஜ்யத்தைச் சேர்ந்த பிரஜைகளா, பிரஜைகளல்லவா என்பது என் முதற் கேள்வி. நாம் பிரிட்டிஷ் பிரஜைகளே ஆவோம்; பிரிட்டிஷ் பிரஜைகளுக்கு உள்ள எல்லா ஸ்வதந்திரங்களும் நமக்கும் உண்டு என்பதாய் நான் சொல்லுகின்றேன்.'

   'இங்கிலாந்து தேசத்திற் பிறந்து வளர்ந்தவர்களாகிய பிரிடிட்ஷ் பிரஜைகளுக்கு என்னென்ன பாத்தியதைகளும் உரிமைகளும் உண்டோ, அந்த பாத்தியதைகளெல்லாம் பிரிட்டிஷ் அரசாட்சிக் குடையின்கீழ் வந்த எல்லா மனிதருக்கும் எல்லா நாட்டாருக்கும் உண்டென்பதையே பிரிட்டிஷ் அரசாட்சியின் அமைப்புக்கும் ஒழுக்கத்துக்கும் மூலாதாரமாக எண்ணி இராஜதுரந்தரர்கள் நடந்திருக்கிறார்கள்.'

   'இந்த ஸ்வதந்திரங்களை நமக்குக் கொடுக்க வேண்டிய தென்பதற்கு பிரிடிஷ் துரைத்தனத்தார் அவர்களுடைய கௌரவத்தினாலும், வாக்குறுதியினாலும், பரம்பரையான ஸ்வாதீனப் பிரியத்தினாலும், மனுஷத்தன்மையாலும், மனச்சாக்ஷியாலும், தருமத்தினாலும், நாகரீகத்தினாலும், மற்றைய சகல உயர்குணங்களினாலும் கடமைப்பட்டிருக்கிறார்கள்.' – தாதாபாய் நௌரோஜி

5. அந்நிய வியாபாரத்தை விலக்கு என்று பேசலாம். ஆனால் சாமானிய ஜனக் கும்பலைப் பார்த்து இப்படிப்பட்ட கொள்கைகள் பேசப்படும்பொழுது கேட்கும் ஜனங்கள் அவைகளோடு நிற்பார்களா? கவர்ண்மெண்டை பாய்காட் செய்ய வேண்டுமென்றும் சொல்லப்பட்டது. கோர்ட்டுகளை பாய்காட் செய்யும்படி சொல்லப்பட்டது. இது 124A பிரிவுகீழ் அபாயகரமான தூரத்துக்குப் போவதாக மாட்டாதா? சட்டத்துக்குக் கீழ்ப்படிந்து நடப்பதற்கு ஒத்ததாகுமா?[7]

('அந்நிய சரக்கு விலக்கும் பிள்ளையும்' என்ற தலைப்பின் கீழ் கூறப்பட்டதை மறுபடியும் வாசிக்கவும்.)

~

'நாங்கள் எங்களுடைய சொந்த ஜாதியாராகிய பிரிடிஷ் பிரஜைகளுக்கு எவ்வெவ் விஷயங்களிற் கடமைப்பட்டிருக்கிறோமோ, அவ்வாறே எல்லா இந்தியர்களுக்கும் நிச்சயமாய்க் கடமைப்பட்டிருக்கிறோம். இக்கடமைகளை மனச்சாக்ஷிக்கு விரோதமில்லாமலும் விசுவாசத்துடனும் யாதொரு குறையுமின்றி நிறைவேற்றுவோ மென்று திரிகரணசுத்தியாய் வாக்களிக்கிறோம்.' – மகாராணி விக்டோரியா.

'எல்லா ஸ்வதந்திரங்களும் நமக்குமுண்டென்பதில் அணுவளவாவது சந்தேகமில்லை; ஆக்ஷேபணையுமில்லை. இந்தியன் பார்லிமெண்டில் அங்கத்தினனாகும் பாத்தியதை யுடையவனாயிருக்கிறான். இந்தியருக்கு இந்த பாத்தியதை இல்லையென்று இங்கிலாந்திலுள்ள ஒரு மனிதனும் கனவிலும்கூட நினைக்க முடியாது.' – தாதாபாய் நௌரோஜி.

'இந்தியர்களின் ஸ்வாதீனத்தையும் ஸ்வதந்திரங்களையும் கவனிப்பதே என்னுடைய திரிகரணசுத்தியான பிரியமாயிருந்து வருகிறதோடு இனிமேலு மிருக்குமென்பதை இந்தியர்களனைவரும் நம்புவார்களாக.' – விக்டோரியா

7. 'ஸ்வதேச முயற்சியை அந்நிய சரக்கு விலக்க நிமித்தியக் கட்டுப்பாடென்றால் அது இராஜத்துரோகமென்று கருதப்படுகிறது போலிருக்கிறது. ஆனால் மான்செஸ்டர் துணி வியாபாரிகளோடு போட்டி போடுதல் இராஜத்துரோகமென்று இந்தியச் சட்டப் புஸ்தகத்தில் இன்னும் வரவில்லை.'

'ஸ்வதேசிய முயற்சி நூதன இந்தியா பிறந்து வளர்ந்துவரும் தொட்டில்.'

'இந்தியாவிடம் இங்கிலாண்டைவிட அதிகமாக அபிமானம் எங்களுக்கிருக்கிறது. இது இராஜத்துரோகமானால் நாங்களெல்லாம் இராஜத்துரோகிகளே.' – டாக்டர் ராஷ் விகாரி கோஷ்.

'ஸ்வதேசிய அந்நிய சரக்கு விலக்கு முயற்சி சர்வவல்லமையுள்ள கடவுள் நமக்கு அளித்தது. இம்முயற்சி அன்பை ஆதாரமாகக் கொண்டது. மானிட உணர்ச்சிகள் எல்லாவற்றிற்கும் மிக்க மேலானதும் ஆவேசங் கொடுப்பதுமான தேசத்தின் மேலுள்ள அன்பு, அதாவது தேசாபிமானம்.' – மிஸ்டர் கஜ்னாவி

ஜட்ஜ் பின்ஹேயின் தீர்ப்பைப் பற்றி
சில பத்திரிகைகளின் அபிப்பிராயங்கள்:

1. (க) 'இவ்வளவு கொடிய தண்டனை விதிக்கப்படுமென்று நாம் கனவிலும் நினைக்கவில்லை. இந்தக் குற்றத்துக்கே இந்த தண்டனைக்கு மேற்பட்டதில்லை.' ஜூலை 7.

(உ) 'விதிக்கப்பட்ட குரூரமான தண்டனையால் இந்தியாவெங்கும் திடுக்கிட்டு ஏக்கமும் சஞ்சலமும் கொள்ளுமென்பது வெட்டவெளி.' ஜூலை 9.

(ங) 'நினைக்கையிலேயே மயிர்க்கூச்செரிகின்றது. கைநடுங்குகிறது. இந்த துக்கத்தைத் தென்னிந்தியா ஜனங்கள், முக்கியமாய் பிள்ளையை யறிந்த தமிழ்நாட்டு ஜனங்கள் எப்படி சகிப்பார்கள்?'

'ஜட்ஜ் தமக்குச் சட்டம் கொடுத்திருக்கும் முழு அதிகாரத்தையும் செலுத்தி ஆயுசுபரியந்தம் தீபாந்தர சிக்ஷை விதித்தார்.' ஜூலை 10.

(ச) 'சிதம்பரம் பிள்ளை தமது பேச்சில் சொன்ன வார்த்தைகளால் மட்டும் குற்றங்காணுவதை விட்டு, சம்பந்தமில்லாத பல சம்பவங்களையும் ஊகைகளையும் கேஸில் புகுத்தி பின்ஹே சிக்ஷை விதித்தார். பிள்ளை சுதேசிக் கம்பனியை ஸ்தாபியாமலும், தொழிலபிவிருத்திக்காக பிரசங்கங்கள் செய்யாமலும் கோரல் மில் கம்பனியில் வேலைநிறுத்தம் ஏற்பட, ஏழைகள் பக்கமாய் அவர் பிரவேசிக்காமலுமிருந்திருந்தால் அவருக்கு மிஸ்டர் பின்ஹே இலகுவான தண்டனை விதித்திருப்பார் போலும்! பிள்ளை தேசாபிமானியாயிருந்து பொதுநன்மைக்காக உழைத்தது அவருக்குக் கேடாய் விளைந்தது.' 14வ ஜூலை, சுதேசமித்திரன், சென்னை

கல்கத்தாப் பத்திரிகைகள்

(2) 'இப்படிப்பட்ட கொடிய தண்டனையால் பிரிடிஷ் நீதியதிகாரத்திற்கே பெரும் அபகீர்த்தி உண்டாகும்.' *அமிர்த பஜார் பத்திரிகை, கல்கத்தா*

(3) 'தண்டனைகள் நியாயமானவை. இப்படிப்பட்ட நியாயதுரந்தரராகிய மிஸ்டர் பின்ஹேயைப் போன்ற

ஜட்ஜ் சென்னை கவர்ண்மெண்டாருக்குக் கிடைத்தது அதிர்ஷ்டம்தான்.' *இங்கிலீஷ்மான்*

(4) 'தண்டனைகள் நியாயத்துக்கும் சட்டத்துக்கும் விரோதமானவை.' *ஸ்டேட்ஸ்மான்*

(5) 'ஜட்ஜ் பின்ஹேயின் தீர்ப்பைச் சரி என்று ஒத்துக் கொண்டால் இந்தியர்கள் இராஜவிசுவாச முடையவர்கள். இல்லையேல் அல்ல.'

'ஜட்ஜ் பின்ஹேயின் சித்தாந்தங்கள் இத்தேசத்தில் சரி யென்று அனுபவத்துக்கு வரும் நாள், துரைத்தனத்தார், ஜனங்கள், படித்தார், பாமரர், எல்லாருக்கும் கெட்ட நாளாகும். அந்த நாள் இன்னும் சமீபத்திலில்லை என்பது உறுதி.' *பங்காளி*

(6) 'ஜட்ஜ் பின்ஹேயின் அபிப்பிராயத்தில் பிரிடிஷ் அரசாட்சிக்குப் பதிலாய் சுதேசியரசாட்சி வைப்பது இராஜநிந்தனை. ஸ்வேச்சைக்காக சிதம்பரம் பிள்ளை போல் கஷ்டமனுபவிக்க வேண்டியவர்கள், அவர்கள் ஸ்வதந்திரத்தை இழந்து கஷ்டப்படுவதால் அவர்கள் தேசத்தையும் தேசத்தாரையும் பந்தப்படுத்தியிருக்கும் பந்தத்தைத் தளர்ச்சி செய்கிறார்கள் என்ற எண்ணத்தி னால் உண்டாகும் திருப்தி கொள்ளலாம். ஏனெனில் ஜயிலுக்குப் போகும் ஒவ்வொருவனும் சுயேச்சாதிபத்தியத்தின் பிரேதப்பெட்டிக்கு மேல் ஒரு ஆணியை அறைகிறான்.' *வந்தே மாதரம், ஜூலை 7*

'இந்தியாவில் ஒருவன் ஒரு கூட்டத்தில் பிரசங்கிக்க சட்டரீதியான சமயமில்லை என்கிறார் ஜட்ஜ். அப்படியாயின் ஜட்ஜ் பின்ஹே சொல்வது சரியானால் மிஸர்ஸ் க்ளாட்ஸ்டன், மார்லி, ஹ்யூம், டிக்பி முதலியவர்கள் சொல்லியிருப்பதெல்லாம் பிசகு.' *ஸ்டாண்டர்ட், சென்னை, ஜூலை 16*

~

சிதம்பரம் பிள்ளை தமக்கு செஷன்ஸ் ஜட்ஜஸ் தீபாந்திர சிக்ஷை விதிக்கப்பட்டதைத் தள்ளிவிட வேண்டுமென்று ஹைகோர்ட்டில் செய்துகொண்ட அப்பீல் அக்டோபர் மீ 13உ யன்று சீப் ஜஸ்டிஸ் மிஸ்டர் ஆர்னால்ட் வைட், ஜஸ்டிஸ் மன்றோ இவர்கள் முன் போடப்பட்டது. பிள்ளைக்காக ஹைகோர்ட் வக்கீல் மிஸர்ஸ் சடகோபாசாரியார், வெங்கடாசாரியார், நரசிம்மாசாரியர் ஆஜரானார்கள். செஷன்ஸ் ஜட்ஜ் தீர்மானம் சரியென்றும், ரத்து செய்யப்படாதென்றும் வாதிக்க மிஸ்டர் ரிச்மண்ட் ஆஜரானார்.

13 வ. மிஸ்டர் சடகோபாசாரியார் கேஸை எடுத்து விவரித்துச் சொன்னார். அவர் சொன்னதில் முக்கிய அம்சங்கள்:

'கேஸுக்கு சரியான கவர்ண்மெண்ட் உத்திரவு அவசியம். இது இக்கேஸில் அது இல்லை.

'பிராசிகூஷன் தரப்பு சாக்ஷியத்தை எடுத்துக்கொண்டால் சாக்ஷிகள் போலீஸ்க்காரர்களாகையால் எவ்விதத்திலும் பிள்ளைக்கு தண்டனை கிடைக்க வேண்டியதென்ற எண்ணத்துடன் சாக்ஷியம் சொல்லுவார்கள்.'

'டிபன்ஸ் தரப்பு சாக்ஷிகள் நல்ல யோக்கியதையும் அந்தஸ்துமுடையவர்கள். இவர்கள் சாக்ஷியம் நம்பக்கூடியதாயும், உண்மையை வெளியிட்டுச் சொல்லுகிறதாயு மிருக்கிறது.'

14 வ. வக்கீல் சடகோபாசாரியார் சிதம்பரம் பிள்ளை மேல் சிவாவுக்கு சந்நியாசி என்று போஜனமளித்ததால் உடந்தை என்கிற குற்றம் ஏற்படவில்லையென்று சவிஸ்தாரமாய் சாக்ஷிகளால் நிரூபணம் செய்தார். பிள்ளை அவர்கள் உபந்நியாசமெல்லாம் ராஜாங்க சீர்திருத்தம் பற்றியல்ல. கைத்தொழில் விருத்தியைப் பற்றி என்றும் சொன்னார்.

15 வ. பப்ளிக் பிராசிகூடராகிய பாரிஸ்டர் டி. ரிச்மண்ட் பிள்ளை மேல் கொண்டுவரப்பட்ட உடந்தையாயிருந்த குற்றம் முக்கியமான குற்றத்திற்குச் சரியாய் விடுகிறதென்கிறதற்கு மதராஸ் ஹைகோர்ட்டால் தீர்மானிக்கப்பட்ட அனேக கேஸ்களை எடுத்துக்காட்டினார். இந்த உடந்தையாயிருந்த குற்றம் சட்ட நிரூபண சபையில் ஆலோசனை செய்யப்படும்பொழுது சட்ட நிரூபணைக்காரர் முக்கியமான குற்றத்திற்கும் உடந்தையாயிருந்த குற்றத்திற்கும் யாதொரு வித்தியாசமில்லை யென்று சொல்லியிருக்கிறார். மேலும் எல்லாக் கேஸ்களிலும் உடந்தைக் குற்றத்திற்கு கவர்ண்மெண்டாருடைய சாங்கிஷன் வேண்டியதென்பது நிர்ப்பந்தமாயிருந்தால் பிறகு முக்கியமாய் மறைந்துகொண்டு குற்றத்தை நடப்பித்து வைத்திருக்கிறவர்கள் தப்பித்துக்கொள்வார்களாகையால், இக்கேஸில் உடந்தைக் குற்றத்திற்கு சாங்ஷன் அனாவசியமென்றார். இதற்கனுமானமாக கல்கத்தா லா ரிபோர்ட்டுகளை எடுத்து வாசித்து ஜட்ஜிகளுக்குக் காண்பித்தார். பிள்ளை 25 வ நடக்கப்போகிறதை 24 வ சாயந்திரம் உபந்யாசத்தில் எடுத்துச்சொல்லியிருக்கிறார். மேலும் இவ்வாறே 4 வ மீட்டிங்கில் 5 வ மீட்டிங்கைப் பற்றிச் சொல்லியிருக்கிறார். இதுவே உடந்தைக் குற்றத்தை ஸ்தாபிக்கப் போதுமானது.

டிபன்ஸ் வக்கீல் கீழ்கோர்ட்டில் பிராசிகூஷன் தரப்பு சாக்ஷிகள் வாக்குமூலங்களையும், டிபன்ஸ் தரப்பு வாக்குமூலங்களையும் படித்துக் காண்பித்து, இதில் முந்திய தரப்பு சாக்ஷிகள்

நம்பக்கூடியவர்களாய் இருக்கவில்லை யென்றும், டிபன்ஸ் தரப்பு சாக்ஷிகள் கௌரவமுள்ளவர்களா யிருக்கிறபடியால் அவர்களின் சாக்ஷி நம்பக்கூடியதாயிருக்கிறதென்றும் சொன்னார். கீழ்கோர்ட் ஜட்ஜ் சில சாக்ஷிகள் இராஜாங்க விரோதிகள் என்று சொல்லியது நியாயவிரோதமென்றும் சொன்னார்.

4 ஃ நவம்பர்: ஜஸ்டிஸ் மில்லர் தீர்ப்புப் படித்தார். சீப் ஜஸ்டிஸ் மாத்திரம் அச்சமயம் தம் அறைக்குள்ளேயே யிருந்தார். தீர்ப்பு சுமார் இரண்டு மணி சாவகாசம் படிக்கப்பட்டது.

ஜட்ஜிகள் தங்கள் தீர்ப்பில் குற்றவாளிகள் செய்த உபந்நியாசங்கள் இராஜத்துவேஷ முள்ளவைகளென்றும், சிவாவும் பிள்ளையும் இங்கிலீஷ் இராஜாங்கத்தாரை இந்தியாவை விட்டுத் துரத்திவிட்டு ஸ்வராஜ்யக் கொடியை நாட்ட வேண்டுமென்று அபிப்பிராயப்பட்டுப் பிரசங்கங்கள் செய்தார்களென்றும், பிராசிகூஷன் தரப்பில் சொல்லப்பட்ட சாக்ஷியத்தைத் தாங்கள் நம்புகிறார்களென்றும், டிபன்ஸ் தரப்பு சாக்ஷிகளை நம்பத் தங்களுக்கு அவ்வளவு திருப்திகரமாயிருக்கவில்லை யென்றும், பிள்ளை சிவாவுடன் சேர்ந்து உடந்தையா யிருந்து பிரசங்கங்கள் செய்திருக்கிறா ரென்றும் அவர் மேல் விதிக்கப்பட்ட 10 வருஷ தீபாந்திர சிக்ஷையை 6 வருஷ தீபாந்தரமாக மாற்றிவிட்டார்கள். அவர் மேலுள்ள இரண்டாவது கேஸாகிய இராஜத் துவேஷத்துக்கு 4 வருஷம் தீபாந்திர சிக்ஷ விதித்தார்கள். இவ்விரண்டு தண்டனைகளும் ஒன்றன்பின் ஒன்றாக விராமல் ஒரே காலத்தில் செல்வதாகவும் தீர்மானம் சொல்லப்பட்டது.

சிதம்பரம் பிள்ளை உடந்தைக் குற்றத்தைப் பற்றிய ஜட்ஜ்மெண்டின் முக்கிய அம்சங்கள்:

இக்குற்றத்திற்கு கவர்ண்மெண்டு கொடுத்த சாங்கிஷன் போதும். இப்படிப்பட்ட குற்றங்களில் குற்றமான வாசகங்களைக் குறிப்பிட வேண்டியதில்லை. பிரிவை மட்டும் குறிப்பிட்டு பிராசிகூஷனுக்கு அதிகாரம் கொடுத்தால் போதும். சிவாவும் பிள்ளையும் உடந்தைகளாய் சதி செய்திருந்து சிவா பேசினபோது பிள்ளையும் வந்திருந்தால் பிள்ளையும் பிரதான குற்றவாளியாவார். அவர்கள் அப்படி உடந்தையாயிருந்து சதி செய்தார்க ளென்பதற்குப் போதிய ருசுவிருக்கிறது. பிள்ளை பேசின பேச்சுகள் அவ்விருவர்களுடைய பொதுநோக்கத்தைக் காட்டுகிறபடியால், அந்தப் பேச்சுகள் உடந்தைக் குற்றத்திற்கு சாக்ஷியமாகும். சிவாவினுடைய இராஜத்துவேஷக் கருத்துகளை மறுதலித்து பிள்ளை ஒரு சமயத்திலாவது பேசினதில்லை. B.S.N. கம்பனியாலும், கோரல் மில்ஸ் கம்பெனியாலும் சுதேசிக் கப்பல் கம்பனிக்குப் போட்டி ஏற்பட்டதில், அந்தப்

போட்டியை சாமானிய வழிகளால் வெல்லுதல் சாத்தியமில்லை யென்று அறிந்துதான் அந்தப் போட்டியை வெல்லும் கருத்துக் கொண்டு அன்னிய விலக்கு மூலமாக ஸ்வராஜ்யம் ஸ்தாபிக்க போதித்தார்கள். இத்தியாதி காரணங்களால் பிள்ளை உடந்தையா யிருந்தாரென்று ஏற்படுகிறபடியால் அவர் குற்றம் செய்தவர்தானென்றும் தீர்மானித்து, மேற்சொன்னவாறு சிக்ஷையைக் குறைத்திருக்கின்றோம்.

பிள்ளை இராஜத்துவேஷக் கேஸைப் பற்றிய ஜட்ஜ்மெண்டின் முக்கிய அம்சங்கள்:

முதலெடுப்பில் வக்கீல் செய்த ஆக்ஷேபங்கள் ஆக்ஷேபங் களாக மாட்டா. போலீஸார் குறிப்புகள் கீறல் திருத்தல் முதலியவைகளில்லாமல் சுத்தமாய் எழுதப்பட்டிருப்பது குறையாகாது. எழுதப்பட்டபொழுது வெளிச்சமிருந்தது. டிபன்ஸ் தரப்பு சாக்ஷிகள் கவர்ண்மெண்டுக்காவது ஐரோப்பியர்களுக்காவது விரோதமாக பிள்ளை பேசவில்லை யென்று ஞாபகத்தின்பேரில் சொன்னது போதாது. அவர்கள் குறிப்புகள் எடுத்துக்கொள்ள வில்லை. பிள்ளை பேரில் ஜாமீன் நடவடிக்கைகள் நடந்து கொண்டிருந்தபடியால் இராஜத்துவேஷமாக அவர் பேசியிருக்க மாட்டாரென்பது சரியல்ல; அவர் பேசினதுண்டு. அதனால் அவர் அடக்கமற்ற சுபாவம் கொண்டவரென்று ஏற்படுகிறது. பிள்ளை பேசின பேச்சுகள் தப்பில்லாமலே போலீஸாரால் ரிபோர்ட்டு செய்யப்பட்டன. அவற்றில் மேலாடி நின்ற கருத்து ஆங்கிலேயர் ஆளும் வகுப்பாராயிருப்பதை ஒழிக்கவேண்டு மென்பதே. அவர் அந்நிய விலக்கை போதித்தது தொழிற் பெருக்கத்துக்கல்ல; ஆங்கிலேயரைத் தொலைக்க வேண்டியதற் காக. பிள்ளையின் பேச்சுகள் ஜனங்களின் நியாயமான விருப்பங்களை எடுத்துக்காட்டும் நோக்கங்கொண்டவைகளாக விருக்குமோவென்று கவலையுடன் யோசனை செய்து பார்த்தோம். அவைகள் அப்படிப்பட்டவைகளல்ல. இராஜத்துவேஷத்தினாலும், ஜாதி மாற்சல்லியத்தாலும் தூண்டப்பட்டவைகளென்று நினைக்க வேண்டியிருக்கிறது. செஷன்ஸ் ஜட்ஜ் தீர்மானித்தது சரி. 4 வருஷ தீபாந்திர சிக்ஷை போதும். ஜாதி மாற்சல்லிய குற்றத்திற்குத் தனியான சிக்ஷை தேவையில்லை.

~

இந்த மாதத்தில் கோயமுத்தூர் செஷன்ஸ் கோர்ட்டில் ஜயில் குழப்பக் கேஸில் சிதம்பரம் பிள்ளை பின்வருமாறு சாக்ஷியம் சொன்னார்:

சென்ற 5 மாத காலத்தில் நான் மிஸ்டர் நாகோஜி ராவைத்தான் கண்டேன். இவர் நான் ஜயில் வந்து ஒரு வாரத்திற்குப் பின் வந்தார்.

அதுவரையில் கைதிகளை இம்சிப்பதைக் காணாமையால் நான் முறையிடவில்லை. ஜெயில் இன்ஸ்பெக்டர் ஜனரல் இரண்டு முறை என்னை வந்து பார்த்தார். கலகம் ஜயிலில் நடந்த 2, 3 வாரங்களுக்குப் பின் ஒருமுறை அவர் என்னை க்ஷேமம் விசாரிக்க வந்தார். அச்சமயம் நான் முறையிட்டு கொள்ள சந்தர்ப்பம் வாய்க்கவில்லை. ஜெயிலர் 3 மாத ரஜாவில் இருந்தார். இக்காலத்திலும் வார்டர்கள் கைதிகளை இம்சித்துக்கொண்டுதானிருந்தார்கள். ஆக்டிங் சூபரிண்டண்ட் காப்டன் கேம்பரானிடமும் சமயமும் சந்தர்ப்பமும் இல்லாமையால் நான் முறையிட்டுக் கொள்ளவில்லை. கைதிகள் தங்களை மிருகங்கள் போல் அடிப்பதைப் பற்றி சூபரிண்டண்டுக்கு முறையிடுவதில் பிரயோஜனமில்லையென்று பேசிக்கொண்டிருந்தார்கள். அவர்கள் அதற்கு என்ன செய்யவேண்டுமென்று பேசிக்கொண்டிருந்தது எனக்குத் தெரியாது. கைதிகளோடு பேசக்கூடாதென்று டெப்டி ஜயிலர் எனக்குச் சொல்லியபடி நான் யாரிடத்திலும் பேசவில்லை.

பிராசிகூடர்: உம் முன் நடவடிக்கை அவருக்குத் தெரிந்திருக்கலாம்.

பிள்ளை: ஆம். நான் கௌரவமுடையவனென்று அவருக்குத் தெரியும். கொள்ளைக்காரரோடும் கொலைகாரரோடும் நான் கலந்து பேசக்கூடாதென்பது கருத்து.

ஜெயிலரோ, சூபரிண்டண்டோ அல்லது இருவருமோ கைதிகளை இம்சிப்பதற்காக அடிபடுவார்களோ, கொல்லப் படுவார்களோ வென்று எதிர்பார்த்திருந்தேன். தற்காலம் அம்மாதிரியே நடந்துவருமானால், இப்போதும் அப்படியே நடக்குமென்று நினைக்கிறேன். இப்போதுள்ள ஜயிலர் அலுவலுக்குத் திரும்பியதும் கைதிகள் அடிக்கடி விவாதம் பண்ணிக்கொண்டிருந்தார்கள். தினந்தோறும் பேச்சுதான். சூபரிண்டண்டுக்கு இதைப் பற்றிச் சொல்லிவைக்க எனக்கு இஷ்டமில்லை. இதைப் பற்றி இனித் தெரிவிக்கலாமென்றிருந்தேன். ஆனால் இரண்டாந் தடவை என்னைப் பார்த்து அவர் பேசினபொழுது எதையும் சொல்லிக்கொள்வதில் பயனில்லையென்றிருந்து விட்டேன். இவ்விஷயமாய்ப் பேசிவந்தவர்களின் எண்ணிக்கையாவது, பெயராவது எனக்குத் தெரியாது. அவர்கள் 5வது பிளாக் கைதிகளாயிருந்தாலும் நான் அவர்களிடம் பேசினதில்லை.

பிராசி: 7வது பிளாக்குக்கு எதிரே வொர்க்ஷாப்புள்ளதில் ஒரு பாரிசம் உமக்கு எப்படித் தெரியும்?

பிள்ளை: வேலை செய்வது தெரியாதே ஒழிய ஒரு பக்கத்தைப் பார்க்கக்கூடும்.

பிராசி: சரி! சரி! ஜெயிலிடத்தை செவ்வையாய்த் தெரிந்துகொண்டிருக்கிறாய்!

பிள்ளை: முற்றிலும் சரிதான்.

பிராசி: சாக்ஷியை யெச்சரிக்கும்படி கோர்ட்டாரைக் கேட்டுக்கொள்ளுகிறேன்.

பிள்ளை: நான் மிகவும் சரியாகவே நடந்துகொள்வதாய் நம்புகிறேன்.

~

குறிப்பு: புகழ்பாக்கள் கையெழுத்தில் இருக்கின்றன. அவகாசமின்மையால் புஸ்தகம் தற்சமயம் வாங்குகிறவர்களுக்கு அச்சடிப்பித்துக் கொடுக்கப்படும்.

சுதேசமித்திரன் பத்திரிகைக்கு நாம் மிகவும் கடமைப்பட்டிருக்கிறோம். பிழைகளை நண்பர்கள் மன்னிக்க மன்றாடி வேண்டிக்கொள்ளுகிறேன்.

~ ~

ஓம்.

ஸ்ரீமான்

வி.ஓ. சிதம்பரம்பிள்ளை

ஜீவிய சரித சுருக்கம்

"மன்னிய புகழ்மா பாரத தேவி
தன்னிரு தாளிணைக் கடிமை யாளனால்"

பல பத்திரிகைகளில் தோன்றின விஷயங்களிலிருந்து

தொகுக்கப்பட்டு.

எம். கிருஷ்ணசாமி ஐயரால்,

சென்னை:

அச்சுக்கூடத்தில்

பதிப்பிக்கப்பெற்றது.

1908.

விலை அணா 3.

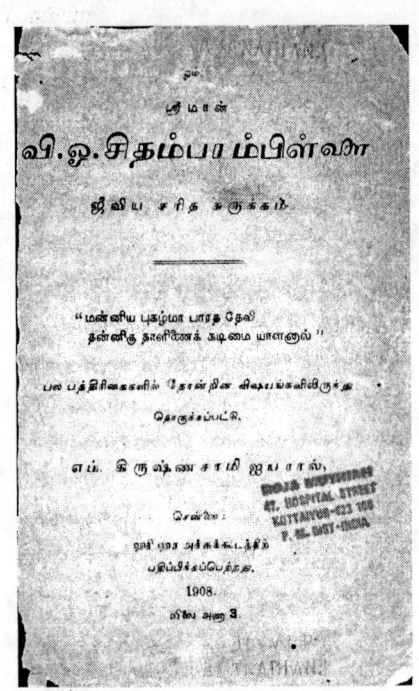

3.

வ.உ.சி. வரலாறு
எம். கிருஷ்ணசாமி ஐயர்
1909
(ஆங்கிலம்)

THE
LIFE-SKETCH
OF
Sjt V. O. Chidambaram Pillai.

PUBLISHER,
M. KRISHNASAMI AIYER

1909

Price As. 3.

The Life-Sketch

of

Sjt V.O. Chidambaram Pillai

'Breathes there the man, with soul so dead,
Who never to himself has said,
This is my own, my native land!'

— Sir W. Scott

Publisher
M. Krishnasami Aiyer

Madras:
Printed at The Hari Hara Press

1909

Foreword

The patronage accorded to our life-sketch of Mr. V.O. CHIDAMBARAM in Tamil and the demand for a similar one in English have devolved on us the present duty of bringing out this booklet. We have avoided as much as possible the political field in which he figured just before his trial and conviction. It is recognised on all hands that his services in the resuscitation of the dying Maritime Industry of India and in its restoration to its pristine glory, are unprecedented. He may die and be turned into ashes. The cause which he worked for is bound to survive all ages.

With regard to the materials for this book we are much indebted to many Indian Newspapers, chief among them being the *Hindu* and the *United Burma* of which the latter contained a character-sketch. This sketch with some alterations and additions appears in this booklet.

Madras   THE EDITOR
Jan., 1909

SJT V.O. CHIDAMBARAM PILLAI

But then you ought to consider that each of us is born not for himself only, but our country claims one part, our parents another, and our friends the remainder. – Plato

For it is impossible for those who have low, mean and grovelling ideas, and who have spent their lives in a mercenary employment to produce anything worthy of admiration, or to be a possession for all times. Grand and dignified expressions must be looked for from those, and those alone, whose thoughts are ever employed in glorious and noble object. – Longinus.

Introduction

That prophets of new creeds and leaders of nations are destined not to see and enjoy the fruits of their labour is a truism to which the hero of our life-sketch is no exception. Mr. CHIDAMBARAM worked for the masses among the masses for two long, tedious but eventful years for the regeneration of our motherland; but before he could witness the bright prospects of the Swadeshi Steam Navigation Company of which he was the head, heart and soul, he has to be away from his field of action. Even in its infant stage the company stands as a monument to the world at large of what one man, although he has no capital to start with, and little influential cooperation, could effect if only he has firm faith in the righteousness and potentiality of the scheme he suggests. At the very infancy of the company, Mr. R.C. Dutt referred to it in his review of industrial activity in India at the Second Industrial Conference in 1906 in the following terms: 'We are all interested in the future success of S.S.N. Company which we trust will yet triumph all its initial difficulties and prove a commercial success.' In one respect the words of Mr. Dutt have proved only too true. From its birth Mr. Chidambaram was closely associated with it. He gave up his practice as a lawyer that he might be free to devote himself to the efficient management of it. He was the Assistant Secretary till his trial and conviction. The life of such a disinterested man who engendered a gigantic and potential scheme is not without its bright side. The short space at our disposal is no place to enter into discussion of the legality or illegality of the sentence of transportation that is passed on him. When the sentence of double-transportation for life was passed on him by the then Sessions Judge of Tinnevelly A.F. Pinhey, one conviction forced itself upon the minds of all impartial observers of passing events that it was very severe and out of all proportion and that the highest tribunal in our own land will mete out proper justice. It is gratifying to see that the High Court Appeal has resulted in the commutation of the sentence to one of six years' transportation. In what the expected Privy Council Appeal would result all of us are anxious to see.

In the meanwhile, we have undertaken to show to the world that Chidambaram is not the monster that he is deemed to be, but one who has done yeomen service to his country according to his own lights barring his extreme political views and one who is a sincere patriot whatever his drawbacks.

Early Life

Mr. Chidambaram Pillai was born at Ottapidaram, a village a few miles off Tuticorin, in the District of Tinnevelly in the year 1873. His parents belong to the middle class and are small landholders still living. His father afforded him educational facilities according to his means. The boy was put in the pial school and received instructions in Tamil. The seed of love for that language found a congenial soil in his mind and considerably fructified in his later years. In due course he was sent to study English to St. Francis Xavier's School. In his school days he showed his precocity, and power of organisation and management were even then characteristic of him. He won the friendships of his schoolmates and also the love of his teachers. He got through the Matriculation Examination in his second attempt. It was not possible for him to continue his art course. He took to law and successfully got through the Pleadership Examination.

His Practice in the Bar

He settled for practice in his own town where he could command considerable influence. Being a Sub-Magistrate's station, at

Ottapidaram he had ample scope for his practice. The Bar of the Sub-Magistrate's Office was to him a training ground. He utilised his spare time to a critical study of Criminal Law during his stay here. Mostly he was practising on the Criminal side and was getting a very decent income.

As a lawyer Mr. Chidambaram would hold his own and more than his own against any senior vakil with more pretentions to experience, university degrees and diplomas. He set up a very high ideal in the profession, and honesty – stern unbending honesty – 'even though the heavens fall' was the guiding principle in his professional practice. He took considerable trouble and spared no pains in studying cases he undertook. Slip-shod, perfunctory and purely mercenary work is a thing unknown to him. The knowledge he acquired in his extensive practice in Criminal law was on a high level and he is reputed for his intelligent and effective cross-examination. Yielding to the remonstrance of his friends and well-wishers, that he could have ample opportunities to establish his reputation and make a mark in the profession at Tuticorin, he removed thither in the year 1900.

Collisions with the Police

In the course of his practice, many a time, he has come into collision with the Police. One characteristic looms large in his life and it has been the guiding principle of all his actions till he figured in the political arena and, that is, his unbounded and whole-hearted sympathy with the poor, his ungrudging help for the poor and needy and his gratuitous professional service, even at serious risk to himself, to those at whose doors the Police not unfrequently mislay the cases. There never was an occasion when his help was sought for by any one and refused.

Instances of Collision

Instances there are many and it would suffice our present purpose to allude to only one. Once, there occurred a murder in his village. As it so often happens the real culprit goes scot-free and an innocent man has to pay the penalty, in this particular case, the crime of murder was fathered on an innocent man. The Police Inspector, who was in charge of the case and who knew Mr. Chidambaram would offer his service for the alleged accused, it is said, wanted somehow to get the latter out of his way. Mr. Chidambaram also figured in the crime report. Friends of Mr. Chidambaram intervened and his name was dropped on the express understanding that he would hold no brief for the accused. The stipulation was given but all the same the accused was helped in every way till he was acquitted by the High Court.

Such self-sacrificing acts of his so endeared him to the public that he was getting a really enviable practice. The Swadeshi Steam Navigation Company, which he ushered into existence, required his full attention and care. It was for him to choose between the two. He gave up his practice with the object of establishing the Company on a firm and sound basis. But for his efforts, it is doubtful whether it would have survived.

His Knowledge of English and Tamil

It should be admitted that his knowledge in English is very ordinary in comparison with his high proficiency in Tamil. He is a sound Tamil classical scholar. All the same, his knowledge of English was much above ordinary of men of his standing. This should be attributed to the fact that he had a passionate love for Tamil from his childhood and that he would employ his spare hours to the study of the classics of that language. He is a good versifier, his verses, though few, rank high. His library contains choice books, more Tamil than English.

The love of Tamil resulted in his reverence for pundits – men well-versed in Tamil. There will be a conclave of Pundits and Sanyasins around him at all times. He was a ready host for such men. He held Sanyasins especially in great reverence. It should be mentioned that he could discriminate between quacks who wear the yellow robe as a passport to beggary and real Sanyasins who have really renounced the world. There was an occasion after his first wife's decease, which took place in 1901, when his friends thought that he would renounce domestic life and embrace the holy Sanyasin's order. It was on account of the great persuasion of his friends that he abandoned that idea. However, that he would prefer to die a Sanyasin is always on his lips. He came into very close intimacy with Swami Vallinayakam whom he holds in great reverence.

His Joint Editor-ship

In collaboration with the Swami, he started a Tamil monthly *Viveka Banu* – the Sun of Knowledge – devoted to the diffusion of knowledge of Vedanta, social reform, temperance, education, and other kindred subjects. During its short period of existence, it did excellent work. Owing to the want of patronage and the lack of financial help, it had to be discontinued. But fortunately, shortly afterwards, it was revived by Pundit M.R. Kandasami Kavyroyar of Udamalpet and now it is a regularly conducted journal. It could boast of a printing press of its own. His articles on varied subjects are admitted to be of a high order. The sacred Kural of the sage Tiruvalluvar – the moral code of the Tamils – he almost knows by heart. His language, whether in his articles or speeches, is chaste and brimful of the idioms and expressions of well-known poets and hence possesses a classic tint. He could not be understood by common groundlings.

His Religion

He is a staunch Hindu by religion. He has no faith in rituals. He is a vedantin of a school of his own, but if you are very particular to identify him with any of the existing schools of thought, you might say that he belongs to the school of Swami Vivekananda. In personal habits, he is a vegetarian, teetotaller and non-smoker. Anyhow he is not orthodox. He has little faith in the utility of the caste system. He recoils with horror when a worm or reptile is crushed or when an animal is ill-treated or when a specious distinction is made between man and man. He identified patriotism with religion. To him there was no higher duty than serving the motherland and he said once, 'No matter to what creed we belong - Hindu, Mahomedan. Christian or Buddhist - we must set aside all differences and join together. We are all the children of Mother India.'

He is a staunch believer in Karma. He used to say often 'Everything will come to pass as ordained.' He is a firm believer in God. Whenever he is confronted by difficulties, he would say that, 'Whatever He does is for the best and that He knows better than our own heart.'

As a Lecturer

'He was a more cautious, more practical man', according to Mr. Pinhey. He is a vigorous speaker and speaks to the point. He is so fluent and rapid that it is difficult for ordinary people to follow him. His language also is high-flown as to be above the common understanding. By his eloquence and persuasion, he will galvanise the whole audience. His words emerge out of his heart, so the burning words will pour forth from his lips like a flood. His sincerity is so great and serious that not seldom he lets fall words of indiscretion unawares.

His Views of *Swaraj*

Mr. Chidambaram is to be distinguished from those Nationalists who claim Absolute *Swaraj* as their goal. Like the Hon. Mr. G.K. Gokhale, what he wanted was Colonial Self-government under the British Suzerainty. His *Swaraj*, as put by the defence counsel Mr. Sadagopa Chari, is (1) boycott of foreign goods (2) not going to the authorities but settling disputes in Panchayets (3) National Education. His *Swaraj* was 'Industrial *Swaraj*'. According to Mr. Pinhey, Mr. Chidambaram, 'The Apostle of industrial regeneration, was in reality an Apostle of *Swaraj* and that he preached Boycott, Swadeshi and Panchayets to take the place of courts and national education as some of the paths leading to that goal.'

Swadeshi Movement

When that movement, which Dr. Ghose said was the cradle of New India, was ushered into existence Mr. Chidambaram threw himself into it heart and soul. It drew forth all the latent talents and forces in him. There dawned upon him the idea that the salvation of the country lies only in industrial regeneration. Once that the idea entered his heart, he subordinated all desires, all ambitions to that supreme and noble ideal of being in some way useful to help the movement onward. To him Swadeshism is patriotism. He preached about the development of industries. He would be here and everywhere lecturing on Swadeshism. He is no idle dreamer but a practical man. He was the founder of the Swadeshi Steam Navigation Company and devoted his whole time to the service of the company.

Boycott

Like the Bengalis he could not conceive of Swadeshi without Boycott. There is nothing reprehensible in advocating boycott of foreign goods. It is intended only to regenerate the dying and fading industries and not to create disaffection. Boycott to him was essential and not a movement of hatred but one of love more for one's own country and its manufactures than hatred of a foreigner and foreign manufactures. He has been one of the most stalwart advocates of the boycott policy and, in pushing this campaign, he has given himself no rest or holiday. He took a very deep interest in the movement. Some believe, and it is true, that he carried the principle of boycott to extreme lengths. An instance or two of his extremism will not be out of place here.

He sent all his woollen clothes to Calcutta, where the idea of boycott first originated in India, to be made a bonfire. He forswore all things foreign, and in his house and about him he would not tolerate anything foreign. The watch he was having for a long time, he threw away. He would not shave with a foreign razor, and would not see the gharry of a man, who has anything foreign about him. Well might people term this fanaticism! Fanatics there have been and there are. That the progress of the world is partly due to these people nobody can deny. Mr. Nevinson's description of Mr. Arabindo Ghosh is peculiarly appropriate to Mr. Chidambaram.

'He was possessed by that concentrated vision that limited and absorbing devotion. Like a horse in blinkers, he ran straight regardless of everything except the bit of road in front. But at the end of that road, he saw a vision more inspiring and spiritual than any fanatic saw who rushed on death with paradise in sight. There is a religious tone, a spiritual elevation in his words.' Fanatics see the goal alone and the obstacles in the way must vanish. They would not turn their eyes either to the right or to the left from the goal.

Young Men's Patriotic Association

After the split in the Surat Congress, the Nationalists took into their hands some practical work for the amelioration of the prospects of the country. It struck them that they should devote their attention to the education and the social elevation of the masses. With this noble object in view societies were formed in different parts of the country. This association also was organised early in the beginning of 1907 by some young and enthusiastic nationalists with the same object. The organisers thought that the best way to achieve this object was by means of lectures to the masses. Many lectures were delivered under the auspices of the association. Mr. Chidambaram also had lectured on Swadeshi, Boycott, Swadeshi Punchayets, National Education, the principle of industry, the nobility of labour and dignity of labour – subjects as were needed for the development of indigenous and commercial regeneration of the country. He is truly an 'Apostle of Industrial *Swaraj*'. In his opinion the prosperity of the country depended solely on the improvement of the trade and industry. As one interested in the Swadeshi Steam Navigation Company, he took advantage of such opportunities to draw the attention of his hearers to their proverbial indifference, lack of union – drawbacks of the agricultural and mercantile population and to instil into their minds a spirit of union and a desire to learn about industrial matters. He also emphasised that people should avoid as much as possible expenditure of money in litigation by settling disputes by means of Panchayets. He also wished to prevent the exportation of the products of the country. If his method was wrong, he deserves all blame. But the idea, taken by itself, is a laudable and noble one deserving admiration by even statesmen of Europe who have the good of their country at heart. His sympathy with the peasant class is intense. He identified himself with all public movements. He was a man of influence and position and a moving spirit. Mr. Subramania Siva, a sanyasi and an itinerant lecturer arrived in Tuticorin on Feb. 3. The organisers procured his services. He delivered in the beginning lectures on Swadeshi and Boycott. He became popular and was able to attract more and more audience. Now the lectures, to accommodate a large congregation, were to be arranged in the Beach at Tuticorin. Siva was delivering lectures daily from the date of his arrival till his arrest.

Mr. Chidambaram was a man of business and his office generally closed at 6 p.m. Considering the amount of interest he took in his business and being interested in the subjects he could come only late to hear the lectures. As a popular man and an ardent worker, he had no other go but to speak when called upon by the audience with whom he is a popular favourite. At some of the meetings he announced the time and place of the next day's meeting. Mr. Chidambaram became intimate with Siva and attended meetings after the 19th February almost regularly. On the 22nd, 23rd and 25th lectures took place at the Hindu temple. Mr. Chidambaram was alleged to have said in his speech of 26th Feb. that the machinery of the B.I.S.N. Co. should be wrecked. Taking into consideration his good sense, his education and his self-interest, we cannot easily believe that he would have said so. If he had said so, it was a grievous fault. In the lecture he advised the coolies to demand for higher wages and not to strike work. Barring some indiscrete expressions he might have let fall from his lips, his object was to induce them to unite and labour for the industrial development of the country irrespective of government help and cooperation.

27 & 29th Feb. Strike of coolies at the Coral Mills. He pitied their condition, remonstrated with the manager of the mills on their behalf, advised them to resume work. His generous nature impelled him to collect subscriptions for them and help them in their distress.

This was misunderstood by the prosecution to be several means of wrecking the machinery of Coral Mills by prolonging the strike.

On the 27th the Divisional Magistrate Mr. Brackson [Bracken], I.C.S. apprehending breach of peace issued an order prohibiting meetings, which he believed had resulted in the strike.

28th & 29th. Private meetings were held in the Bandypettah and Dharma Sangam, a weaving factory. The attendance of the police was forbidden to the meetings.

A conference of some respectable and noble gentlemen of the place was held by Mr. Wynch. He remarked that he had gone round the town and found the whole town in a peaceful condition. So, he ordered the withdrawal of prohibition of meetings under Sec. 144 Cr.P.C.

1st March. The meetings were again revived. The District Magistrate apprehending a breach of the public peace by the intended procession in honour of the release of B.C. Pal from jail, again revoked [invoked] the order prohibiting procession and meetings. He also served a notice on Mr. Chidambaram calling him to answer a charge under Sec. 108 C.A.C. [Cr.P.C.] on the 9th at Tinnevelly to prevent his taking part in the meeting and the procession.

9th. Mr. Chidambaram attended the court and after its closing spoke at the meeting held in the night on the bed of Thambaraburni River opposite the court house.

10th. The prohibited procession was held in the forenoon in Tuticorin. Mr. Chidambaram had to attend the Court at Tinnevelly the same evening.

11th. Again a meeting was held in Tinnevelly at which Mr. Chidambaram spoke.

12th. The District Magistrate seeing his defiant nature caused to be initiated fresh proceedings under Sec. 107 Cr.P.C. Chidambaram was arrested and remanded to custody. A bail application was made and it was thrown out.

13th March. Riots of a serious character ensued. Shops were closed. Many public buildings – Police station, Municipal office, Additional Munsiff's Court, Post office – were attacked and considerable damages done to public property. The Riots quelled only when the Reserve Police were called in and ordered to fire at the mob.

The same evening at Tuticorin a prohibited meeting was held in the Bandypettah which Mr. Ashe, the new Divisional Magistrate dispersed with an armed force. In the course of the day four innocent people fell victims. It was contended by the defence that the riots were the sudden impulse of rowdies and was the immediate result of the remand of the accused who was popular especially among the poor classes. The Prosecution emphasised that the riots were directly the results of speeches, because they had corrupted and poisoned the minds of the ignorant men and infused wrong ideas into their heads. Mr. Pinhey held him morally responsible for the lives lost. We shall describe in Mr. Chidambaram's own words what he has to say with regard to the effect of his speeches:

> As the result of speeches I delivered on the Beach and also through my efforts several cattle and cargo shippers who had been shipping their cattle and cargo through B.I.S.N. Co's steamer for a long time, began to ship their cattle and cargo by the Swadeshi steamer on or about 25-2-08. There was a strike in the Coral Mills on 27-2-08. On the previous evening about 500 people threw away their tin tickets in the presence of the Manager of the Coral Mills or some other officers there and left the mill saying that they would not turn up for work next morning. Some men came and told me about that matter while I was at the meeting on the Beach on 26-2-08. I advised and entreated them publicly to continue to work as usual and promised them that, if necessary, I would go to Mr. Miller and talk to him about their grievances. In spite of my advice, they struck work next morning. Afterwards I thought it my duty to support them. So, I and my friends collected subscriptions in the town and gave some money to the coolies who had struck work. I was equally anxious as Mr. Miller that these coolies must resume their work as soon as possible. I also went to the house of Mr. Subramania Pillai, Manager of the Coral Mills, several times and asked him to settle the matter. He also came to me several days, and we both tried our best and settled the matter, and the operatives then resumed work on the afternoon of 7-3-08. The operatives were not at all willing to resume work because all their grievances were not redressed. I advised, requested and even begged them to join work and to be satisfied with whatever they had. Though I did all these things, Mr. Miller thought that the support I

and my friends gave to the operatives was the cause of his increasing their wages.

23rd. The preliminary enquiries were going on when order to institute proceedings against him under Sec. 124A was received.

25th. The proceeding of the District Magistrate in not allowing bail was held by the High Court to be illegal and an immediate order was issued to allow bail to the accused.

Accordingly, he was let out on bail. The moment he came out of the Palamcottah Jail he was rearrested on a fresh case under Sec. 124A under government order.

In the usual course the charges were framed and he was committed to the sessions by the Additional District Magistrate. The case came on for hearing before Mr. A.F. Pinhey, I.C.S., Additional Sessions Judge. There were two cases against Mr. Chidambaram Pillai. One was on a single charge of abetment of seditious speeches delivered by Mr. Subramania Siva on 23rd, 25th & 26th February 1908 & on 5th March 1908, punishable under Sections 124A & 109 I.P.C. The other was under Sections 124A & 153A, I.P.C. for the speech he delivered on 9th March 1908 at the River Bed in Tinnevelly.

Mr. E.B. Powell, Public Prosecutor and Mr. T. Richmond, Barristers-at-Law, conducted the case on behalf of government, while Messrs R. Sadagopa Chariar, V. Vencata Chariar and C. Narasimha Chariar, High Court Vakils appeared for the accused.

The trial lasted for some weeks. The Senior Counsels for both the prosecution and defence finished their summing up. The Judge summed up the case and asked the opinion of the assessors: (1) Mr. Martin Luther (2) Mr. Krishnier. The former found the accused guilty while the latter not guilty.

In the second case both the assessors Mr. Anantanarayana Iyer, a landlord, and Mr. Ramachandra Iyer, a school master, found the accused guilty.

On 13th June, the Judge delivered judgment. For the charge of abetment Mr. Chidambaram was transported for life. The same sentence though it is nominal, for it must perforce be concurrent, was passed in the second case under Sec. 124A. No sentence was passed under Sec. 153A for the lesser was included in the greater.

High Court's Suspension of Rigorous Sentence

On 4th August, Mr. R. Sadagopa Chariar, on behalf of V. O. Chidambaram Pillai, moved before His Lordship Mr. Justice Sankaran Nair the application filed on 31st July for the suspension of the rigorous portion of the sentence passed on the accused pending disposal of appeals filed in the High Court. His Lordship taking into consideration the facts that the petitioner was not accustomed to hard labour, the nature of the offence, the petitioner's previous avocation and status, and the questions involved in the appeal ordered the suspension of the rigorous portion of the sentence.

Madras High Court
Appeal of Chidambaram Pillai

The hearing of the case commenced on 8th October before His Lordship the Chief Justice and Mr. Justice Miller and lasted till 28th October 1908. Their lordships in their judgment confirmed the conviction by the Lower Court but reduced the sentence to six years' transportation.

Importance of Tuticorin

The steamer service between Tuticorin and Colombo is of the greatest importance to the people of Southern India. Tuticorin at present is practically the only decent port for most of the southern districts of the Madras Presidency. Ceylon takes a large quantity of rice produce from the Tamil districts. The Tinnevelly cotton finds a ready port of shipment in Tuticorin. There is a large colony of South Indian Merchants in Colombo and other parts of Ceylon, while the number of cooly emigrants thereto is annually increasing. Moreover, Colombo is an important sea port on the great highway of Asiatic commerce and the vessels belonging to every line touch it there on their way to the Far-East and Australia. The importance of Tuticorin–Colombo connection cannot, therefore, be over-estimated, notwithstanding the unsatisfactory character of the Tuticorin port.

B.I.S.N. Company

The British India Steam Navigation Company had for the past many years the sole monopoly of the line and hence it was dictating its own terms to Indian merchants. The treatment accorded to the Indian merchants was not at all desirable and they were smarting under it for a long time. The situation became critical and the time brought forth the man and his latent powers. This is how Mr. Chidambaram describes the origin of the SWADESHI STEAM NAVIGATION COMPANY.

> In the year 1906 some of the merchants of Tuticorin who were troubled and harassed very much by the B.I.S.N. Co., wanted to establish a Swadeshi Steamer Service between Tuticorin and Colombo, and they asked me to join with them and work. I thought that it was a very laudable enterprise and would benefit the country very much. So, I gave up my practice as Second Grade Pleader and joined with them and started the Company. In the beginning we chartered some steamers and conducted service for some six months. At that time too, the local officials, except the then Sub-Magistrate, openly took sides with the B.I.S.N. Co. and troubled us very much. There were several prosecutions against several servants and agents of the Swadeshi Company and all of them were thrown out. By the end of October 1906, I left Tuticorin for Bombay and stayed there for about five months, and purchased two steamers through a European friend of mine on condition that the price amount may be paid in instalments. It was done at Tuticorin on 16-5-07.

It is a noble idea which struck Mr. Chidambaram that a Swadeshi Company, financed and engineered by Indians, would pave the way for the establishment of similar companies in other parts of the country and that we could fairly compete with foreign steam-ship lines.

Since the chartered steamer was not a paying concern, it was registered in October 1906 under the Indian Companies Act. Mr. Chidambaram toured throughout the country to dispose of the shares of the company and was trying to enlist the sympathy of the public on its behalf. There are those who wish that he had gone on only collecting shares without making much ado. But who knows the will of providence and its strange working? Some believe that the company would not have survived had he kept aloof and that all the ado was an essentiality. Had he not lectured to the people about the potentiality of the company the people would not have at all risen from their slumber of ages and rallied round the company and supported it. The struggle for existence is a law of nature. The Swadeshi company is the child of Mr. Chidambaram. As in the case of all children the first few years of the child's life have been a period of great anxiety, trials and sufferings both for itself and its parent.

Traffic Business*

The company has both goods and passenger traffic business. It is charging the full rates levied by the British company before the competition began between them on the local cargo. Though the latter has lowered the rates to nearly half and there are various other inducements to secure the customs of merchants and shippers, a large majority of merchants and shippers continue to be sincere and steadfast in their patronage and thus the difficulties have been sought to be overcome by their cooperation and determination. Roughly speaking the average income of S. Company in the matter of cargo per trip is five times that of the B. Company. The quantity of cargo per trip in the B. Company, we are told, does not exceed 300 packages. The S. Company does good business in the carrying of piece goods. In the matter of carrying through goods and through passengers, the B. Company is given facilities by the South Indian Railway and by the Ceylon Government which are withheld from the S. Company on the ground, among others, that it has not organised a daily service between Tuticorin and Colombo.

Whether the B.I.S.N. Company is, in fact, receiving more attention and consideration at the hands of the South Indian Railway authorities or not, it is clear that the Companies which manage our Railways have it in their power to show undue preference to the shipping Companies wherein the interests of their fellow-countrymen are concerned, and it cannot be denied that the State should interfere to protect the interests of the country against the risk of partiality being shown to the foreign traders. Mr. Yusuf Ali calls attention to Railway rates and facilities in respect of Indian merchandise and quotes the following opinion of Sir Frederick Lely in view to the Government exercising a more effective control over Railway rates than they now do. 'The Traffic Manager', says Sir Frederic, 'wields an irresponsible power over the country commanded by his Railway which should not be entrusted to any man, and least of all to one who rightly from his own point of view, regards nothing but his master's dividend and certain wide limits set down by Government. By a slight readjustment of rates, he can (and sometimes does) crush a rising home manufacture in favour of a foreign customer.'

---

* Articles from the *Hindu* have been freely made use of in writing this.

Successful Competition

Through the main efforts of Mr. Chidambaram Pillai, the Assistant Secretary of the company, the company was able to carry on a successful competition with the B. Company and, in promoting the success of the concern, he came into collision not only with the European agents of B. Company but also with the British local officers of Government. This is how the parent was brought into the difficulty. With Pillai's incarceration began a new era to the company. The gloomy prospects have disappeared. Brighter results are being achieved and brighter hopes are sustaining the co-workers of Mr. Chidambaram. It is a source of gratification at the same time that the patriotism of the country is responding though not in an equal measure. Yet so far as has been possible to enable its workers to overcome them. For the Swadeshi Company, apart from its importance as an Indian business venture, represents a vital principle of progress in the future industrial and commercial life of this country. When it is recognised that in some of the most important aspects of the work, they have already achieved success and when it is pointed out that for future success the cooperation and financial help of our countrymen is absolutely necessary, it seems to us impossible for any patriotic citizen to withhold his support from such a cause. It is necessary for our countrymen to realise this as well as they can and to understand that the success or failure of this enterprise means much more than the successes or failures which are incidental to all enterprises among an industrially backward people. The balance sheet of last year of the company showed that there was a distinct loss of two lakhs of rupees. This should not discourage its shareholders. What is now urgently wanted for the company is a sufficient amount of working capital for maintaining the steamer service efficiently and punctually. We are assured by those who are acquainted with the actual state of things that so soon as the daily service is organised and maintained and other improvements effected, the amount now to be invested is expected to be covered many times over by the profits that will be earned in a short time. In order to place the finances of the company on a stronger basis the directors have resolved to issue debentures of the value of 3 lakhs. The assets of the company, we are informed, are nearly double this amount and the ships alone being insured for 5 lakhs of Rupees. We invite the attention of our readers to the following prospectus.

Swadeshi Steam Navigation Co., Limited

You are doubtless aware of the formation and progress of the above company. The company has purchased two steamers, the S.S. *Lawoe* and S.S. *Gallia* and one steam launch. The purchase money on the S.S. Lawoe and the steam launch have been paid in full and on the S.S. *Gallia* all but about Rs. 32, 000 has been paid up. About 8 lakhs of rupees worth of shares have been allotted and there are about 43, 000 shares available yet. Indian merchants almost exclusively command the trade between India and Ceylon, and the company has had the steady and patriotic support of the bulk of them. The only remaining obstacle is the financial. If everyone, when this appeal reaches, will now take at least one share (it is only Rs. 25-0-0) and remit the money promptly, the required capital will be more than be covered and the success of the company will be assured. I need not say that the success of this company will be a signal achievement, whereas its failure will be a national disaster. May I request you to extend your active sympathy and support to the company by taking as many shares as you can and inducing your friends to do the same?

— S.D. Krishna Aiyangar, Secretary, Tuticorin.

The slowness of the public in responding to the appeal has somewhat discouraged the Directors. We appeal to our countrymen of whatever presidency with all the seriousness and earnestness to help this national concern of which all India is proud and to lay the foundation of our national economic progress and economic independence. Any appeal in support of the company which proclaims to the world the might and potentiality of Indian Swadeshism will, we are confident, touch the heart of every true Indian.

~

His Family

The aged parents are separated from their dutiful and worthy son. The young wife, who is aged only eighteen, has lost an affectionate husband and the two sons – one is aged four and the other two – a loving father. The bread-winner of the family in the prime of life has been taken away. What consolation is possible for the sorrow-stricken wife and the eldest boy who was always patted by the father and who now cries to see him?

'O wind! If winter comes, can spring be far behind?'

Reader! Do you not pity the poor wife and helpless children? Do you not drop tears for them?

> I weep vain tears, blood would less better be,
> Yet poured forth gladlier, could it profit thee?

On receiving the news of the judgment of the High Court Sowbakiavathi Minakshi Ammal sent 3 telegrams to H. E. The Governor of Madras, to H. E. the Viceroy, and H.I.M. Emperor on the 5th November. The texts of these telegrams are given below. Again, on the 9th, when she heard that the clemency of the Crown will be extended to political prisoners, she sent three petitions enlarging the prayers contained in the telegrams.

The following Petition dated 9th November was sent to His Majesty the King-Emperor by Minakshi Ammal, wife of Mr. V. O. Chidambaram Pillai, of Tuticorin:

MAY IT PLEASE YOUR MOST GRACIOUS MAJESTY:

1. Petitioner's husband now stands convicted for sedition and sentenced to a term of six years' transportation in all by the decision of the High Court of Judicature, Madras, on his appeals.

2. Petitioner has sent a telegram to your Most Gracious Majesty on the 5th instant, praying for mercy and also for remission or commutation of the sentence.

3. Petitioner's husband, as a practical man of business, knew full well that the prosperity and progress of the country for which he worked in his humble way depended entirely on peace and order which the Government alone can secure to the country. Knowing as he did the immense powers and resources of the Government and also his own insignificance and helplessness, he could not have preached sedition. However, the sufferings and trouble which he had to undergo for the past 8 months ought to be a sufficient punishment for his faults if any.

4. Considering all the sufferings of petitioner's husband and his family till now and all the other circumstances of the

case which had its origin in the rivalry between the two Steam Navigation Companies in Tuticorin, petitioner most respectfully prays that Your Most Gracious Majesty may be graciously pleased to exercise the prerogative of mercy in this case and release petitioner's husband unconditionally; and if that is not possible to order:

(a) that petitioner's husband may be allowed to live out of his District or Presidency or even India during the period of his sentence or any other specified time, or

(b) that he may be released on condition that he will be re-imprisoned in case he makes any seditious speech or on any other similar condition required; or

(c) that, at least, his term be commuted to a similar term of simple imprisonment with privilege to have weekly interviews, correspondence, bedding, suitable meals, bathing and clothing even at his own cost.

For which act of mercy the petitioner shall in duty bound, ever pray &c.

The following is the text of the telegram sent to H.E. the Governor and H.E. the Viceroy by Minakshi Ammal, on the 5th instant:

Husband stands convicted six years transportation for sedition. Pray remit sentence, condition preaching no sedition or living out of India during period or commute sentence simple imprisonment with privilege having weekly interviews, correspondence, suitable meals, bathing, bedding at his cost and wire Coimbatore Jail Superintendent continue treating him undertrial pending Excellency's decision.

The following is the text of the telegram to H.I.M. Emperor Edward on the same day: 'Pray, pardon husband six years transportation sedition. Commute punishment, or simple imprisonment or conditional release.'

She has recently issued the following appeal for funds:

*An Appeal for Funds on Behalf of
Mr. V.O. Chidambaram Pillai of Tuticorin*

Brothers and Sisters,

You are all aware of the Judgment of the High Court of Madras in the appeal that were preferred by my husband

Mr. V.O. Chidambaram Pillai of Tuticorin against his conviction for sedition. The High Court, while confirming his conviction, has reduced his sentence to transportation for 6 years on the whole. I am advised that it is still possible to establish his innocence before a higher tribunal and that there are good grounds for an appeal to the Privy Council. As the limited funds at my disposal have been exhausted during the trial of the case in the lower courts and in the prosecution of the appeal before the High Court, I have to trouble the generous public for pecuniary help to enable me to achieve my object. I take this opportunity of tendering my hearty thanks to those benevolent friends who have helped me in conducting the cases hitherto. The probable sum that may be required for appealing to the Privy Council is estimated at Rs. 10,000. Remittances may be made to me at the address given below.

Minatchi Ammal
(wife of) Mr. V.O. Chidambaram Pillai, Tuticorin
Tinnevelly District (Madras Presidency)

It is our bounden duty to show our appreciation of his services in a far more tangible manner than mere words can do. It is only pure souls that undergo sufferings for the sins of others. They come forward to redeem us through their sufferings. God does not will that noble instruments of his should be put out of use. He is only testing our sincerity and devotion. Surely Mr. Chidambaram will be restored to us by the grace of god. It does not mean that we should be passive waiting for the day of grace. We must try our best to have the day of grace as soon as possible. We are sorry to hear that the appeal has not had response from the public as much as it deserves. Some may be sceptic about the result of the Appeal to the Privy Council. That is not the view we must take. We must do our duty without expecting the result. The appeal from our sister should, we believe, touch our heart of hearts.

His Characteristics

Mr. Chidambaram is of a most cheerful, genial, obliging and generous nature. He is one who is respected and loved by all. His heart was large, open and free. His purse was always in the service of the needy. Poor as he is, he used to part with the last coin he had, if it would in the least mitigate the suffering of anyone. He is full of the milk of human kindness. He doled out his kindness irrespective of the rich or poor and high or low. It may be said that his living was plain living and high thinking. He was thus doing his duty as a man and as a citizen in his own humble way and scarcely he would have been known outside his presidency had it not been for the Swadeshi Movement. His sincerity and whole-hearted devotion to anything and everything which he undertook are beyond all doubt and acknowledged on all hands.

Mr. Chidambaram has his own faults and that is to say, he is a man. Some of his friends used to remark that in his eyes the end sanctifies the means. We are not here called upon to discuss the broad and intricate moral questions concerning him, but we would only remark in passing, great politicians, statesmen, warriors, empire-builders and the foremost nations themselves would be found wanting, if weighed in the ethical balance.

You may not most probably agree with him in his political views. Call him what you will – a fanatic, visionary, lunatic or misguided enthusiast. Remove all prejudices from your mind and say if he does not demand your admiration for all the self-sacrifice and self-denial - qualities displayed by him in his successful establishment of the Swadeshi Steam Navigation Company. This company which has a great future before it is a living monument of his unselfish work in this mundane sphere of us.

It is Tennyson, who says, 'We must bear or we must die.' It is easier perhaps to die, but infinitely less noble. The immortality of man disdains and rejects all thought. All life is a school, a preparation, a purpose.

> His resolve
> Upbore him and firm faith...
> And beating up through all the bitter world
> Like fountains of sweet water in the sea
> Kept him a living soul.

~

Apply to
M. Krishnasamy Aiyer
45, Coral Merchant Street
Madras, E.

4.

வ.உ.சி. வரலாறு
சி.ஐ.டி. அறிக்கை
1909

HISTORY SHEET OF
V.O. CHIDAMBARAM PILLAI

Secret   *C.I.D., Madras*

V.O. Chidambaram Pillai was born in Ottapidaram, Tinnevelly district, in 1873. His father Loganathan Pillai was a private vakil and petty landholder and still lives there. Chidambaram Pillai was educated at St. Francis Xavier's School, Tuticorin, passed the Matriculation and Pleadership examination, and in 1896 started criminal practice at Ottapidaram. In 1900 he moved to Tuticorin and continued to practice there. He has been married twice. His first wife died in 1901. The second wife Meenatchiammal is now living in Tuticorin with a Brahman woman. Her affairs are being managed by one T.S. Nelliappa Pillai, who was employed as a gumastah by Chidambaram. Soon after the death of his first wife, Chidambaram Pillai started a Tamil monthly called *Viveka Banu* in collaboration with Swami Vallinayakam. The paper, which dealt with social reform, did not last long, but was revived in 1903 by Kandaswami Kavirayar of Madura who still publishes it.

Chidambaram Pillai was closely connected with the Tuticorin Swadeshi Steam Navigation Company from its foundation in 1906, though his dissolute habits are said to have made some of the well-wishers of the company anxious to get rid of him, and to have prevented at least one wealthy and influential merchant of Tuticorin from helping it in any way.

The first signs of *Swadeshi* enterprise in shipping business in Tuticorin were in April 1906, when it was reported that some merchants were making arrangements to run steamers to and from Colombo, and on the 25th July Chidambaram Pillai, speaking at a meeting at Shiyali in the Tanjore district, begged for subscriptions to enable a *Swadeshi* steamer to be started.

On the 29th September, Chidambaram Pillai arrived at Madura and delivered two lectures on *Swadeshism*. He defined *Bande Mataram* as meaning, 'I prostrate myself to my motherland' and Swadeshism, 'the development of Indian industries by Indians'. He appealed for subscriptions to the *Deepavali* day collections on behalf of the Madras National Fund. He adversely criticised the action of a local schoolmaster in having punished boys for shouting *Bande Mataram* and urged the boys to continue the cry. The chairman at these two meetings was Pandi Duraiswami Thevar, who was subsequently the President of the *Swadeshi* Steam Navigation Company.

Chidambaram Pillai delivered another lecture in Madura on the 12th October and repeated the sentiments expressed at the former meetings.

It is probable that his chief business in Madura was in connection with the Steamship Company, for, on the 16th October a company was registered under the name of 'The *Swadeshi* Steam Navigation Company, Limited', with a capital of ten lakhs divided into 40,000 shares of Rs. 25 each. The President and Officiating Secretary was P. Pandi Duraiswami Thevar and the Assistant Secretary was Chidambaram Pillai.

Soon after the registration of the company, Chidambaram Pillai appears to have gone to Bombay to arrange for the purchase of two steamers, one of which, the *Gallia*, arrived in Tuticorin on the 16th April 1907, and the second, the *Lawoe*, on the 11th June. In January 1907 he opened an agency of the company in Madras, one W. Srinivasan being appointed chief agent.

On the 17th March, Chidambaram Pillai was at a meeting on the Madras Beach at which G. Subramania Aiyar, B.A., presided. About one thousand people were present and throughout the meeting there were shouts of *Bande Mataram* by members of the Bala Bharat Sangam. Speaking in Tamil, Chidambaram Pillai said that Lord Curzon who wished evil to India, had, by the partition of Bengal, brought evil on himself, and that, for the people of India, good had come out of evil as they had become more united and the *Swadeshi* spirit had worked very well. Boycott should accompany *Swadeshism*, and, if both were rigorously pursued, *Swaraj* would be the inevitable result. The British had obtained possession of the country by setting Indian princes against each other and Indians should now unite and practise boycott in all branches of life, and the British would leave the administration in their hands and return home.

At the end of March 1907, Chidambaram Pillai visited Cuddalore lecturing and collecting money for his company. He is reported to have alluded to the English as *Chandalans*, i.e., despicable sinners, to have said that, before the arrival of the British, Muhammadans and Hindus were united, and that the time was now ripe for them to rise and drive out the British. He said that only low-paid appointments were given to Indians, and if necessity arose, those who held these appointments would join their countrymen. On the 31st March he returned to Tuticorin and announced that two steamers had been purchased and would arrive about the middle of April. On the 2nd April he lectured in Tuticorin on *Swadeshi* matters and impressed on his hearers the advantages to be obtained by taking shares in the steamship company.

On the 4th April he left for Bombay, returning on the 16th idem on board the *Gallia*.

On the 28th May he lectured in Tuticorin on '*Swadeshism* and Boycott' dwelling vehemently on the poverty of India, urging the encouragement of *Swadeshi* goods, and deprecating litigation.

In July he was in Colombo, but returned some time about the middle of the month, and with Pandi Duraiswami Thevar invited G. Subramania Aiyar, B.A., who was at Courtallam, to visit Tuticorin.

He again visited Colombo to collect instalments due on shares. About this time, there appears to have been some friction between him and some of the directors over the accounts relating to the expenditure of about a lakh in connection with the floating of the company.

G. Subramania Aiyar did not accept the invitation to Tuticorin, but on the 15th August Chidambaram Pillai attended one of his meetings at Virudupatti and begged for subscriptions to the steamship company.

On the 30th August, Chidambaram Pillai and S.D. Krishna Aiyangar, also of the steamship company, arrived at Salem on a begging tour. They were garlanded at the station by some merchants. Krishna Aiyangar stayed with C.Vijayaraghava Chari, while Chidambaram Pillai stayed at a mutt. The same evening Chidambaram Pillai spoke at a meeting held in Shevapet and explained the working of the company. Among those present were C.Vijayaraghava Chari, Alagappa Chetti, B.V. Narasimha Aiyar, Ranganayakulu Aiyar, Nanjunda Aiyar and Tirumalai Aiyar. After canvassing for shares, Chidambaram Pillai and Krishna Aiyangar left for Tuticorin on the 4th September.

In November, Chidambaram Pillai was appointed secretary to the company on a salary of Rs. 150 a month, though some of the directors were anxious to get rid of him.

In December, he visited Madras and, on the 6th, presided at a Beach meeting convened by the Madras Extremists to elect delegates to the Surat Congress. The following resolutions were proposed and carried:

1. That the following gentlemen be returned as delegates to the ensuing Congress, viz., Messrs G. Subramania Aiyar, K. Venkataramana Rao, V.O. Chidambaram Pillai, C. Subramania Bharati, S.T. Tirumalachariyar, P.S. Ramamurti, Ethiraja Surendranath Arya, C. Selvaraja Mudaliyar, M.R. Ramasesha Aiyar, V. Gopalachariyar, S. Tirumalachariyar, T.G. Sankaranarayana Aiyar, D.V. Hanumanta Rao, C.K. Vyasa Rao, V. Chakkarai Chetti, G. Annaji Rao, M.A., B.L., P. Narayana Murti, S. Rama Rao and about 30 others, both of the city and the mufassal.

2. That this meeting deems it necessary to revise the tentative rules relating to a constitution for the Congress passed at the last session.

3. That this meeting is of opinion that indigenous institutions of public instruction working on national lines and under national control should be established, and urges the Congress to strongly recommend the organisation of national councils of education all over the country as has been done in Bengal.

4. That this meeting is of opinion that the *Swadeshi* and Boycott movements inaugurated in Bengal are calculated to further

the industrial regeneration of the people, and therefore urges upon the Congress the expediency of its recommending the extension of the movements all over the country.

5. That in view of the immense troubles and losses consequent upon litigation in the legal courts of this country, this meeting requests the Congress to recommend the establishment of arbitration courts all over the country.

6. That a committee consisting of Messrs. K. Venkataramana Rao, C. Subramania Bharati, V.O. Chidambaram Pillai, C. Selvaraja Mudaliyar and Chakkarai Chetti be appointed and authorised to press these resolutions at the next Congress.

The last resolution was moved by the chairman himself, when there was a cry from some of the audience to include the name of G. Subramania Aiyar also in the list. Subramania Bharati then stood up and urged the desirability of eliminating G. Subramania Aiyar from the list of Nationalists, because he (G. Subramania Aiyar) had said at a previous meeting that the natives of India could get and enjoy *Swaraj* only under the British rule.

Chidambaram Pillai, in his concluding speech, said that *Swaraj* could be achieved only by promoting national education and indigenous industries and establishing arbitration courts all over the country, and that the more these were encouraged, the less would be left for the British to do in India.

The following day Chidambaram Pillai was at a meeting on the South Beach and delivered a lecture in Tamil on *Swadeshism* with C. Subramania Bharati, editor of the *Bala Bharata*, in the chair. About a thousand persons, mostly students, were present. He criticised the policy of the Moderates and applauded that of the Extremists. He remarked that crores of people were dying of famine in India; that the country was growing poorer owing to the neglect of her industries and the purchase of foreign goods; that any public criticism led to prosecutions and deportations; that to culminate the series of disasters the Seditious Meetings Act had been introduced; that this Act was a disadvantage to the rulers as they would not be in a position to know the real state of the mind of the subject race; that therefore, all distinctions of caste should be set aside, settlements of disputes made by panchayats and law courts avoided; that foreign goods should be strenuously boycotted; and that the ancient industries should be revived and new ones started. He said, in conclusion, that only if these obligations were fulfilled by every Indian, could the ideal of *Swaraj* be attained, as all prayers and petitions which the men of the old movement had been adopting, proved to be perfectly useless.

The chairman then rose and exhorted the audience to seriously reflect over the valuable advice given by the lecturer, and to cultivate that spirit of *Swadeshism* which is the means to *Swaraj*.

Another meeting in connection with the Congress was held at the Gangaikondan Mantapam, Triplicane, on the 18th December. Some additional delegates were elected and some alterations made in the wording of the resolutions passed at the meeting of the 6th. The principal speakers were C. Subramania Bharati, Ethiraj Surendranath Arya and K. Venkataramana Rao. Chidambaram Pillai seconded the resolution: 'That this meeting appeals to the sense of generosity of Dr. Rash Behari Ghosh for his retiring in favour of Lala Lajpat Rai, but having regard to the letter of Lala in the *Tribune* it is thought desirable to defer to his sentiments.'

On the following day, Chidambaram Pillai spoke at a meeting in the Triplicane Theatrical pandal and pointed out to the audience how the poverty of India was caused by the advent of an alien nation into India; how all the wealth of the country was drained by foreign traders and officials by their manufactures and pensions, and how, though India had all she needed, her sons were dying every day of dire starvation and uncared for. He added that in the history of every nation there was ebb and flow, and so it was with Indians, and that the present was an opportunity to be availed of by them. He then exhorted the audience at length to encourage *Swadeshi* industries and manufactures, to boycott all foreign goods and to establish national schools all over the country as Government education was useless and could not bring about the regeneration of India and the goal of *Swaraj*. Finally, he took a vow from the audience that they would at any cost encourage *Swadeshism* and boycott foreign goods, that they would set aside all differences of caste and creed for the common cause of the country and would not waste their money by resorting to Civil and Criminal Courts for justice, but would settle all disputes among themselves, and lastly, that they would start national schools for the education of young men in arts and industries, which would ultimately lead them to the goal of *Swaraj*.

On the 21st December he left for Surat with K. Venkataramana Rao, B.A., V. Chakkarai Chetti, B.A., B.L., S. Duraiswami Aiyar, M.A., B.L., C. Subramania Bharati, Ethiraj Surendranath Arya, N.K. Ramaswami Aiyar, B.A., B.L., and T.G. Sankaranarayana Aiyar.

The party travelled in a carriage labelled 'Madras Nationalists' and there were loud cries of *Bande Mataram* as the train started.

Chidambaram Pillai's name was not mentioned in the reports of the Congress proceedings, nor does his return to Madras appear to have been noticed, but on the 11th January 1908, he attended a meeting at the Gangaikondan Mantapam, Triplicane, when the Chennai Jana Sangam was started with the idea of being similar in scope and object to the 'National Fund and Industrial Association, Madras,' but having for its special purpose the furtherance of 'Nationalism' in the city by delivering lectures on *Swadeshism* and boycott, by founding a school for physical culture, a reading room and library, and lastly, by training young men to preach on *Swadeshism* and boycott. Funds in aid of the Association were to be raised by house-to-house collections on festival days. There were about 60 persons present, most of them being students. The meeting was presided over by Varadaraja Sarma, formerly a Sanskrit Pandit of the Tanjore College.

Chidambaram Pillai, in opening the proceedings of the meeting, explained the objects of the *Sangam* and requested the audience to become members by paying a monthly subscription of not less than one anna. A subscription list was sent round, and about 25 students signed their names therein with their addresses. The following were appointed to the managing committee for the time being with power to nominate the several office bearers among themselves: (1) V.O. Chidambaram Pillai (2) V. Chakkarai Chetti, B.A., B.L. (3) C. Subramania Bharati (4) Ethiraj Surendranath Arya; (5) K. Venkataramana Rao; (6) S. Srinivasa Chari, B.A., B.L. (Chairman of the meeting); (7) Varadaraja Sarma and a few others.

Chidambaram Pillai announced that '*Swadeshi* Graham' at No. 87, Thulasingaperumal Kovil Street, Triplicane, would be the office of the *Sangam* and young men wishing to enlist themselves as volunteers to work for its cause might do so at any time during the day.

The next we hear of Chidambaram Pillai is that in the first week of February he attended, and took much interest in, the lectures delivered in Tuticorin by Subramania Siva with whom he was subsequently convicted.

On the 8th February, he was at one of these lectures and supported a resolution to send messages of condolence to the families of Leakat Hussain and Abdul Gaffur for their sufferings in the cause of India. He was also very intimate with a mysterious Bengali giving the name of C.S. Chandravarkar, who suddenly turned up at Tuticorin and as suddenly disappeared.

These meetings were held regularly till the 11th February and again on the 16th and 17th. On the 17th about 1,000 people attended, Subramania Siva presided and Chidambaram Pillai proposed

1. The formation of an Association to be called the Tuticorin People's Sangam with a view to improve native industries and establish a school for the development of Swadeshi spirit, unanimity and courage;

2. The organisation of *Swadeshi* volunteers;

3. The establishment of Courts of Justice;

4. The eligibility of those who boycott foreign articles and subscribe one anna per mensem for the *Sangam* to become members thereof;

5. The raising of funds by public collections;

6. The remittance of one-tenth of the collections to the Madras Provincial Sangam (National Fund?);

7. The formation of an executive staff to be composed of select members of the Sangam;

8. The division of Tuticorin into four circles for the administration of *Swaraj* or self-government and the selection of qualified men for discharging the duties;

9. The auditing of the accounts of the Sangam once in three months; and

10. The formation of sub-Sangams on similar lines in places other than Tuticorin.

The above propositions were carried unanimously with shouts of *Vande Mataram*, and an executive committee composed of

Chidambaram Pillai, Gurunatha Aiyar, formerly a head constable of police in the Tinnevelly district, and eighteen others was formed, subject to their consent.

On the 19th, there was another meeting at the same place, when more than 1,000 people were present. Subramania Siva addressed the audience on the 'Dangers arising from a foreign Government.' He observed that Government by a foreign nation could never be permanent and *Swaraj* or self-government alone could become so. Quoting the United States and the Colonies as instances, made a reference to the assassination of the King and the Crown Prince of Portugal justifying the same, because the people were forced to take that step on account of oppression, and concluded his speech by saying that India was for the Indians and not for foreigners. He promised he would deliver another lecture on the 21st.

Chidambaram Pillai then got up and in a vehement speech told the audience that the object of the Sangam he proposed to start should not be misconstrued. It was to be formed not with a view to deprive any person of his power, but with a view to improve the present condition of the people and to prevent them from wasting their money in the courts established by Government. He pointed out that only compoundable cases would come within the operation of the criminal courts intended to be established by the Sangam, and advised the people to become members of it and to avow boldly their membership as there was nothing objectionable or illegal in it. He then remarked that fear of Europeans was groundless and that, if the three millions of Indians who must die next year of starvation and famine only came to a determination to die at once, the 50,000 Europeans in India would be no large number for them. All the thirty-three millions in India should join together and earn happiness amicably and with unanimity or die all together in the struggle.

Meetings were held each evening from the 21st to the 24th, at all of which Chidambaram Pillai was present. At the meeting of the 22nd he urged his hearers to swear before Kali that they would boycott foreign goods. He implored them not to go to the authorities for anything, but to settle matters in their own Sangam, not to send their children for University education, but to give only primary education until *Swadeshi* schools were opened. He informed them that they would get *Swaraj* in six months or a year.

At the meeting on the 23rd, Chidambaram Pillai said that two thousand people struggled with the Russian Government for their privileges. If all Indians united, the Europeans would leave India of their own accord. They should boycott foreign goods. They should not go to courts and spend their money there. He further said that there were fifty thousand Europeans in India. It would not be a difficult thing to drive then away by force, but Indians should not use force. At the same time, they need not be afraid of Europeans. If they met Europeans, they need not wish them 'Good morning'. It was no duty of theirs. They could meet them face to face without any fear, as they could not do anything to them. They should not waste their holy mantram *Bande Mataram* by reciting it in the presence of Europeans. If Indians persistently boycotted foreign goods such as cloth, sugar and enamelled vessels they (Europeans) would leave the shores of India of their own accord, and India would be for the Indians. He exhorted the people to become members of the Sangam and to swear that they would not buy cloths, sugar and enamelled vessels of foreign make, and that they would not go to the Courts. The Sangam would appoint competent persons to visit them frequently and enquire about their welfare.

At the next day's meeting he said that as he had received from England news which made him hope that *Swaraj* would soon be given them, he had decided to alter some of the rules of the Sangam and would read them out at some future date.

On the 25th Subramania Siva was the only speaker, Chidambaram Pillai merely announcing the date and place of the next meeting.

On the 26th Subramania Siva was the first speaker. Following him, Chidambaram Pillai said that certain people had come to him and said that they would do some mischief to traders who dealt with the British India Steam Navigation Company rather than with the *Swadeshi* Steam Navigation Company, but that he had dissuaded them. He exhorted all the mill coolies present to follow Siva's advice and go on strike and also damage the machinery, and said that he could arrange the stopping of the mill. The direct result of this was a strike in the Coral Mills, Tuticorin. Action was taken under section 144 Criminal Procedure Code, and further meetings stopped. On the afternoon of the 27th Chidambaram Pillai went to the usual meeting place, where large crowds had gathered, and announced that there would be no meeting, but that next day intimation would be given of where future meetings would be held.

On the 28th a meeting was held in the Dharma Sangam from which officials were excluded. Chidambaram Pillai said that he had spoken to the Divisional Magistrate and the District Magistrate. The latter asked him not to deliver speeches which were likely to do mischief, and he had replied that he was a lawyer and knew what was seditious, and what was not. He had informed the District Magistrate that the mill strike was not due to his interference but to the mill owners starving the coolies. He told the coolies that he had influence and friends all over India and that he hoped to start a *Swadeshi* mill for them in a few months. Meanwhile, he would get employment and food for them as the vakils had promised liberal subscriptions. The strike had given them another advantage as the merchants had promised to send their goods by the *Swadeshi* Company and in three months the Coral Mills and Madura Company would disappear. Foreigners ill-treated them and had stopped their meetings unjustly and for no cause. Such a thing would not have happened during the reign of Indian Princes, Rajas and Nawabs. *Swaraj* alone would help them and give them freedom of speech and action; for the attainment of *Swaraj*, unanimity was required.

The same day notices were circulated over the signature of one Shanmugam Sundaram Pillai. One referred to the stopping of the meetings and told the people that they need not be in the least afraid to assemble in public to discuss public matters. Another announced that there would be a meeting in the signatory's residence at which Subramania Siva and Chidambaram Pillai would speak on *Swaraj*, and warned Government officials to keep away or there might be a breach of the peace, and a third announced a lecture on the beach by one S. Padmanabha Aiyangar of Madras. Chidambaram Pillai attended this lecture and at the close said that there would be a meeting that night in a private house and that he was arranging for meetings being held on a private site where over five thousand people might assemble.

The next day's meeting was held in the Mosque Pettai and the Police were excluded on the ground that it was a private place. Notes were however taken, but Chidambaram Pillai did not speak. The meeting on the 1st March was held on the beach, the order under section 144 having been withdrawn. Padmanabha Aiyangar and Subramania Siva spoke first and then Chidambaram Pillai introduced one Sivasubramania Pillai who read some verses detailing the supposed advantages gained by the *Swadeshi* party on account of the order under section 144 Criminal Procedure Code.

The meeting on the 3rd March was also held on the beach and was attended by about 3,000 people. When Chidambaram Pillai arrived, he was greeted with shouts of *Bande Mataram* and the audience all stood up. He made a lengthy speech, in the course of which he announced that he was going to give up his post in the *Swadeshi* Steam Navigation Company and defend all persons against whom false cases were brought by the British India Steam Navigation Company. He and Subramania Siva were ready to be shot if it were their fate. He alleged that he had prevented the strikers from doing mischief and was misjudged. He indulged in promiscuous abuse of the Europeans of Tuticorin and urged his hearers never to trust a foreigner.

On the 4th Siva and Chidambaram Pillai again addressed a crowd on the beach. The following is a summary of the latter's speech.

> BROTHERS, — I would request you all to sit down. As some persons are attempting to drag us into a quarrel we must be orderly. (All sat down.) He said that their sitting down in accordance with his request was a sure sign that there was unanimity amongst them. He continued: We have finished our lectures on union and *Swaraj* and now we will deal with industries. Why should foreigners purchase our cotton and export it for profit? Why should not we ourselves do so as the cotton is ours and the men who work are our men? Such being the case why should others derive gain from our labour? If two cotton merchants join together, our profit will commence from to-morrow forward. (At this time the speaker was garlanded, and there was a clapping of hands which was put a stop to.) We bring our cotton to our town, we do the work, we press it, and then we give the profits to aliens. If four or five cotton merchants unite, it will be very easy to commence the cotton trade and share the profit ourselves. The *Swadeshi* Steam Navigation Company is already established and has caused loss to the British India Steam Navigation Company which will die away in due course. Next to it comes

the cotton trade. It is very easy to capture it. I have received letters from several persons from Madura and Salem intimating that they are willing to invest three-fourths of the capital needed, if the Tuticorin people help them with the remaining one-fourth and also supply labour. If you people would assist me, I would open a big mill for the manufacture of thread and cloth of all sorts. In Bombay, out of 80 mills 19 are English concerns and 61 belong to *Swadeshis*. When our neighbours are ready to assist us, why can we not join them and start the enterprise? They want to open two mills, but I want one, so I have written to them. Are you willing to subscribe and join in the enterprise? It will be a profitable concern. I ask you to give your assent; God will help us. There are two things we should establish, a mill and a press. Don't think that the press in Melur was not prosperous. It was not a good season then. Now we have a good season, we will reap success. It is high time for us to improve ourselves. Just as the *Swadeshi* Steam Navigation Company is now established on a firm basis, a mill also will succeed. No criminal complaints should be lodged by us. We should see that no offences are committed. You should at least desist from going to civil and criminal courts. If we showed that we had no need for the police, magistracy, and civil courts for one year then we could say that we did not want them at all. Certainly you must comply with my request. We will have our *Swaraj*. The municipality will not be mismanaged as at present.

I heard this morning that a vakil sent for a barber to have a shave. The barber asked him if he was not an anti-*Swadeshi*, the vakil called him a fool and the barber went away without shaving him. By this I conclude that there is union in the town. If you will take interest in the *Swadeshi* Company and find out who ship cargo and intend to go by steamer, and request persons going to the British India Steam Navigation Company not to do so, matters will improve very much.

He closed the meeting by saying that the following day's meeting would be addressed by S. Somasundara Bharati, B.A., B.L., and that he and Subramania Siva would be there keeping order.

Though meetings were held on the 5th and 6th Chidambaram Pillai does not appear to have been present at either. He spoke at one on the 7th at which Siva and Padmanabha Aiyangar also spoke.

Though meetings were held on the 5th and 6th, Chidambaram Pillai does not appear to have been present at either. He spoke at one on the 7th at which Siva and Padmanabha Aiyangar also spoke. The following report was received of his speech:

> BROTHERS, As the day after to-morrow, Bipin Chandra Pal, the patriot, is coming out of jail, I want to consult you as to what arrangements are to be made to celebrate the occasion. We should have a President. Shall we elect Subramania Siva who is a *Paradesi*? (Sanyasi) (Cries of 'yes'.) I want you to know something about the affairs of the town. Some officials who are *Swadeshis* are doing objectionable things in order to please their superiors or for reasons only known to themselves. It is my duty to inform you what obstacles are thrown in your way as you should know the true character and propensities of all who act against you. The Sub-Magistrate Mr. Diravia Nadar is sending for his brother Nadars and telling them that if the *Swadeshis* got *Swaraj*, the Nadars would be asked to do mean [menial] things such as climbing palmyra trees, etc. Sankaralinga Nadan was attending the *Swadeshi* lecture on several occasions. The Sub-Magistrate is trying to dissuade him from attending. Sankaralinga Nadan told me this, and I am prepared to swear to it. He told me three times, 'If you get *Swaraj*, you will ask us to do menial things.' The Sub-Magistrate is doing all this to please his superiors and to get promotion. Union does not mean that we should dine together, and embrace each other. It will be several years after *Swaraj* is obtained before such things take place. According to all religious books we should not have any religious prejudice. It is unfair on his (Sankaralinga's) part to put such questions. When we preach, Government servants take notes. Some people are afraid. So, we have arranged to take our speeches in a Tamil shorthand which we have invented ourselves and speeches will be taken down accurately. When the notes taken by the officials are produced in court, we will produce ours also. We will bring ten persons from Trichinopoly and other places to take notes. The day after tomorrow is a day of rejoicing in every place. I have received a telegram from Calcutta about celebrating that occasion. I want to know your

desire – whether to celebrate it or not. (Yes, do so.) What can we do? Some persons have proposed that Ganapathi Naigam, a Pandithar and Physician, should open an Ayurvedic Medical Hall to give medicine free. (Cries of 'We want such a Medical Hall.') The Medical Hall will be called 'Bipin Chandra Pal *Swadeshi* Vaidya Salai'. It is proposed to open a reading room to be styled 'Bipin Chandra Pal *Swadeshi* Vidya Sala'. It is also proposed to bring out the *Swaraj* newspaper that morning. What is your opinion? There is a revolution going on in India which is for our good. So, a paper is necessary to communicate what transpires all over India in Tamil. (Cries of 'Yes.') It is further proposed to take the photo of Bipin Chandra Pal round the town. I wanted to stop this because the officials were much afraid and they would be annoyed. Subramania Siva agreed with me but the townsmen insist upon it. (Cries of 'It is very necessary.') As all of you desire to have a procession, I want to warn you beforehand that no one but the gymnasts should come out with sticks. Government servants are not hasty now. They were hasty when the strike commenced but not now. Will you come without sticks? Not even a walking stick should be brought. If anything goes wrong, we must be the injured party and not the offending party. The new paper will be distributed through little boys. All those who wish to have it should write on their walls *Swaraj* or put up a flag *Swaraj*. I will print the word in large type and send it to you to affix to your walls. Others can put up *Swaraj* flags. I receive letters in Tamil every day about *Swaraj*. Some could be read and some could not be as the reading of such letters would be against law. We have already decided not to purchase foreign articles, such as cloths, sugar, enamelled vessels. If anyone does so, we will arrange to boycott him in every way. Barbers, washermen, oil-mongers and vakils will shun him. Government has no authority to interfere, and if any official interferes, he will reap the consequences and be dealt with by his superiors. In Tuticorin whoever goes against *Swadeshism* will be boycotted totally. If anyone, to please Government or for other reasons, goes against *Swadeshism*, he should be boycotted. Such resolutions we put forth out of love of the country. (The whole assembly said that anti-*Swadeshis* should be completely boycotted.) Officials are full slaves and vakils half slaves. And yet vakils have agreed not to appear for anti-*Swadeshis*. We must move harmoniously overlooking small faults of our brethren. We should not go to civil courts and criminal courts in compoundable cases. *Swadeshism*, boycott and avoiding courts – these are the weapons to gain *Swaraj*.

On Sunday, the 8th March, the District Magistrate, who was encamped at Tuticorin, issued orders under section 112 C.P.C. [Criminal Procedure Code], and summonses under section 114, C.P.C., to Chidambaram Pillai, Subramania Siva and Padmanabha Aiyangar calling upon them to appear before him at Tinnevelly and show cause why they should not execute bonds for their good behaviour under section 108 C.P.C. Another order under section 144, C.P.C., was also issued and promulgated, prohibiting a procession which was to be held on Monday in Tuticorin.

At about 6 p.m., after the above orders, etc., had been served, the three agitators marched in procession to the bandy stand or Mosque Pettai in Melur and held the usual meeting. About 4,000 persons attended. Chidambaram Pillai opened it.

He referred to the notice he had received and said he wished to consult the masses as to what was to be done. He said that friends had advised him to go away to Bombay as he might be arrested, but he had declined to deport himself and replied, 'Let Government deport me'; that they asked him to stop tomorrow's procession, but he told them he must consult the masses and then give his reply.

He added: 'Now Government officials have ordered that there should be no procession tomorrow for reasons best known to themselves; tomorrow there might be a death or marriage procession, then Government will order you not to go in procession to bury the body but to bury it in your own house. This you will have to obey. We made arrangements to take in procession in an orderly manner the photo of Bipin Chandra Pal, yet the officials want us not to do so .... If the European officials give me a bond that if I go away and close my connection with the *Swadeshi* Steam Navigation Company, they will not interfere with the said company, I will stop my preaching and close my connection with the company. The directors were not able to guarantee this. If the general public tells me to go away or stop speaking, I will do so, but I will not listen to the minority. This noon an order was received prohibiting tomorrow's procession ....

First, we must decide whether to proceed with the procession or stop it.... Whether the order is right or wrong, my opinion is in favour of stopping it, as the order is according to law, and unless and until it is revoked, we cannot do anything and it can be stopped. Tomorrow Bipin Chandra Pal comes out and we wish to commemorate the occasion. Another order is received that I, Subramania Siva, and Padmanabha Aiyangar should appear before the District Magistrate tomorrow at 10 a.m., so we are sorry we cannot remain with you. You can do it yourself or postpone it till my return. Tomorrow you can make the rejoicings in your own houses ... The European officials have determined to trouble us unnecessarily by dragging us into a quarrel ....'

Five resolutions were then passed, the last being to defer the procession. He then exhorted the people not to do anything to officials, non-officials or others and to show that they were law-abiding people, but reminded them of their oath to boycott, and asked them to do so without giving cause for complaint.

On the 9th the individuals proceeded to Tinnevelly and that evening they were present at a meeting in honour of Pal's release. A procession started from the Swami Sannadhi *mandapam*. The photo of Bipin Chandra Pal mounted in a big frame with inscriptions of 'Bande Mataram' all round it was placed on an elephant and taken through the four car streets of the town, and thence to Viraraghavapuram and to *Tai Pusam mandapam* in the bed of the Tambraparani river. The procession consisted of about 500 people, mostly students and illiterate men. By the time the party reached the *mandapam* it was nearly 9 p.m. In the *mandapam* the photo was exhibited to the public view and was then placed in a conspicuous place. The students shouted *Bande Mataram* all through the procession. The procession was accompanied by a band and blue lights. The audience called for speeches from Siva and Chidambaram Pillai, and the latter began his address quoting Tiruvalluvar in Tamil, the purport being that a man, notwithstanding anything he does in the world, will only reap the fruit to which he is destined by reason of his actions in his former life. He called the attention of the audience to the fact that they were all there to celebrate the release of an honoured citizen of India, as great in his thoughts as he was already high in his actions. Next, he commended to them the idea of establishing in India *Swaraj*, meaning self-government. In this connection, he said that, ever since the day on which the English set their foot in India, the country was doomed and that the present administration as conducted by the British was not a good one as it placed the Indians at a great disadvantage. Every man must aim at *Swaraj*. He exhorted the people to unite, they being sons of the same mother. He expounded the pith of Hindu philosophy, by explaining to them the object of the present life, viz., to realise truth and to free the soul from its present bondage. It was foolish to expect that an administration conducted by foreigners would be calculated to benefit natives, and he assured them that, so long as the Government was vested in the hands of the English, the country must necessarily suffer. He was very sorry to see India getting poorer every year, and pointed out that there were three ways to restore her to her original riches, viz., *Swadeshism*, Boycott and Industry. Then he took the audience back to the date when the English landed in this country to trade. To undo their work Indians should follow their methods. Every effort should be made to get the whole trade in the hands of Indians. Only if *Swadeshism* were practised, he said, would this be possible. Granting that much, it followed as a natural consequence that Indians should boycott foreigners and their products. He added that there were some leaders – whom he chose to call pseudo-patriots – who would advise the adoption of *Swadeshism* but not of boycott. He, at any rate, could not understand the logic of that. It was the same thing as saying 'Speak the truth, but don't avoid lies', or 'Practice virtue but do not give up vices.' He said there was no use in talking in two strains. For his part he preferred to be open and held rather than to recommend two manifestly irreconcilable things at the same time. He regretted that every year 180 crores of rupees were sent away to a country 6,000 miles off, and said that under this enormous drain, the country naturally enough was growing poorer and her people thinner. There was a Tamil saying to the effect that nothing in the world was of a permanent nature: what is high today must come low to-morrow and vice versa. It was in accordance with this that India, whose greatness was once the topic of the world, had been brought so low. However, it was now time for her to rise again. If Indians wished to see India rise in the scale of nations, they should take a vow standing in the bed of the sacred Tambraparani river to boycott foreign goods. He asked them to shout *Bande Mataram* in token of their having taken the vow. (The audience responded to this at once.) He then said that 75 per cent of the English in India were engaged in trade. If foreign goods were boycotted, these would lose their business and would be forced to go away. The remaining 25 per cent would also have to clear off as soon as the civil and criminal courts were properly boycotted. He characterised these courts as 'cursed ones'. He then said that all that was wanted in India was united action among the natives, regardless of caste and creed. He then referred to affairs at Tuticorin. The English there unreasonably suspected foul play on the part of the Swadeshists and had been sleeping at night on board steamers. Neither he nor his friends had said nor intended anything against the Tuticorin residents personally, but they had got frightened, because they found that recently a sense of brotherhood had sprung up among the natives. Every European there had arranged for police protection at night. For his part such precautions were utterly meaningless. He wished to say one word about himself. The Collector had sent for him before issuing the notice under section 108 offering to take no action against him if he would promise to go away from Tuticorin to Bombay for six months. He added that he had applied to the District Magistrate for an adjournment of his case in order to enable him to apply to the High Court for transfer, but the Magistrate had refused, because he was not prepared to promise that he would not return to Tuticorin. Ever since the English had entered the country, they had been trying to create party factions in order to make their rule here permanent. If only the people would combine, *Swaraj* could be obtained with certainty within three months, for the government of 33 crores of people by 3 crores was incredible. He was followed by Siva who made a fiery speech.

The next morning, Chidambaram Pillai returned to Tuticorin and was met at the station by a fairly large crowd. One of the Railway Volunteers, it appears, was pushing back some of the men to prevent overcrowding on the platform. The latter showed signs of becoming quarrelsome, but the Inspector intervened and Chidambaram Pillai also quieted them.

Between 10 and 11 o'clock there was a procession in the town and the photo of Bipin Chandra Pal was carried amid shouts of *Bande Mataram*, after which Chidambaram Pillai was escorted to the railway station by his friends and left for Tinnevelly by the 12:05 noon train.

The following day he was at another meeting in the river bed and assured his hearers that if Indians united, they could get *Swaraj* in fifteen days.

On the 12th, the District Magistrate took proceedings under section 107, Criminal Procedure Code, against Chidambaram Pillai, Subramania Siva and Padmanabha Aiyangar for acts calculated to provoke a breach of the peace which they had committed since the 8th, the date on which notices under section 108, Criminal Procedure Code, were served upon them. On Thursday afternoon, they were remanded to the District Jail under clause 4 of section 107, Criminal Procedure Code. They were completely taken by surprise and were removed to the jail without any particular demonstration, on the 12th evening.

On the 13th there were serious riots in Tinnevelly and Tuticorin.

An application having been made to the High Court, Chidambaram Pillai's release on bail was ordered. He was released from jail on the 25th March, but was immediately re-arrested on a charge under sections 124-A and 153-A, Indian Penal Code. Two cases were instituted against him – one for abetting Siva and one in respect of his own speech on the 9th March. He was convicted and sentenced in both cases to transportation for life. He was at once sent to the Coimbatore Jail. On the 4th August his Vakil Sadagopa Chari moved the High Court for the suspension of the rigorous portion of the sentence and Mr. Justice Sankara Nair passed the order prayed for. An appeal to the High Court resulted in the confirmation of the conviction but the reduction of the sentence to six years transportation. While the rigorous portion was under suspension, Chidambaram Pillai completed a translation of the book, *As a Man Liveth [Thinketh]* on which he had started before his incarceration. The book is to be published in Tinnevelly.

Several meetings of sympathy were held in Madras and elsewhere, and attempts were made to raise money for the expenses of the defence.

On the 23rd August there was a serious outbreak among the convicts in the Coimbatore Jail and it was said that Chidambaram Pillai was at the bottom of it.

In November, the following appeal appeared in most of the Madras papers:

> Minatchi Ammal, wife of Mr. V.O. Chidambaram Pillai of Tuticorin, has issued the following appeal:
>
> You are all aware of the judgment of the High Court of Madras in the appeals that were preferred by my husband, Mr. V.O. Chidambaram Pillai of Tuticorin, against his conviction for sedition. The High Court, while confirming his conviction, has reduced his sentence to transportation for six years on the whole. I am advised that it is still possible to establish his innocence before a higher tribunal and that there are good grounds for an appeal to the Privy Council. As the limited funds at my disposal have been exhausted during the trial of the case in the lower courts and in the prosecution of the appeal before the High Court, I have to trouble the generous public for pecuniary help to enable me to achieve my object. I take this opportunity of tendering my hearty thanks to those benevolent friends who have helped me in conducting the cases hitherto. The probable sum that may be required for appealing to the Privy Council is estimated at Rs.10,000. Remittances may be made to me at the address given below (Tuticorin, Tinnevelly district).

A few days later a further appeal, printed below, was issued:

> COIMBATORE, November 10. The news of the decision of the High Court in the Tinnevelly sedition appeals was received here with profound disappointment. It is a matter of regret that the indefatigable labours of the defence counsel were not crowned with the success they deserved. The public are not convinced of the course of reasoning which led their Lordships in arriving at the conclusion they came to in the appeals and in rejecting wholesale every one of the numerous and strong objections which the defence pressed as being fatal to the prosecution. On receiving the news of the sentence, Mr. Chidambaram Pillai's wife sent three telegrams to His Excellency the Governor of Madras, to His Excellency the Viceroy, and to His Imperial Majesty the Emperor on the 5th instant. I have given below the text of all these telegrams. On

the 9th (King's Birthday) she sent three petitions enlarging the prayers contained in the telegrams. The texts of all the three petitions are the same as given below. So far as I know, no action has as yet been taken on these prayers. Mr. Chidambaram Pillai who was till yesterday treated as an undertrial prisoner under the orders of the High Court, was restored to all the paraphernalia of a duly qualified convict and given work as a rigorous imprisonment prisoner. I hear that he also intends memorializing the Governments of Madras and India.

In the meantime, there are one or two points in connection with the sentence in this unhappy case to which I would draw your attention. We are all eagerly expecting the definite announcement by the Government on the subject of how far the clemency of the Crown announced on the 2nd November is to extend to political prisoners like Mr. Chidambaram Pillai. But reading, as it is, the orders of the Government of India on the subject published in your issue of the 7th instant, one would ordinarily come to the conclusion that Mr. Chidambaram Pillai and others of his ilk are to have a remission of one month in the year of their sentences. I mean that this should be the conclusion in the absence of any instructions to the contrary. Mr. Pillai, when these orders were issued, was under a consolidated sentence of transportation for life which would ordinarily mean a term of 20 years and taking the above order, he ought to have a remission of 20 months in his sentence. But some conservative spirits may say that the final judgment on appeal ought to be taken and that Mr. Pillai is only entitled to six months' remission. But I did not imagine that there could be a third interpretation. But this is actually talked of in certain responsible quarters that he is to receive no remission at all because he was not undergoing any sentence when the orders were issued, since he was then treated as an undertrial prisoner with his sentence suspended by the High Court. Though the sentence of the rigorous portion of it was suspended, yet it cannot be denied that he was 'sentenced to more than one year' (which is the wording of the Government order) and that this entitles him to the remission. I think this is the only reasonable view to be taken in the case, and I dare say that the authorities concerned will also take the same view. I hope that the rumour about the third view is false.

~

The following petition, dated 9th instant, was sent to His Majesty the King Emperor by Minatchi Ammal, wife of Mr. V.O. Chidambaram Pillai, of Tuticorin:

May it PLEASE YOUR MOST GRACIOUS MAJESTY,

1. Petitioner's husband now stands convicted for sedition and sentenced to a term of six years' transportation in all by the decision of the High Court of Judicature, Madras, on his appeals.

2. Petitioner has sent a telegram to your Most Gracious Majesty on the 5th instant praying for mercy and also for remission or commutation of the sentence.

3. Petitioner's husband as a practical man of business knew fully well that the prosperity and progress of the country for which he worked in his humble way depended entirely on peace and order which the Government alone can secure to the country. Knowing as he did the immense powers and resources of the Government and also his own insignificance and helplessness, he could not have preached sedition. However, the sufferings and trouble which he had to undergo for the past eight months ought to be a sufficient punishment for his faults, if any.

4. Considering all the sufferings of petitioner's husband and his family till now and all the other circumstances of the case which had its origin in the rivalry between the two Steam Navigation Companies in Tuticorin, petitioner most respectfully prays that your most Gracious Majesty may be graciously pleased to exercise the prerogative of mercy in this case, and release petitioner's husband unconditionally, and if that is not possible, to order:

    a. that petitioner's husband may be allowed to live out of his district or presidency or even India during the period of his sentence or any other specified time; or

     b. that he may be released on condition that he will be reimprisoned in case he makes any seditious speech or any other similar condition required; or

     c. that, at least, his term is commuted to a similar term of simple imprisonment with privilege to have weekly interviews, correspondence, bedding, suitable meals, bathing and clothing even at his own cost.

For which act of mercy the petitioner shall in duty bound ... ever pray, etc.

The following is the text of the telegram sent to His Excellency the Governor and His Excellency the Viceroy by Minatchi Ammal, on 5th instant.

> Husband stands convicted six years' transportation for sedition. Pray remit sentence, condition preaching no sedition or living out of India during period or commute sentence simple imprisonment with privilege having weekly interviews, correspondence, suitable meals, bathing, bedding at his cost and wire Coimbatore Jail Superintendent continue treating him undertrial pending Excellency's decision.

The following is the text of the telegram to His Imperial Majesty Emperor Edward on the same day:

> Pray, pardon husband six years' transportation sedition. Commute punishment, or simple imprisonment or conditional release.

The telegrams were drafted by C.K. Subramania Aiyar [Mudaliar], a Coimbatore Vakil, and dispatched by him and Pichia Pillai, Chidambaram's brother-in-law.

J.T.W. F<small>ILSON</small>
Personal Assistant to
the D.I.G. of Police, C.I.D. and Railways
19th June 1909

G.O. no. 1542, Judicial (Confidential), 3-10-1911

5.

வ.உ. சிதம்பரம் பிள்ளை சரித்திரம்
பரலி சு. நெல்லையப்பர்

1944

அணிந்துரை

மக்கள் வாழ்க்கையில் பெறத்தக்க செல்வங்கள் பல. அவைகளுள் சிறந்தது எது? இதற்குத் தேசபக்தர் வரலாறுகள் செவ்வன் இறை இறுக்கும்.

வ.உ. சிதம்பரம் பிள்ளை ஒரு பெருந் தேசபக்தர். அவர்தம் வரலாறு அறிவுறுத்துஞ் செல்வம் எது? உரிமை - உரிமைச் செல்வம்.

ஒருவன் பலதிறச் செல்வம் பெற்றிருக்கிறான். ஆனால் அவனிடம் உரிமைச் செல்வம் பொலியவில்லை. அவன் மனிதனாவனோ? ஆகான். உரிமைச் செல்வம் பெற்ற ஒருவனே மனிதனாவன்.

உரிமைச் செல்வம் எளிதில் கிட்டுமோ? கிட்டாது. அதன் தோற்றுவாய் எது? துன்பம் - துன்பம்! சிதம்பரம் பிள்ளையின் வாழ்க்கை துன்பத்தில் தோய்ந்தது. அவர் ஏற்ற சிறைத் துன்பம் முதலியன வருணனைக்கு எட்டாதன. துன்பம் அவரை உரிமைச் செல்வராக்கிற்று; மனிதரில் மனிதராக்கிற்று. இத்தகைய ஒருவர் வரலாறு உரிமையில்லா நாட்டிற்கு வேண்டற்பாலதே.

இந்நூலாசிரியர் பரலி சு. நெல்லையப்பர். இவர் சிதம்பரம் பிள்ளையினிடம் மிக நெருங்கி உறவு கொண்டவருள் ஒருவர். நூல் சுருங்கிய முறையில் அமைந்துள்ளது. அது விரிந்த முறையில் வெளிவரல் வேண்டுமென்பது எனது வேட்கை. அதற்குரிய முயற்சி நெல்லையப்பர் மூலம் எழுவதாக.

இந்நூலை அன்புடன் வெயிட்ட 'சக்தி' நிலையத்தார்க்கு எனது வாழ்த்து உரியதாக.

சென்னை, இராயப்பேட்டை **திரு.வி.க.**

முன்னுரை

தென்னாட்டுத் திலக ரென்று அந்நாளில் பேர் பெற்று விளங்கிய வ.உ. சிதம்பரம் பிள்ளையவர்கள் சரித்திரத்தை எழுதி வெளியிட வேண்டுமென்ற விருப்பம், சில ஆண்டுகளுக்கு முன் அவர்கள் காலஞ்சென்றவுடனே எனக்குத் தோன்றியது. பல நண்பர்களும் என்னைத் தூண்டினார்கள். பிள்ளையவர்கள் குடும்பத்தாரும் விரும்பினார்கள்.

பிள்ளையவர்கள் இறப்பதற்கு மூன்று மாதங்களுக்கு முன்னேதான், இளமையில் பிள்ளையவர்கள் குடும்பத்தில் ஒருவனாயிருந்தவனும், நான் பிள்ளையவர்கள் பெருநட்பைப் பெறுவதற்குக் காரணமாயிருந்தவனும், எனது வாழ்நாளில் சிறந்த நாட்களை யெல்லாம் செலவிடுவதற்குக் காரணமாயிருந்த 'லோகோபகாரி' பத்திரிகையை நடத்துவதில் எனக்குப் பேராதரவா யிருந்துவந்தவனுமான உடன்பிறந்தான் பரலி சு. குழந்தைவேலனை இழக்க நேர்ந்தது. அந்தக் காரணத்தால் எனது வாழ்க்கை பெருந்துயரம் விளைந்ததுடன், எனது பத்திரிகைத் தொழிலிலும் பல தொல்லைகள் ஏற்பட்டு, இறுதியில் மிக வருந்தத்தக்க முறையில் நான் 'லோகோபகாரி'யுடன் கொண்டிருந்த நெடுந்தொடர்பை விட்டு நீங்கவும் நேர்ந்தது. இந்தச் சரித்திரத்தை, அந்த ஆண்டு சிதம்பரனார் திருநாளைக்குள் வெளியிட வேண்டு மென்ற கருத்துடன் 1940ஆம் ஆண்டு நவம்பர் மாதத்திலேயே சுருக்கமாக எழுதி முடித்தேன். ஆயினும், பல காரணங்களால் இது இப்பொழுதுதான் வெளியாகின்றது.

பிள்ளையவர்கள் கோயம்புத்தூர்ச் சிறைக்கோட்டத்தில் இருந்தபொழுது, எனது விருப்பத்திற்கு இணங்கி, தமது சுய சரித்திரத்தைச் சுமார் மூவாயிரம் அடிகள் கொண்ட அகவற்பாவாக எழுதி அனுப்பினார்கள். அது செய்யுளாயிருப்பினும் எளிய நடையில், எல்லோருக்கும் பொருள் விளங்குவதாய், சுவையுள்ளதாய் அமைந்திருக்கிறது. தருணம் நேரும்பொழுது அதனையும் வெளியிடக் கருதியுள்ளேன்.

அக்காலத்தில் 'வந்தே மாதரம் பிள்ளை'யென்று பேர் பெற்ற என் தமையனார் பரலி சு. ஷண்முகசுந்தரம் பிள்ளையவர்களும், காலஞ்சென்ற என் தம்பி பரலி சு. குழந்தைவேலனும், அடியேனும் இளமையிலேயே பிள்ளையவர்கள் குடும்பத்துடன் நெருங்கிய தொடர்புடையவர்களா யிருந்ததுடன் அவர்கள் நடத்திய சுதேசிக் கப்பல் கம்பெனியிலும் பலவகைத் தொண்டுகள் புரியும் பாக்கியம் பெற்றிருந்தோம். 1908ஆம் ஆண்டில் பிள்ளையவர்கள் திருநெல்வேலி, பாளையங்கோட்டைச் சிறைக்கோட்டத்தில் இருந்தபொழுது அவர்களுடன் சில காலம் அங்கு வதியும் பாக்கியத்தைப் பெற்றிருந்ததுடன், அவர்கள் பின்னர் கோயம்புத்தூர்ச் சிறைக்குள்ளே யிருந்தபொழுது, நான் அதற்கு வெளியே சுமார் ஓர் ஆண்டு தங்கியிருந்து அவர்களுக்கு வேண்டிய திருப்பணி புரியும் பாக்கியமும் பெற்றிருந்தேன். நான் இளமையிலேயே தேசத்தொண்டில் ஈடுபடுவதற்கும், தமிழ் மொழியில் ஆர்வம் கொண்டு அதனைப் பயில்வதற்கும், ஒரு பத்திராசிரியனாவதற்கும் காரணமாயிருந்த பெரியாரின் அரிய சரித்திரத்தை நான் எழுத நேர்ந்தமை எனக்குக் கிடைத்த பெரும் பாக்கியங்களில் ஒன்றாகவே கருதுகின்றேன்.

சென்னை, சிந்தாதிரிப்பேட்டை **பரலி சு. நெல்லையப்பன்**
19–8–43, சுபாநு, ஆவணி 3

வ.உ. சிதம்பரம் பிள்ளை சரித்திரம்

தோற்றம்

'திக்கெலாம் புகழுறும் திருநெல்வேலி'யென்று திருஞானசம்பந்தர் முற்காலத்தில் போற்றிப் புகழ்ந்த திருநெல்வேலி நாட்டைப் பிற்காலத்தில் உலகத்தார் போற்றுமாறு செய்த பல பெரியோர்களில் காலஞ்சென்ற திருவாளர் வ.உ. சிதம்பரம் பிள்ளையும் ஒருவர். திருநெல்வேலி நாட்டிற்கு மட்டுமன்றித் தென்னாடு முழுமைக்குமே அந்நாளில் அரசியல் துறையில் புதிய விழிப்பை உண்டுபண்ணிய பெருமைக்குரிய பெரியோர்களில் சிதம்பரம் பிள்ளை தலைசிறந்தவர்.

திருநெல்வேலி ஜில்லாவில், அக்காலத்தில் கும்பினி சர்க்காரை எதிர்த்துக் கலகம் செய்து பேர்பெற்ற கட்டபொம்மு நாயகன் அரசாண்ட பாஞ்சாலங்குறிச்சியைத் தனக்கு அருகே கொண்ட ஓட்டப்பிடாரம் என்ற சிற்றூரில், சைவ வேளாளர் குலத்தில், ஆங்கீரச ஆண்டு, ஆவணி மாதம், 22ந் தேதி வியாழக்கிழமையன்று அஸ்த நட்சத்திரத்தில் (கி.பி. 1872, செப்டம்பர் மாதம், 5–ந் தேதி) சிதம்பரனார் பிறந்தார். அவர் தந்தையார் வ. உலகநாத பிள்ளை, எட்டையபுரம் ஸமஸ்தான வக்கீலாக விளங்கினார். முதலில், தான் பிறந்த ஊரிலும், பின்னர் தான் பேரும் புகழும் பெறுவதற்கு உரியதாகத் திகழ்ந்த தூத்துக்குடியிலும், அதற்குப் பின்னர் திருநெல்வேலியிலும் சிதம்பரனார் கல்வி கற்றார். இறுதியில், திரிசிரபுரத்தில் வக்கீல் உத்தியோகத்திற்குரிய கல்வியைக் கற்றார். அக்காலத்தில் ஆங்கிலத்தில் மெட்ரிக்குலேஷன் என்று வழங்கிய வகுப்புவரை பயின்று அதில் தேர்ச்சி பெற்றார். 1895ம் ஆண்டு, அவர் வக்கீல் பரீட்சையில் தேறினார். இளமையில் நம் சிதம்பரம் பெற்றோர்க்கு அடங்காத முரட்டுப்பிள்ளையாகவே விளங்கினார்.

இளமையிலேயே பொதுநல ஊக்கத்துடன் விளங்கிய சிதம்பரனார், தம் தந்தையார் மேற்கொண்டிருந்த வக்கீல் உத்தியோகத்தையே தாமும் நாடினார். வக்கீல் தொழிலில் பிள்ளையார் பொருள் வருவாய் ஒன்றை மட்டும் கருதாமல்,

உண்மையில் நியாயவாதியாகவே விளங்கினார். ஏழை மக்கள் வழக்கில் அவர் இலவசமாகவே வேலை செய்வார். அவர் வக்கீலா யிருந்தபொழுது, பொதுஜனங்களைப் பல வழிகளில் வருத்திக்கொண்டிருந்த போக்கிரிகளும் போலீஸ் உத்யோகஸ்தரும் மற்ற உத்யோகஸ்தரும் தண்டனை பெறுமாறும் உத்யோகம் இழக்குமாறும் செய்திருக்கிறார். பிள்ளை வக்கீலாயிருந்தபொழுது, தண்டத்துறையில் (கிரிமினல்) திறமைசாலி யென்று பேர் பெற்றதுடன் நல்ல வருவாயும் பெற்றுவந்தார். அதனால் அவர் தமிழ்ப் புலவர்களையும் ஏழை மக்களையும் பெரிதும் ஆதரித்துவந்தார். அவரிடம் ஆதரவு பெற்ற புலவர்கள் பலர், அவருக்குப் பாமாலை சூட்டி வாழ்த்தியிருக்கிறார்கள்.

தமிழாராய்ச்சி

பிள்ளையார் வக்கீலாயிருந்தபொழுதே சைவ சமய ஆராய்ச்சியில் ஈடுபட்டதுடன், தமிழாராய்ச்சியிலும் ஈடுபட்டிருந்தார். தமிழில் அவர் பெரிதும் விரும்பிக் கற்றுப் போற்றிய நூல், தெய்வத் தமிழ் மறையென்று வையம் போற்றும் திருக்குறள் ஆகும். சுவாமி வள்ளிநாயகம் என்ற பெரியாருடன் சேர்ந்து 'விவேகபாநு' என்ற வேதாந்த மாதப் பத்திரிகையைப் பிள்ளையார் சுமார் நாற்பதாண்டுகளுக்கு முன் நடத்தினார். 'விவேகபாநு' பின்னர் மதுரையிலும், தென் ஆப்ரிக்கா டர்பன் நகரிலும் சில ஆண்டுகள் நடந்துவந்து, பின்னர் மறைந்து விட்டது.

சுதேசி

வடக்கே, வங்காளத்தில் வங்காளப் பிரிவினையை ஒட்டி அந்நாளில் தோன்றிய சுதேசி இயக்கம் பிள்ளையார் உள்ளத்தைக் கவர்ந்தது. ராமகிருஷ்ண பரமஹம்ஸர் திருக்கூட்டத்தைச் சேர்ந்த அபேதானந்தர், ராமகிருஷ்ணானந்தர் போன்ற பெரியோர் பழக்கம், பிள்ளை உள்ளத்தில் இருந்த சுதேசி ஊக்கத்தை வளர்த்துவிட்டது. அதன் பயனாகப் பிள்ளையார் தூத்துக்குடியில் தரும சங்கம் என்ற நெசவுச்சாலையையும் சுதேசிப் பண்டசாலை ஒன்றையும் நிறுவினார். காங்கிரஸ் இயக்கத்திலும் ஊக்கம் கொண்டு உழைக்கத் தொடங்கினார். சொற்பொழிவு வாயிலாகச் சுதேசிப் பிரசாரமும் செய்தார். தமிழ்நாட்டில் பொதுக்கூட்டம் கூடிப் பேசும் முறையைப் பிரபலப்படுத்தியவர் பிள்ளையே ஆவார். பிள்ளை திறமையான பேச்சாளரானமையால் அவர் பேச்சுக்கு நாட்டு மக்களிடம் நல்ல செல்வாக்கு ஏற்பட்டது.

நம் தேசத் தலைவர்களில் திலகர் பெருமானிடம் பிள்ளைக்குத் 'தெய்வ பக்தி' ஏற்பட்டிருந்தது. 1907–ம் ஆண்டு

சூரத் நகரில் நடந்த காங்கிரஸ் மகாசபைக்கு, ஸ்ரீமான் பிள்ளை இப்பொழுது புதுவையில் ஸ்ரீ அரவிந்தாசிரம வாசியாயிருக்கும் பெரியாரான சென்னை வக்கீல் எஸ். துரைசாமி ஐயர், காஞ்சி வரதாச்சாரியார், கவி சுப்ரமணிய பாரதியார், வி. சர்க்கரைச் செட்டியார் முதலிய பல நண்பர்களுடன் சென்றார். அங்கே நடந்த ஒரு சமரச ஏற்பாட்டில், தென்னாட்டு மிதவாதிகள் கூட்டத்தின் தனிப் பிரதிநிதியாக, காலஞ்சென்ற சென்னைச் செல்வர் வி. கிருஷ்ணசுவாமி ஐயரையும், அமிதவாதிகள் என்ற தீவிர தேசபக்தர் திருக்கூட்டத்தின் பிரதிநிதியாக நமது சிதம்பரனாரையும் தேர்ந்தெடுத்தார்கள் என்றால் அவருக்கு அந்நாளில் ஏற்பட்டிருந்த பெருமதிப்பைச் சொல்ல வேண்டுமா?

சுதேசிக் கப்பல் கம்பெனி

தூத்துக்குடி தமிழ்நாட்டின் தென்கோடியில் உள்ள ஒரு துறைமுகப்பட்டினம். தென்னாட்டிலிருந்து இலங்கைக்குச் செல்லும் பிரயாணிகளும் சரக்குகளும் அக்காலத்தில் தூத்துக்குடி வழியாகவே கப்பல் ஏறிச் செல்ல வேண்டும். எனவே, அது பெரிய வியாபார ஸ்தலமாக விளங்கியது. தென்னாட்டுச் சரக்குகளைக் கொழும்புக்கு ஏற்றுமதி செய்து அனுப்பும் வியாபாரிகள் அங்கே மிகுதி. ஆனால், ஆங்கில (B.I.S.N. Coy) கப்பல் கம்பெனியார் தூத்துக்குடிச் சுதேசி வியாபாரிகளை மதியாமல் தாங்கள் இட்டதே சட்டம் என்று காரியம் நடத்திவந்தார்கள். சுதேசி வியாபாரிகள் பிள்ளையாரிடம் முறையிட்டார்கள். விதேசிக் கப்பல் கம்பெனி முதலாளிகளின் அநியாயங்களையும், சுதேசி வியாபாரிகளின் குறைகளையும் கண்ட பிள்ளை, தூத்துக்குடியில் சுதேசிக் கப்பல் கம்பெனி ஒன்றைத் தொடங்குவதென்று முடிவுசெய்தார். தென்னாட்டு வியாபாரிகள், செல்வர்கள், தேசபக்தர்களின் ஆதரவு பெற்றுப் பிள்ளை சுதேசிக் கப்பல் கம்பெனியைத் தொடங்கிவிட்டார். பங்கு ஒன்றுக்குப் பத்து ரூபாய் வீதம் பத்து லட்ச ரூபாய் மூலதனத்துடன் சுதேசிக் கப்பல் கம்பெனி (Swadeshi Steam Navigation Company) 1905-ம் ஆண்டில் நிறுவப்பட்டது. 1906-ம் ஆண்டு, அக்டோபர் மாதம் 16-ந் தேதி கம்பெனி பதிவு செய்யப்பட்டது.

முற்காலத்தில் கப்பலோட்டிக் கடாரத்தை வென்ற தமிழ்நாட்டில், ரோமாபுரிக்கு முத்தும் பவளமும் மிளகும் அனுப்பிய தமிழ்நாட்டில், சாவகத்திலும் காம்போஜத்திலும் சைவமும் வைணவமும் தமிழும் கமழுமாறு செய்த தமிழ்நாட்டில் பிற்காலத்தில் முதல்முதல் கப்பலோட்டிய பெருமை சிதம்பரனாரைச் சேர்ந்தது. பெருஞ்செல்வராயின்றிச் சிறிய

வக்கீலாயிருந்த பிள்ளை, அக்காலத்தில் கப்பல் கம்பெனி ஒன்றை நிறுவிய செயல் செயற்கரும் செயலென்றே சொல்லவேண்டும். காலஞ்சென்றபாலவநத்தம்ஜமீன்தாரும் மதுரைத் தமிழ்ச் சங்கத்தின் தலைவருமான உயர் திருவாளர் பாண்டித்துரைத் தேவரும், தூத்துக்குடியிலும் திருநெல்வேலியிலும் பெருஞ்செல்வராக விளங்கும் கோபாலசாமி நாயுடு குடும்பத்தாரும், தூத்துக்குடியில் பெருஞ்செல்வராக விளங்கும் சி.வ. குடும்பத்தாரும் வேறு சில செல்வர்களும் கப்பல் கம்பெனி ஏற்படுத்துவதில் பிள்ளைக்குப் பேராதரவு புரிந்தவர்கள். வந்தே மாதர முழக்கமும் சுதேசி இயக்கமும் உச்சநிலையில் இருந்த அக்காலத்தில், தென்னாட்டு மக்கள் மட்டுமன்றி, பாரத தேசத்தின் பல பகுதிகளிலும் உள்ள மக்களும், அலைகடலுக்கப்பால் தொலைநாடுகளில் வாழும் இந்திய மக்களும் தேசபக்தி உணர்ச்சி மிகுந்தவர்களாய், சுதேசிக் கப்பல் கம்பெனியில் பங்கெடுத்துக்கொண்டு, அதற்குப் பேராதரவு புரிந்தார்கள். சோழ நாட்டிலும் பாண்டி நாட்டிலும் பல தாய்மார்கள்கூடச் சிதம்பரனார் மீது 'தெய்வ பக்தி' கொண்டவர்களாய், தங்கள் வாழ்நாளில் சேர்த்துவைத்திருந்த பொருள்களைச் சுதேசிக் கப்பலுக்கென்று உதவினார்கள்.

போட்டி

சுதேசிக் கப்பல் கம்பெனி ஒன்று தோன்றிய விஷயம், அதுவரை தனியரசு செலுத்திவந்த விதேசிக் கப்பல் கம்பெனியாருக்கும் அவர்களை ஆதரித்துவந்த அதிகாரிகளுக்கும் பொறாமையையும் கோபத்தையும் விளைத்தது. எனவே, குழந்தைப் பருவத்தில் இருந்த சுதேசிக் கப்பல் கம்பெனியைக் கொல்லுவதற்கு அவர்கள் வழிதேடினார்கள். விதேசிக் கம்பெனியார் ஜனங்களுக்கும் சரக்குகளுக்கும் ஏற்பட்டிருந்த கப்பல் கட்டணங்களைப் படிப்படியாகக் குறைக்கத் தொடங்கினார்கள். தூத்துக்குடிக்கும் கொழும்புக்கும் ஐந்து ரூபாயாக ஏற்பட்டிருந்த (மூன்றாவது வகுப்புப் பிரயாணிகள்) கட்டணம், முக்கால் ரூபாய்வரை இறங்கியதென்றால் போட்டியின் கடுமையைச் சொல்ல வேண்டுமா? நூற்றுக்கணக்கான கப்பல்களுடன், பல துறைமுகங்களில் பல ஆண்டுகள் 'தனிக்காட்டு ராஜா'வாகக் கொள்ளை லாபம் திரட்டிவந்த விதேசிக் கம்பெனியார் இலவசமாகக்கூட ஆட்களை ஏற்றிச்செல்லலாம். ஆனால் இரண்டே கப்பல்களுடன், குழந்தைப் பருவத்தில் இருந்த சுதேசிக் கம்பெனிக்கு இந்தப் போட்டி மிகவும் கொடுமையாக இருந்தது. ஆயினும், சுதேசிக் கம்பெனி தைரியமாக வேலை செய்துவந்தது. இந்த நிலையில் கப்பல் கம்பெனிக்கு 'உயி'ராக விளங்கிய பிள்ளையை எவ்வாறாயினும் அடக்கிவிட வேண்டுமென்று

எதிர்க்கட்சியாரும், அவர்களுக்கு ஆதரவாயிருந்த அதிகாரிகளும் முயன்றார்கள். அவருக்கு நயமாகவும் பயமாகவும் யோசனை கூறினார்கள். அந்நாளில் பிள்ளை பிறரது நய வார்த்தைகளுக்கு இணங்கி இருந்தாரானால், அவர் மிகப் பெரிய செல்வராயிருத்தல் கூடும். அவருக்குப் பிற்காலத்தில் ஏற்பட்ட வறுமை ஏற்பட்டிராது. ஆனால் பிள்ளை உறுதியுடன் நின்றார்.

தொழிலாளர் கிளர்ச்சி

தூத்துக்குடியில், கோரல் மில்ஸ் என்ற ஹார்வி கம்பெனியாரின் பருத்தி ஆலையில் முதலாளிகளுக்கும் தொழிலாளிகளுக்கும் வேற்றுமை ஏற்பட்டது. அதன் பயனாகத் தென்னாட்டிலே முதல்முதலாகத் தூத்துக்குடியில் தொழிலாளர் வேலைநிறுத்தம் ஏற்பட்டது. அதில் பிள்ளை தலையிட்டுச் சமரசம் செய்ய முயன்றார். வேலையற்றிருந்த நூற்றுக்கணக்கான தொழிலாளர்களையும் அவர்கள் குடும்பங்களையும் ஆதரிக்க வேண்டிய பொறுப்பும் அவருக்கு ஏற்பட்டது. செல்வர்களிடமும் ஏனைய பொது ஜனங்களிடமும் பொருள் சேர்த்து அவர்களுக்கு ஆதரவு புரிந்தார்.

சுதேசிக் கிளர்ச்சியின் உச்சநிலை

அந்நாளில் தூத்துக்குடியில் சுதேசி உணர்ச்சி உச்சநிலையில் இருந்தது. சுதேசி இயக்கத்திற்கு விரோதமாக இருந்த மனிதர்களைப் பொதுஜனங்கள் பகிஷ்காரம் செய்ய முற்பட்டார்கள். தூத்துக்குடியில் வக்கீலாயிருந்த பிராமண நண்பர் ஒருவருக்கு மருத்துவ சகோதரன் ஒருவன் க்ஷவரம் செய்துகொண்டிருந்தபொழுது, ஐயங்கார் சிதம்பரனாரின் சுதேசி ஊக்கத்தைப் பெரிதும் இகழ்ந்து பேசினார். க்ஷவரம் செய்து கொண்டிருந்த மருத்துவ சகோதரன் உடனே கத்தியை மடக்கிப் பெட்டியில் வைத்துவிட்டு ஐயங்காரை அரைகுறை க்ஷவரத்தில் விட்டுவிட்டுப் போய்விட்டான். ஐயங்கார் சுவாமிகள் அன்று இரவே போலீஸ் காவலுடன் மதுரைக்குப் புறப்பட்டுச் சென்று, மறுநாள் காலையில் தமது திருப்பதி க்ஷவரக் கோலத்தை நீக்க வேண்டியதாயிற்று!

வங்காளத்து நவமணிகளில் ஒருவரான காலஞ்சென்ற அஸ்வினி குமார தத்தரின் தலைமையில் பாரிசால் நகரம் சுதேசி ஊக்கத்தில் வங்காளத்திலேயே சிறந்து விளங்கியது. (சுதேசி ஊக்க மிகுதியால் பாரிசாலில் பரதேசித் துணி கிடைப்பது அரிதாய் விட்டது. அக்காலத்தில் பாரிசாலில் இருந்த ஜில்லாக் கலெக்டருக்கு ஒரு கெஜம் மல் வேண்டியதா யிருந்தது. அஸ்வினி குமார தத்தர் உத்தரவு கொடுத்த பின்னரே கலெக்டருக்கு ஒரு கஜம் பரதேசி மல் துணி கிடைத்ததாம்.) சிதம்பரம் பிள்ளை

தலைமையில் சிறந்து விளங்கிய தூத்துக்குடியைத் தென்னாட்டு பாரிசால் என்று தேச மக்கள் போற்றினார்கள்.

அடக்குமுறை

சிதம்பரம் பிள்ளையை எவ்வாறாயினும் அடக்கிவிட வேண்டுமென்று காலம் பார்த்திருந்த அக்கால அதிகாரிகள், அவரது பேச்சுகளால் தூத்துக்குடியில் குழப்பம் விளையுமென்று கூறி அவர்மீதும் அவரது நண்பர்களாகிய சுப்ரமண்ய சிவம், பத்மநாப ஐயங்கார் இருவர் மீதும் திருநெல்வேலி ஜில்லா கலெக்டர் முன் ஜாமீன் வழக்குத் தொடர்ந்தார்கள். தூத்துக்குடியில் இருந்த பரதேசி வியாபாரிகளும் சிதம்பரம் பிள்ளையின் முயற்சிகளால் ஆபத்து விளையுமென்று கூறி அதிகாரிகளிடம் முறையிட்டு வந்தார்கள். ஊருக்குள் இருந்தால் தங்கள் உயிருக்கே இறுதி நேருமென்று கூறித் துறைமுகத்திலிருந்து ஆறு மைலுக்கப்பால் நடுக்கடலில் கிடக்கும் கப்பல்களில் இராக் காலத்தைக் கழிக்கத் தொடங்கினார்கள்! இதை யெல்லாம் கண்ட அதிகாரிகள் பிள்ளை மீது *(9–3–1908ல்)* ஜாமீன் வழக்கு தொடர்ந்தார்கள். அது பயனற்றுப்போகவே அந்த வழக்கு நடந்துகொண்டிருந்தபொழுது, திருநெல்வேலி ஆற்றங்கரையில் கூடிய கூட்டத்தில் வங்காளத்துப் பெரியாரான விபின சந்திர பாலர் விடுதலைத் திருநாளன்று பேசிய பேச்சில் ராஜத்துவேஷம் அடங்கியிருந்ததாகப் பிள்ளை மீதும் காலஞ்சென்ற சுப்ரமணிய சிவா மீதும் வழக்குத் தொடர்ந்தார்கள். அச்சமயத்தில் சென்னையில் 'இந்தியா'ப் பத்திரிகையை நடத்திவந்த ஸ்ரீமான் சி. சுப்பிரமணிய பாரதியார் திருநெல்வேலிக்கும் தூத்துக்குடிக்கும் வந்தார்.

சிதம்பரனார் வழக்கு திருநெல்வேலி ஜில்லாவில் மட்டுமல்ல, தென்னாட்டில் மட்டுமல்ல, காஷ்மீரத்திலிருந்து கன்னியாகுமரி வரை தேசமெங்குமே பெரியதோர் விழிப்பை உண்டு பண்ணியது. இந்த வழக்கு விசாரணைக்கென்றே தனி நீதிபதியாக ஏற்பட்ட பின்னே துரை *(Mr. A. F. Pinhey, Additional Sessions Judge)*, பிள்ளைக்கு இரு குற்றங்களுக்காக இரு முறை ஆயுள் பரியந்தம் தீவாந்தர தண்டனையும், சிவாவுக்குப் பத்து வருஷம் திவாந்தர தண்டனையும் *(1908ம் ஆண்டு ஜூலை மாதம்)* விதித்தார். இந்த வழக்கு சுமார் நான்கு மாத காலம் நடந்தது. இதில் ஸ்ரீமான் சுப்ரமணிய சிவனார் கொடுத்த வாக்குமூலம் நமது தேசத்தின் விடுதலைச் சரித்திரத்தில் இடம்பெறுதற்குரியது. இந்தக் கொடிய தண்டனையால் நாடு முழுமையும் கலங்கியது. இந்தத் தண்டனை, அக்காலத்தில் லண்டனில் இந்தியா மந்திரியாக

விளங்கிய ஜான் மார்லியைக்கூடக் கலக்கியதாம். சிதம்பரம் பிள்ளைக்கு இரட்டைத் தீவாந்தர தண்டனை விதித்த ஜில்லா நீதிபதி பின்னே துரை, அடுத்தபடியாக (சென்னை ஐக்கோர்ட்) உயர்தர மன்ற நீதிபதியாக உயர்ந்து, சில காலம் பதவியில் இருந்தார். ஆனால், சில காலத்திற்குள் அவர் தமது பெரிய பதவியையும், ஐ.ஸி.எஸ். உத்தியோகத்தையும் அறவே விட்டுவிட்டுத் தாய் நாடு செல்ல நேர்ந்தது. அதற்குக் காரணம், சிதம்பரம் பிள்ளை விஷயத்தில் பின்னே துரை மேற்கொண்ட கொடிய நீதிமுறையைப் பற்றி இந்தியா மந்திரி கொண்ட வெறுப்பே யென்று ஆங்கில அரசாங்கத்தின் 'மூலஸ்தான' விவகாரங்களை அறிந்தவர்கள் அந்த நாளில் சொல்லிக்கொண்டார்கள்.

பின்னே துரையின் அநியாயத் தீர்ப்பை மாற்றுமாறு ஐக்கோர்ட்டிற்கு அப்பீல் செய்யப்பட்டது. பிள்ளையவர்கள் வழக்குச் செலவுக்காகப் பொருளுதவி நாடி அவரது மனைவியார் செய்த விண்ணப்பத்திற்கு இணங்கித் தேசத்தார் பேராதரவு புரிந்தனர். தமிழ்நாட்டில் உள்ள தமிழர்களேயன்றி, இலங்கை, தென் ஆபிரிக்கா முதலிய நாடுகளில் குடியேறி வாழும் தமிழர்களும், பாரத தேசத்தில் வாழும் மக்களேயன்றி, பூலோகத்தின் பல பகுதிகளிலும் வாழும் இந்திய மக்களும் ஆதரவு புரிந்தார்கள்.

சிறைவாசம்

சிதம்பரம் பிள்ளைக்கு ஏற்பட்ட ஆயுள் பரியந்தம் தீவாந்தர தண்டனையை ஆறு ஆண்டுச் சிறைவாசமாக ஐக்கோர்ட்டார் குறைத்தார்கள். நன்னடத்தைக் கழிவு, அரசாங்க வஜா முதலியன கழித்துப் பிள்ளை சுமார் நாலரை ஆண்டுகள் சிறைவாசம் செய்தார். முதலில் கோயம்புத்தூர்ச் சிறையிலும், பின்னர் மலையாளத்தில் உள்ள கண்ணனூர்ச் சிறையிலும் பிள்ளை தமது சிறைவாசத்தைக் கழித்தார்.

கோவைச் சிறையில் அரசியற் கைதியாக இருந்து மாடு போலச் செக்கிழுக்கும் பெருமை, முதல்முதலாகச் சிதம்பரம் பிள்ளையவர்களுக்கே கிடைத்தது. பின்னர், சுமார் பதினாறு ஆண்டுகள் கழித்து அதே சிறைக்கோட்டத்தில் அந்தப் பெருமையை அடைந்தவர் சேலம் செல்வரான ஸ்ரீமான் எம். ஜி. வாசுதேவய்யா ஆவார். கல்வியறிஞரும் தேசபக்தருமான திருவாளர் பிள்ளைக்குச் செக்கிழுக்கும் வேலையைக் கொடுத்த செய்தியை அறிந்த தேசபக்தர்கள் கொதிப்படைந்தார்கள். பிள்ளையார்மீது ஆதியில் அதிகாரிகள் வழக்குத் தொடர்ந்ததுபற்றிக் கொதிப்படைந்த திருநெல்வேலி மக்கள் கலகம் விளைத்ததுபோலவே கோயம்புத்தூர்ச்

சிறையில் அதிகாரிகள் பிள்ளையையும் மற்றவர்களையும் கொடுமையாக நடத்தியது பற்றிக் கொதிப்படைந்த கைதிகள் கலகம் விளைத்தார்கள். இந்தக் கலகத்தையொட்டி ஏற்பட்ட வழக்கில் திருவாளர் பிள்ளை சிறைக்கோலத்துடன் சென்று கோவை ஜில்லா நீதி ஸ்தலத்தில் கொடுத்த சாட்சியம் குறிப்பிடத் தகுந்தது.

திருவாளர் பிள்ளை சிறைவாசம் செய்ய நேர்ந்த காரணத்தால் தென்னாட்டில் உள்ள சிறைச்சாலைகளில் இருந்த கைதிகளுக்கெல்லாம் நல்ல காலம் பிறந்தது. சிறைக் கைதிகளுக்கு வேலை கொடுக்கும் முறையிலும் உணவு கொடுக்கும் முறையிலும் சீர்திருத்தம் ஏற்படுமாறு காலஞ்சென்ற சென்னைச் சட்டசபை அங்கத்தினர் குத்தி கேசவப் பிள்ளை சட்டசபை வாயிலாகப் பெரிதும் போராடினார். காட்டிலாகா ஊழல்களையும் சிறைச்சாலை ஊழல்களையும் ஒழிப்பதிலேயே அவர் நாளெல்லாம் உழைத்துவந்தார். அந்தக் காரணத்தால், கேசவப் பிள்ளை ஒன்று காட்டில் இருப்பார், அல்லது சிறையில் இருப்பார் என்று நண்பர்களும் அதிகாரிகளும் விகடமாகக் கூறுவது உண்டு.

தமிழ்த் தொண்டு

தேசத்தொண்டு காரணமாகச் சிறைக்கோட்டம் புகுந்த சிதம்பரம் பிள்ளை, சிறைக்கோட்டத்தில் ஓய்ந்த நேரங்களில் தாம் இளமை முதலே ஆர்வம் கொண்டிருந்த தமிழ்த் தொண்டில் சித்தம் செலுத்திவந்தார். ஆங்கில நாட்டு ஞானியான ஜேம்ஸ் ஆலன் என்பார் இயற்றிய சில அரிய நூல்களை 'மனம்போல வாழ்வு', 'அகமே புறம்', 'வலிமைக்கு மார்க்கம்' என்ற பேர்களுடன் மொழிபெயர்த்தார். வேறு சில தமிழ் நூல்களையும் இயற்றினார். இவற்றுள் 'மனம்போல வாழ்வு' பிள்ளையவர்கள் சிறையில் இருந்தபொழுதே, 'இந்தப் புஸ்தகத்தின் காகிதம், அச்சு, மை, கட்டடம் அனைத்தும் சுதேசியம்' என்ற குறிப்புடன் வெளியாயிற்று. மற்ற நூல்களைப் பிள்ளையவர்கள் சிறையிலிருந்து வெளிவந்த பின்னர் வெளியிட்டார். பொதுமறையான திருக்குறளை நன்றாக ஆராய்ச்சி செய்வதற்குரிய தருணம் அவருக்குச் சிறைக்கோட்டத்தில் கிடைத்தது. திருக்குறள்மீது சிதம்பரனாருக்கிருந்த ஆர்வம் சொல்லும்தரத்தன்று. ஆயிரத்து முந்நூற்று முப்பது அருங்குறளையும் பாயிரத்தோடு படியாத ஆண்மகனோ பெண்மகளோ தமிழ்நாட்டில் இருத்தல் ஆகாதென்றும், தமிழ் வேதமான திருக்குறளைப் படியாத தமிழ் மக்கள் தமிழ் மக்கள் ஆகார் என்றும் பிள்ளையவர்கள் அழுத்தமாகக் கூறுவது வழக்கம்.

விடுதலை

சுமார் நாலரை ஆண்டுகள் சிறைக்கோட்டத்தில் இருந்த பிள்ளை 1912-ம் ஆண்டு டிசம்பர் மாதத்தில் விடுதலை அடைந்தார். விடுதலை அடைந்தவுடன் பிள்ளை, குடும்பத்துடன் நேரே சென்னைக்கு வந்தார். சென்னை நகரத்திற்கு நடுநாயகமாக விளங்கும் சிந்தாதிரிப்பேட்டையில் அருணாசல நாயகன் வீதியில் சுமார் இரண்டு ஆண்டுகள் வாழ்ந்துவந்தார். பின்னர் சிலகாலம் திருமயிலையிலும் பிரம்பூரிலும் வாழ்ந்திருந்தார். பிள்ளை விடுதலை அடைந்து வந்தபொழுது சென்னையிலுள்ள தலைவர்களில் பலரும் அவரைத் 'தீண்டாதாரா'கவே கருதினார்கள். திலகர் பெருமான் தமது சுயராஜ்ய நிதியிலிருந்து மாதந்தோறும் அனுப்பிவந்த ஐம்பது ரூபாயே அவருக்குப் பெரிய ஆதரவாயிருந்தது. பிரம்பூரில் இருந்தபொழுது பிள்ளை தமது குடும்பத்தை நடத்தும்பொருட்டு அரிசி வியாபாரமும் நெய் வியாபாரமும்கூடச் செய்து பார்த்தார். சில காலம் தமிழ்ப் பத்திரிகைகளில் ஆசிரியராகவும் இருந்தார்.

பிள்ளை சென்னையில் வாழ்ந்துவந்தபொழுது பலருக்குத் தமிழ்க் கல்வி பயிற்றிவந்தார். பிள்ளையாரிடம் திருக்குறள் பயின்றவர்களில், இப்பொழுது சிதம்பரம் நந்தனார் மடத்துத் தலைவராக விளங்கும் சகஜானந்த சுவாமியாரையும் 'லோகோபகாரி' பத்திராசிரியராயிருந்த பரலி சு. நெல்லையப்பரையும் குறிப்பிடலாம். பிள்ளை சென்னையை அடுத்த பிரம்பூரில் இருந்தபொழுது, அங்கு வாழ்ந்துவந்த பெருந்தமிழறிஞரான திருமணம் செல்வகேசவராய முதலியாருடன் தமிழாராய்ச்சி செய்துவந்தார். திருக்குறள் மணக்குடவர் உரையை வெளியிட்டதுடன் திருக்குறளுக்குத் தாமே புதிய உரை ஒன்றையும் இயற்றி வெளியிட்டார். பழந்தமிழ் இலக்கியமான தொல்காப்பியப் பொருள் அதிகாரத்திற்கு உரை யாசிரியர் இளம்பூரணர் எழுதிய கிடைத்தற்கரிய உரையையும் பிள்ளை பிற்காலத்தில் வெளியிட்டார். இன்னிலை என்ற பழந்தமிழ் நூலையும் அவர் வெளியிட்டிருக்கிறார். சுதேசிக் கிளர்ச்சி தூத்துக்குடியில் மும்முரமாயிருந்தபொழுது பரலிசு.ஷண்முகசுந்தரம் பிள்ளையைப் பத்திராசிரியராகக் கொண்டு 'சுயராஜ்யம்' என்ற பத்திரிகையைத் தொடங்க விரும்பி, அதற்குரிய முன்னேற்பாடுகளெல்லாம் செய்தார். முதல் இதழில் வெளியிடுவதற்காக எழுதிய உணர்ச்சி மிக்க தலையங்கக் கட்டுரை இன்னும் என் நினைவில் இருக்கிறது. ஆனால் பத்திரிகை தொடங்கு முன்பே அவர்மீது வழக்குத் தொடங்கிவிட்டதால் பத்திரிகை நின்றுவிட்டது. பிள்ளை சிறை சென்று மீண்ட பின், இந்தியாவின் நியாயம் உலகத்தாருக்கெல்லாம் விளங்குமாறு உலகத்திலுள்ள நாற்பது முக்கிய பாஷைகளில்

பத்திரிகை வெளியிட வேண்டுமென்று கருதினார்! இக்கருத்து அக்கால நிலையில் முடியாமற்போயினும் அவரது பெருநோக்கம் கருதற்பாலது.

பிள்ளை சிறையிலிருந்து வெளிவந்தபொழுது அரசியல் உலகம் அமைதியுற்றிருந்தது. அப்பொழுது திலகர் சுயராஜ்ய சங்கம் தோன்றியது. அதில் பிள்ளை சேர்ந்து உழைத்தார். சென்னையில் தொழிலாளர் இயக்கத்திலும் சேர்ந்து வேலை செய்தார். சென்னையில் தொழிலாளர் மிகுதியாக வாழும் பெரம்பூர்ப் பட்டாளத்தில் 'சிதம்பரம் பிள்ளை (அவென்யூ) சாலை' ஒன்றும் விளையாட்டு மைதானம் ஒன்றும் ஏற்பட்டிருப்பதே அதற்குச் சான்று. சில காலம் கோயம்புத்தூர்த் தொழிலாளர் சங்கத்திலும் அவர் வேலை செய்தார்.

மகாத்மா காந்தியின் ஒத்துழையாமை இயக்கத்தில் பிள்ளைக்கு அதிக நம்பிக்கை இல்லை. ஆயினும் அந்த இயக்கத்திற்கு மாறாக அவர் எதுவும் செய்யவில்லை. அவர் தமக்குச் சரியென்று தோன்றிய வழிகளில் தேசத்தொண்டு செய்துவந்தார்.

மீண்டும் வக்கீல்

வக்கீல் தொழிலில் விருப்பமற்றவரும், 'வக்கீலாய் நின்று வழிப்பறியே செய்கின்ற திக்கிலார்' என்று பாடியவருமான சிதம்பரம் பிள்ளை, தமது குடும்பநிலை காரணமாக அதிகாரிகள் அனுமதிபெற்று 1922–ம் ஆண்டு மீண்டும் வக்கீல் ஆனார். தூத்துக்குடியிலும் பின்னர் கோவிற்பட்டியிலும் கடைசியாக மீண்டும் தூத்துக்குடியிலுமாக சுமார் பத்தாண்டுகள்வரை அவர் வக்கீல் தொழில் புரிந்தார். பிள்ளை கோவிற்பட்டியில் இருந்தபொழுது, ராஜத்துவேஷக் குற்றம்சாட்டப்பட்டிருந்த ஸ்ரீமான்களான எம்.எஸ். சுப்ரமணிய ஐயர், என். சோமயாஜுலு முதலிய இளந்தேசபக்தர்களுக்கு உண்டி, உடை அளித்து ஆதரித்ததுடன், அவர்களுக்காக நீதிஸ்தலத்தில் வலியத் தோன்றி வாதித்த செய்தியைத் தமிழ்நாட்டார் மறந்திருக்க மாட்டார்கள். பிள்ளை தூத்துக்குடியில் வக்கீலா யிருந்தபொழுது ஊக்கமும் உழைப்பும் உருவெடுத்தது போல விளங்கிய அவருடைய மூத்த மகன் உலகநாதன் தனது இருபதாவதாண்டில் காலஞ் சென்றான். அதனால் அவர் குடும்பத்திற்குத் தீராத துயரமும் நஷ்டமும் விளைந்தன.

இறுதி

பிள்ளை சிறந்த உடற்கட்டுடையவராயினும், ஐந்தாண்டு அநியாயச் சிறைவாசம் அவர் உடல்நலத்தைப் பெரிதும் கெடுத்துவிட்டது.

சிறையிலிருந்து விடுதலை அடைந்த பின்னர், வருவாயின்றி வறுமையில் வருந்த நேர்ந்தது. 1932–ம் ஆண்டு செப்டம்பர் மாதம் 3–ந் தேதி பிள்ளையின் அறுபதாண்டு நிறைவு விழா நடந்தது. அதனை யொட்டி, அவரிடம் தேசமக்களுக்குள்ள நன்றியறிதலுக்கு அறிகுறியாக அவருக்கு ஒரு பணப்பை அளிக்க வேண்டுமென்று டாக்டர் வரதராஜுலு நாயுடு முதலிய நண்பர்கள் முயன்றார்கள். அந்த நிதிக்குப் பல நண்பர்கள் மனமுவந்து பொருளுதவி புரிந்தார்களாயினும், அதற்குப் போதிய அளவு பொருள் சேரவில்லை. பிள்ளையின் தேசத்தொண்டைத் தற்காலத் தமிழ் மக்கள் மறந்துவிட்டமையே அதற்குக் காரணம். பெரியோர்கள் இந்த உலகத்தில் இருக்கும்பொழுது அவர்களை ஏறிட்டுப் பாராமல், அவர்கள் இறந்த பின்னர் அவர்களைப் பற்றி வியந்தோதித் திருவிழாக் கொண்டாடும் வழக்கம் தற்காலத் தமிழ்நாட்டில் மிகுதியாயிருக்கிறது. எனவே தேசத்திற்காகப் பலவித அரிய தியாகங்கள் செய்த சிதம்பரம் பிள்ளையும் கவி சுப்பிரமணிய பாரதியாரும் பிறரும் அவர்கள் வாழ்நாளில் வறுமையில் வருந்த நேர்ந்தமை வியப்பாகாது. முதுமையும் நோயும் வறுமையும் வருத்த, பிள்ளை தாது ஆண்டு கார்த்திகை மாதம் நாலாம் தேதி (18–11–36) புதன்கிழமையன்று வறுமையும் சிறுமையுமற்ற பெரிய உலகம் புகுந்தார். பிள்ளையார் இவ்வுலக வாழ்வு நீத்தபொழுது அவருக்கு வயது அறுபத்தைந்தே.

குண நலம்

சிதம்பரம் பிள்ளை தேசபக்தியில் சிறந்தவர். தியாக புத்தியில் உயர்ந்தவர். பால கங்காதர திலகர், லாலா லஜபதி ராய், அஸ்வினி குமார தத்தர் முதலிய உத்தம தேசபக்தர்கள் திருக்கூட்டத்தில் அவர் சேர்தற்கு உரியவர். அவர் தமிழ் அன்பர்; தமிழ் அறிஞர். பெருங்கவிஞரல்லராயினும் அவர் தமிழ்க் கவி. தமிழ் வளர்ப்பதை அவர் தமது வாழ்நாளில் பெருங்கடமையாகக் கொண்டிருந்தார். சைவத்தில் உறுதியான பற்றுக் கொண்டிருந்தார். சைவ சமயமும் சைவ உணவியக்கமும் வையத்திற்கும் உய்வளிக்கத் தகுந்தன என்பது பிள்ளை கருத்து. ஆயினும் அவர் ஜாதி, சமய வேற்றுமையற்ற சமரசவாதி. அவர் அன்பிலும் ஜீவகாருண்யத்திலும் சிறந்து விளங்கினார். விருந்தோம்பல் என்ற சிறந்த குணம் அவரிடம் சிறந்து விளங்கியது. ஆதியில் வக்கீல் தொழில் செய்து வருவாய் மிகுந்து விளங்கிய காலத்திலும், பிற்காலத்தில் அவர் சிறையிலிருந்து வந்த பின்னர் வருவாய் குறைந்திருந்த காலத்திலும் பிள்ளை வீடு 'சத்திரம்' ஆகவே விளங்கியது. மேன்மக்களிடம் சிறந்து விளங்க வேண்டிய உயர் குணங்கள் பல அவரிடம் சிறந்து விளங்கின. பேரன்பும் பேரூக்கமும் பேருழைப்பும் பெருந்தியாகமும் கொண்ட

பெருந்தமிழராகப் பிள்ளையார் விளங்கினார். பெருந்தமிழர் திருக்கூட்டத்தில் அவர் ஓர் சிறந்த எடுத்துக்காட்டாக விளங்கினார்.

நன்றியறிதல் என்ற சிறந்த குணம் பிள்ளையாரிடம் சிறந்து விளங்கியது. ஆதியில் சுதேசிக் கப்பல் கம்பெனி தொடங்கும் முயற்சியில் தம்முடன் உடனின்று உழைத்த தூத்துக்குடி வியாபாரியான காலஞ்சென்ற சித. ஆறுமுகம் பிள்ளையவர்கள் பேரை அவர் தம் இரண்டாவது புதல்வருக்கு இட்டார். பிள்ளையார் சிறைக்கோட்டத்தில் இருந்தபொழுதும் விடுதலை அடைந்த பின்னரும் அவருக்குப் பொருளுதவி புரிந்துவந்த தென் ஆபிரிக்காச் செல்வரான தில்லையாடி வேதியப் பிள்ளை யென்ற நண்பரின் பேரைத் தம் இரண்டாவது புதல்விக்கு இட்டார். (வேதவல்லி யென்ற இப்புதல்வியும் அதன் தமக்கையான ஞானாம்பாளும் மண வாழ்க்கையில் வாழ்ந்திருந்து சில நன்மக்களைப் பெற்றுச் சில ஆண்டுகளுக்கு முன் இளவயதில் காலஞ்சென்றனர்.) பிள்ளையவர்கள் கோவைச் சிறைக்கோட்டத்தில் இருந்தபொழுது அவருக்கு அரும் பெருந்துணைவராக அமர்ந்த கோவைப் பெரியாரான திருவாளர் சி.கே. சுப்பிரமணிய முதலியார் பேரைத் தம் மூன்றாம் புதல்வருக்கு இட்டார். வக்கீலாயிருந்த பிள்ளையவர்கள் சிறைக்கோட்டம் சென்று வெளிவந்த பின், அரசியல் குற்றம் செய்தவர்களுக்கு வக்கீல் உத்யோகம் கிடைப்பது அரிதாயிருந்தது. பிள்ளையவர்கள் விரும்பிய காலத்து அவருக்குத் திரும்பவும் வக்கீல் உத்யோகம் கிடைக்குமாறு செய்த சென்னை ஐக்கோர்ட் நீதிபதி வாலிஸ் *(Sir John Wallis)*[1] துரையின் நினைவைப் போற்றுமாறு [தம்] கடைசிப் புதல்வருக்கு வாலீசுரன் என்று பெயரிட்டார். பிள்ளை பெற்றுப் பேரிடுதல் என்பதைத் தமிழ்நாட்டார் பெருநன்றிக்கு அறிகுறியாகக் கூறுவர். பிள்ளையார் அக்கூற்றை மெய்ப்படுத்தினார்.

நாட்டு மக்கள் நன்றி

சுதேசியென்றும் சுயராஜ்யம் என்றும் சொல்லவும் மக்கள் அஞ்சியிருந்த தென்னாட்டில், வந்தே மாதரம் என்று வாயால் சொல்லவும் அஞ்சியிருந்த தமிழ்நாட்டில் சுதேசி முழக்கமும் வந்தே மாதர முழக்கமும் செய்து சுயராஜ்ய உணர்ச்சியை எழுப்பிய பெருந்தலைவரான பிள்ளையவர்கள் விஷயத்தில் தமிழ் மக்கள் போதிய அளவு நன்றி காட்டவில்லையென்பது உண்மையே. பிள்ளையவர்களின் பெருந்தொண்டை அறிந்த முதியவர்கள் அதனை மறந்து விட்டார்கள். இளைஞர்கள் அதனை அறிய மாட்டார்கள். ஆயினும் பிள்ளையவர்களைத்

1. *E.H. Wallace* என்றிருக்க வேண்டும். – பதிப்பாசிரியர்

தமிழ்நாட்டார் முற்றிலும் மறந்துவிடவில்லை. சென்னையில் பிள்ளையார் தொழிலாளர் நலத்திற்காக உழைத்ததை நினைவூட்டும்பொருட்டுப் பெரம்பூர்ப் பட்டாளத்தில் சிதம்பரம் பிள்ளை சாலையும் விளையாட்டு நிலையமும் ஏற்பட்டிருப்பதை முன்னரே கூறியிருக்கிறோம். சென்னை ஜில்லாக் காங்கிரஸ் கமிட்டியாரும் சில ஆண்டுகளுக்கு முன் பிள்ளையவர்கள் முக உருவச்சிலை (*bust*) ஒன்றை நிறுவித் தாங்களும் அவரை மறந்துவிடவில்லையென்பதைக் காட்டிக்கொண்டார்கள். வேலூர் நகரசபையார் தங்கள் சபை மண்டபத்திற்குச் சிதம்பரம் பிள்ளை மண்டபம் என்று பெயரிட்டுச் சிறந்த முறையில் தங்கள் நன்றியை வெளியிட்டிருக்கிறார்கள். தமிழ்நாட்டில் வேறு பல இடங்களிலும் சிதம்பரனார் பேரால் சங்கங்களும் வாசகசாலைகளும் புத்தகசாலைகளும் ஏற்பட்டிருக்கின்றன.

ஆனால், பெரியோர்களுக்கு நன்றிகாட்டுவதென்பது ஞாபகச் சின்னங்களில் அடங்கியிருக்கவில்லை. அப்பெரியார்களின் அரிய நோக்கங்களை அறிந்து, அவற்றில் ஊக்கம் கொண்டு உழைத்து, அவற்றை நிறைவேற்ற முயல்வதே அவர்களுக்கு உண்மையான முறையில் நன்றி காட்டுவதாகும். வீரத் தமிழராகவும் விடுதலை வீரராகவும் விளங்கிய சிதம்பரம் பிள்ளையின் நினைவைப் போற்ற விரும்பும் தமிழ் மக்கள் தேசம் பல துறைகளிலும் விடுதலை பெறுதற்குரிய நெறியில் உழைக்க வேண்டும். தமிழ்நாடும் தமிழ் மொழியும் தமிழ் நாகரிகமும் புத்துயிரும் புது வாழ்வும் பெறுமாறு மனமொழி மெய்களால் தொண்டு புரிதல் வேண்டும். நாடெங்கும் ஞாலமெங்கும் அன்பு பெருகி, அறம் வளர்ந்து, இன்பவாழ்வு சிறந்தோங்குவதற்குரிய கடமையைச் செய்தல் வேண்டும். அதற்குரிய அறிவும் திறமையும் பூமிதேவியின் தலைப்பிள்ளையான தமிழ்ப் பிள்ளையிடம் சிறப்பாக அமைந்திருக்கின்றன என்பது தமிழ்ச் சிதம்பரம் பிள்ளையின் தளராத நம்பிக்கையா யிருந்தது. அவரது நம்பிக்கையை நாம் உண்மையாக்க முயல்வோமாக.

வந்தே மாதரம்!

**நல்லாண்மை யென்பது ஒருவற்குத் தான்பிறந்த
இல்லாண்மை யாக்கிக் கொளல்.**

சிதம்பரம் பிள்ளை திருநாமம் வாழ்க!

(வெளியீடு: சக்தி காரியாலயம், சென்னை, பிப்ரவரி 1944)

~~

பகுதி 2

மணிவிழாச் செய்திகள்

(i)

'சிதம்பரம் பிள்ளை நிதி'

இந்நிதிக்கு ரயில்வே உதவி டிராபிக் சூபிரிண்டு ஸ்ரீமான் எப்.ஜி. நடேசய்யர் ரூ. 15–ம் கோட்டையூர் ஸ்ரீமான் வி.என். லட்சுமணன் செட்டியார் ரூ. 5–ம் டாக்டர் பி. வரதராஜுலு நாயுடு ரூ. 50—ம் நன்கொடையளித்திருப்பதாகத் 'தமிழ்நாடு' காரியாலயத்திலிருந்து நமக்கு அறிவிக்கப்படுகிறது.

சுதேசமித்திரன், 28–7–1932

~

(ii)

ஸ்ரீமான் வி.ஓ. சிதம்பரம் பிள்ளை

அடுத்த செப்டம்பர் மாதம் 3–ந் தேதி ஸ்ரீமான் வி.ஓ. சிதம்பரம் பிள்ளையின் சஷ்டி அப்த பூர்த்தி தினமென்பதைத் தமிழ்நாட்டிற்கு அறிவிக்க விரும்புகிறோம். பிள்ளை அவர்கள் முப்பது வருஷங்கள் தேசத்திற்குத் தொண்டாற்றிவந்திருக்கிறார். சுதேசிய தொழிலபிவிருத்தி இயக்கம் ஆரம்பமானவுடன் தூத்துக்குடி ஸ்டீம் நாவிகேஷன் கம்பெனியை அமைக்க விசேஷப் பிரயாஸை எடுத்துக்கொண்ட முக்கியஸ்தர்களில் அவர் ஒருவர். அக்காலத்தில் அவர் செய்த பிரசங்கங்களின் மேல் ராஜாங்கத்துவேஷக் குற்றஞ்சாட்டப்பட்டுத் தண்டிக்கப்பட்டார். சிறையிலிருந்து வெளிவந்த பிறகு சென்னைத் தொழிலாளர் இயக்கத்தை வலுப்படுத்த உழைத்தார். தமிழ் வளர்ச்சிக்காகப் பெரிதும் பாடுபட்டிருக்கிறார். சில வருஷங்களுக்கு முன் கோவில்பட்டி முதல் வகுப்பு மாஜிஸ்டிரேட் கோர்ட்டில் விசாரணைக்குக் கொண்டுவரப்பட்ட தேசத் தொண்டர்களுக்காக இவர் இலவசமாக ஆஜராகி ஊழியம் செய்தார். அவ்விதமே இப்பொழுதும் ராஜிய வழக்குகளில் கைம்மாறைக் கருதாமல் உபகாரம் செய்துவருகிறார். தள்ளாத வயதில் பெரிய குடும்பத்தை

சம்ரட்சிக்க வேண்டியவராக இருப்பதால் வருமானம் போதாமல் சிரமப்படுவதாக அறிகிறோம். அவருடைய பொது நல ஊழியத்தை உத்தேசித்து அவரைப் பாராட்டும் தமிழ்நாட்டார் அவருடைய குடும்பத் தொல்லைகளைத் தணிக்க அவருடைய சஷ்டியப்த பூர்த்தி தினத்தை ஒரு சந்தர்ப்பமாக உபயோகப்படுத்திக்கொள்ளலாம். அன்று அவருக்கு ஒரு பண முடிப்பு சமர்ப்பிக்க ஆங்காங்கு வசூல் செய்தனுப்பியோ அல்லது அவரவரால் இயன்றதை அனுப்பியோ அவருடைய ஊழியத்தைத் தமிழ்நாட்டார் மறக்கவில்லை என்பதைக் காட்டுவாரென்று நம்புகிறோம்.

சுதேசமித்திரன், 1–8–1932 *(துணைத் தலையங்கம்)*

~

(iii)

விகடப்பிரதாபன்
ஆச்சு! போச்சு! குடு! குடு! குடு!

பழய நாளிலே 1904–ம் வருஷத்துத் தேசபக்தரு ஸ்ரீமான் சிதம்பரம் பிள்ளை! அந்தக் காலத்தில் சுதேசி கப்பல் கம்பெனி ஏற்படுத்தின பெரியார்; சிறைவாசம் கண்டு, அங்கே செக்கு இழுத்து மிக்க அவதியுற்று நொந்தவர்; தமிழில் வல்லவர்; பல நூல்களின் ஆசிரியர்; நன்றாக உயர்ந்து வளர்ந்தவர்; நல்ல தேகக் கட்டுள்ளவர். அவருக்குத் தாதா வயது ஆகிப்போய் இந்த ஆவணியிலே சஷ்டி பூர்த்திக் கல்யாணம் நடக்கப்போவதில் தமிழ்ச்செல்வர்கள் ஒரு பெரிய பணமுடிப்பு கொடுக்கப்போகிறாங்கோ! குடு குடு குடு! அவருக்கு விகடன் பல்லாண்டு வாழி கூறுகிறேன்! குடு குடு!

அமிர்த குண போதினி, தொகுதி 7, 1932 ஆவணி

~

(iv)

ஸ்ரீமான் சிதம்பரம் பிள்ளைக்குப் பணமுடிப்பு

வெளிநாடுகளிலுள்ள சில நண்பர்களும் மேற்படி நிதிக்கு வசூல் செய்யும் வேலை இன்னும் பூர்த்தியாகாததால்

பண முடிப்புக் கொடுக்கும் தினத்தை ஒத்திவைக்கும்படி கேட்டதற்கேற்ப அக்டோபர் முதல் வாரத்திற்கு அவ்வைபவத்தை ஒத்திவைத்திருப்பதாகவும் பணமுடிப்புக்கு எல்லா சகோதரர்களும் தாராளமாக பணவுதவி புரியும்படியும் டாக்டர் பி. வரதராஜுலு நாயுடு எழுதுகிறார்.

சுதேசமித்திரன், 29-8-1932

~

(v)

ஸ்ரீமான் சிதம்பரம் பிள்ளை சஷ்டிபூர்த்தி தினக் கொண்டாட்டம்

தூத்துக்குடி சுதேசியப் பொருட்காட்சிச் சாலை கட்டிடத்தில் ஒரு பொதுக் கூட்டம் 25-8-32இல் நடைபெற்றது. வக்கீல் ஸ்ரீமான் எ.சி. பால் நாடார் தலைமை வகித்தார். இதனடியிற் கண்ட தீர்மானங்கள் ஏகமனதாக நிறைவேற்றப்பட்டன.

வருகிற 3-9-32 சனிக்கிழமை நமது ஊர் உத்தமதேசாபிமானியும் தலைவருமான ஸ்ரீமான் வ.உ. சிதம்பரம் பிள்ளையவர்களின் சஷ்டியப்த பூர்த்தி தினமாயிருக்கிறபடியால் அன்று தினத்தைத் தக்கவாறு கொண்டாடுவதற்கும் அன்னவர்க்கு நமது நன்றியைச் செலுத்துவிப்பதற்கும் தகுந்த ஏற்பாடுகள் செய்யத் தம்முடன் மற்றவர்களைச் சேர்த்துக்கொள்ளும் அதிகாரத்துடன் இதன் அடியிற் கண்டவர்கள் ஒரு கமிட்டியாக நியமிக்கப்பெற்றார்கள்: ஸ்ரீமான்கள் எ.சி. பால் நாடார், எ. மாசில்லாமணிப் பிள்ளை, பி.வி. கணபதியப்ப பிள்ளை, எ.சி.எஸ். முத்தையா ரெட்டியார், பி.எஸ். சுப்பையர், ஜானகிராம் செட்டியார், எஸ்.வி.என். சின்னக்கண்ணுப் பிள்ளை, மு. பொன்னம்பலம் பிள்ளை, எ.எம்.எம். சின்னமணி நாடார், ஜே.எல்.பி. ரோச் விக்டோரியா, ஜே.பி. ரொட்ரீக்ஸ், மு.அ. தனுஷ்கோடி நாடார், சி. வீரவாகு பிள்ளை, எஸ்.பி.எல். லெக்கு ரெட்டியார், ஆர். இராமமூர்த்தி அய்யர், சி. இராமசாமி அய்யர், கே.எஸ். வெங்கடாசலமய்யர்.

இந்தக் கமிட்டிக்கு ஸ்ரீமான் எ.சி. பால் நாடார் தலைவராகவும், ஸ்ரீமான் எ. மாசில்லாமணிப் பிள்ளை காரியதரிசியாகவும் தேர்ந்தெடுக்கப்பட்டுள்ளார்கள். ஸ்ரீமான் பிள்ளை சஷ்டிபூர்த்தி தினக் கொண்டாட்டத்தில் ஒரு பொதுக் கூட்டம் கூட்டுவதும்,

பிள்ளையவர்களுக்கு ஒரு உபசாரப் பத்திரம் வாசித்துக் கொடுப்பதும், ஒரு பண முடிப்பு அளிப்பதும் கட்டாயம் செய்யப்படவேண்டியவை.

சுதேசமித்திரன், 29–8–1932

~

(vi)

திரு. வி.ஓ. சிதம்பரம் பிள்ளை அவர்கள் சஷ்டி பூர்த்தித் தினக் கொண்டாட்டம்

திரு. வி.ஓ. சிதம்பரம் பிள்ளையவர்களுடைய சஷ்டி பூர்த்தித் தினத்தில் தூத்துக்குடி நகரவாசிகள் என்னென்ன செய்ய வேண்டுமென்று தீர்மானிப்பதற்காக 25–8–1932 மாலை 5.30க்கு தூத்துக்குடி 'சுதேசிப் பொருட்காட்சிச் சாலை'க் கட்டிடத்தில் ஒரு பொதுக் கூட்டம் நடைபெற்றது. வக்கீல் திரு. ஏ.ஸி. பால் நாடாரவர்கள் தலைமை வகித்தார்கள். இதனடியிற்கண்ட தீர்மானங்கள் ஏகமனதாக நிறைவேற்றப்பெற்றன.

வருகிற 3–9–1932 சனிக்கிழமை நமது ஊர் உத்தம தேசாபிமானியும் தலைவருமான திரு. வ.உ. சிதம்பரம் பிள்ளை யவர்களின் சஷ்டியப்த பூர்த்தி தினமாயிருக்கிறபடியால் அன்று தினத்தைத் தக்கவாறு கொண்டாடுவதற்கும், அன்னாருக்கு நமது நன்றியைச் செலுத்தவிருப்பதற்கும் தகுந்த ஏற்பாடுகள் செய்யத் தம்முடன் மற்றவர்களைச் சேர்த்துக்கொள்ளும் அதிகாரத்துடன் 17 பெயர் கொண்ட கமிட்டியை இக்கூட்டம் நியமிக்கிறது. இந்தக் கமிட்டிக்கு திரு. ஏ.ஸி. பால் நாடாரவர்கள் தலைவராகவும், திரு. ஏ. மாசில்லாமணிப் பிள்ளையவர்கள் காரியதரிசியாகவும் தெரிந்தெடுக்கப்பட்டார்கள்.

திரு. பிள்ளையவர்கள் சஷ்டி பூர்த்தி தினக்கொண்டாட்டத்தில் ஒரு பொதுக் கூட்டம் கூட்டுவதும், பிள்ளையவர்களுக்கு ஓர் உபசாரப் பத்திரம் வாசித்துக்கொடுப்பதும், ஒரு பண முடிப்பு அளிப்பதும் கட்டாயம் செய்யப்பட வேண்டியவை.

பிள்ளையவர்களின் சஷ்டி பூர்த்திப் பண முடிப்புக்குப் பணம் கொடுக்க விரும்புவோர்கள் ஷை கமிட்டி மெம்பர்கள் யாரிடத்திலாவது செலுத்தி ரசீது பெற்றுக்கொள்ளலாம். பணம்

கொடுப்பவர்களின் பெயர்களும் தொகைகளும் பத்திரிகைகளில் பிரசுரிக்கப்படும் என்று ஷை காரியதரிசி அறிவிக்கிறார்.

குமரன், 1–9–1932

~

(vii)

ஸ்ரீமான் வி.ஓ. சிதம்பரம் பிள்ளை சஷ்டி அப்த பூர்த்தி

தூத்துக்குடி: *3–ந் தேதி* காலை ஆறு மணிக்குத் தூத்துக்குடி பெரிய காட்டன் ரஸ்தாவில் தற்காலம் குடியிருக்கும் தமிழ்நாட்டுத் திலகமும் தேசபக்தரும் பெரிய தியாகியும் பண்டிதரும் வக்கீலுமான ஸ்ரீமான் வி.ஓ. சிதம்பரம் பிள்ளை அவர்களின் சஷ்டி அப்த பூர்த்தி அவருடைய கிரகத்தில் விமரிசையாகவும் மிகவும் விசேஷமாகவும் கொண்டாடப்பட்டது. நியமப்படி வைதீக கர்மங்கள் நடந்தன. அவரது நெருங்கிய பந்துக்களும் சிநேகிதர்களும் ஏராளமாய் வந்து கூடினர். ஆசீர்வாதத்தின்பொழுது ரூ. நூறு வரையிலும் பிள்ளை அவர்களுக்குச் சன்மானமாகக் கொடுக்கப்பட்டது. ஸ்ரீமான் பிள்ளை அவர்களுக்குப் பொது ஜனங்களால் வழங்கப்போகும் உபசாரப் பத்திரமும் பணமுடிப்பும் அடுத்த மாதத்திற்கு ஒத்திவைக்கப்பட்டிருக்கின்றது. விசேஷத்திற்கு ஸ்ரீமான்கள் எஸ். வி. நல்லபெருமாள் பிள்ளை, ஏ.ஸி.எஸ். முத்தையா ரெட்டியார், ஏ.ஸி. பால் நாடார் அவர்கள், மாசில்லாமணிப் பிள்ளை, எஸ்.கே. நாயர், ஈ. வெள்ளிமலைப் பிள்ளை, எ. மாணிக்கவாசகம் பிள்ளை, பி.எஸ். சுப்பையர், கன்சால்வெஸ் இன்னும் மற்ற வக்கீல்களும் தூத்துக்குடி பிரபல வியாபாரிகளும் வந்திருந்தனர். வாழ்த்துக் கூறித் தாம்பூலம் வழங்கப்பட்டு விசேஷம் இனிது முடிந்தது.

சுதேசமித்திரன், 5–9–1932

~~

பகுதி 3

இரங்கலுரைகள்

1.

ஆனந்த போதினி

தமிழ் பெரியார்கள் மறைவு

இம்மாதத்தில் தேசபக்தர் திரு. வ.உ. சிதம்பரம் பிள்ளையவர்களும், ஸ்ரீஜத் கோ. வடிவேல் செட்டியாரவர்களும் ஒருவர் பின்னொருவராய் இம்மண்ணுலக வாழ்வை நீத்ததையறிந்த தமிழ்மக்கள் யாவரும் மிகவும் வருந்துவார்களென்பது திண்ணம். இவ்விரு பெரியார்களும் ஒவ்வொருவகையில் சிறந்தவர்களாவர். ஆனால், இருவரும் சிறந்த தமிழறிஞர்கள். திரு. பிள்ளையவர்கள் தமிழ்நாட்டில் முதன்முதலாகத் தேசீயவுணர்ச்சியை ஊட்டியவர். சுதேச இயக்கத்தை ஏற்படுத்தித் தீவிரமாக வேலைசெய்து அதன் வாயிலாகச் சிறை சென்றவர். ஆங்கிலத்தில் சிறந்த நூல்களில் சிலவற்றைத் தமிழில் மொழிபெயர்த்து தந்திருக்கிறார்.

ஸ்ரீஜத் செட்டியாரவர்களோ கலைக்களஞ்சியம். இலக்கிய இலக்கண தருக்க வேதாந்த போதகாசிரியர். அத்துடன் சிறந்த உரையாசிரியருமாவர். தமிழ் மொழிக்கும் வேதாந்தத்துக்கும் அவர் செய்த சேவை அளப்பரிது. அவருக்கு ஆயிரக்கணக்கான மாணவர்களிருக்கின்றனர். சமயம் நேர்ந்தபோதெல்லாம் அவர் தமது பொருள் பொதிந்த கட்டுரைகளால் நம் 'ஆனந்த'னை அலங்கரித்துவந்திருக்கிறார். சமீபத்தில் அவர் நம் 'ஆனந்த'னுக்குத் தொடர்ச்சியாக விஷயதானஞ் செய்ய உடன்பட்டு, சென்ற புரட்டாசி இதழில் 'வேதாந்த சாஸ்திரார்த்த வாக்கியாமிர்தம் 400' என்ற தலைப்போடு கட்டுரை யெழுதினார். அதற்குப் பிறகு,

அவர் எதிர்பாராவகையில் நோய்வாய்ப்பட்டு, இறைவனடியை அடைந்தார்.

இத்தகைய பேரறிஞர்கள் பூதவுடம்பை நீத்துப் புகழுடம்பு பெற்றது நமக்குப் பெருநஷ்டமாகும். அவர்களது ஸ்தானங்களை அவ்வளவு எளிதில் பூர்த்தி செய்ய முடியாது. அவர்களது ஆன்மா சாந்தியடைக.

ஆனந்த போதினி, 15-12-1936

~ ~

2.

ஆனந்த விகடன்

‘சுதேசி’ வீரர் பிரிவு

முப்பது வருஷங்களுக்கு முன்பு நம் நாடிருந்த நிலைமை நம்முன் பலருக்கு நினைவிருக்காது. அந்தக் காலத்திலே ஜனங்களுக்கு இருந்த கிலியையும் அதிகாரிகளுக்கிருந்த வலியையும் இரண்டொரு உதாரணத்தால் விளக்கலாம். ‘வந்தே மாதரம்’ என்றால் ராஜத்துரோகம். தேசபக்தி, சுயராஜ்யம் இவை இரகசியக் கனவுகள். சுதேசி வியாபாரம் மிகமிகத் துணிச்சலான சாகஸம். ஆனால் அந்த நாளிலும் தேசபக்த வெறி பிடித்தவர்கள் இருந்தனர். வங்காளத்தில் விபின சந்திர பாலர். பம்பாயில் திலகர். பாஞ்சாலத்தில் லஜபதி ராய். சென்னைக்கு ஜி. சுப்பிரமண்ய அய்யர். தெற்கே வ.உ. சிதம்பரம் பிள்ளை.

ஸ்ரீமான் சிதம்பரம் பிள்ளை தூத்துக்குடியில் ஒரு வக்கீல். அந்தக் காலத்து வக்கீல்களைப் போல் நல்ல சம்பாத்தியம். சுதேசி வெறி தூண்டியதால் இவரும் மற்றவர்களும் சேர்ந்து சுதேசிக் கப்பல் கம்பெனி ஆரம்பித்தார்கள். வெள்ளைக்காரர்களுக்கு இது பிடிக்குமா? இந்நாடு வெள்ளைக்காரர்களுடையதாயிருக்கையில் இப்பேர்ப்பட்ட சதி நடக்கவிடுவார்களா?

சிதம்பரம் பிள்ளைமீது ராஜத்துவேஷக் குற்றம் சாட்டப் பட்டது. இரண்டு ஜன்மம் சிறைவாசம்; இருபது வருஷம் தீவாந்திர சிக்ஷை விதிக்கப்பட்டது. அப்பீலில் அது ஆறு வருஷமாக மாறியது. சிறையில் ஸ்ரீமான் சிதம்பரம் பிள்ளையும் அவருடைய சகாவான (‘ஞானபானு’ பத்திரிகை ஆசிரியர்) ஸ்ரீமான் சுப்ரமண்ய சிவமும் பட்ட கஷ்டங்களும் அவஸ்தைகளும் இந்த நாளில் கற்பனை செய்யவே முடியாதவை.

பிள்ளையவர்கள் சிறைவாசத்துக்கு பின்னும் மனந்தளராது இருந்துவந்தாராயினும் பின் தோன்றிய சுயராஜ்யக் கிளர்ச்சிகளில் அவர் அதிகமாய்க் கலந்துகொள்ளவில்லை. பழைய தேசபக்த ராகவே விளங்கிவந்தார். தமிழ்த் தொண்டில் அதிகமாய் ஈடுபட்டார்.

அந்த நாளில் அவருடைய வீரம் வியக்கத் தக்கதாயிருந்தது. தமிழ்நாட்டுக் கவியான பாரதியார், அவருக்கும் அவரைத் தண்டித்த கலெக்டருக்கும் நடந்த சம்வாதமாக,

நாட்டிலெங்கும் சுதந்திர வாஞ்சையை
நாட்டினாய் - கனல் - மூட்டினாய்

என்று ஆரம்பிக்கும் பாட்டையும்,

சொந்த நாட்டில் பரர்க்கடிமை செய்தே
துஞ்சிடோம் - இனி - அஞ்சிடோம்

என்ற வீர கானத்தையும் இயற்றினார் என்றால் அதைவிட ஸ்ரீமான் சிதம்பரம் பிள்ளையின் தேசபக்திக்கு வேறு என்ன புகழ் வேண்டும்?

இத்தகைய பெரியார் இன்று நம்மை விட்டுப் பிரிந்து விட்டார். அவருடைய குடும்பத்தாருக்கு விகடன் தன் மனமார்ந்த அனுதாபத்தைத் தெரிவித்துக்கொள்ளுகிறான்.

ஆனந்த விகடன், 29-11-1936

3.

ஊழியன்

(i)

தூத்துக்குடி வ.உ. சிதம்பரம் பிள்ளை

எஸ்.ஸி.

அடிமைப்பேடிகள் தம்மை மனிதர்கள்
ஆக்கினார் - புன்மை - போக்கினார்

மிடிமை போதும் நமக்கென் றிருந்தோரை
மீட்டினார் - ஆசை - யூட்டினார்.

தொண்டொன்றே தொழி லாக்கொண் டிருந்தோரைத்
தூண்டினார் - புகழ் - வேண்டினார்

கண்ட கண்ட தொழில்கற்க மார்க்கங்கள்
காட்டினார் - சோர்வை - யோட்டினார்.

ஆயிரத்துத் தொள்ளாயிரத்து ஏழா, எட்டா என்பது ஞாபகமில்லை. நான் சிறுவனாக விருந்தேன். வந்தே மாதரம் என்றால் என்னவென்று தெரியாது. ஆனாலும் ஓயாது கூட்டாளிகளும் நானும் சேர்ந்துகொண்டு, 'வந்தே மாதரம்' என்று கத்துவோம். மூத்தவர்களெல்லாம் 'சொல்லாதே' யென்று சண்டைபோடுவார்கள். ஆயினும் நாங்கள் விடுவதில்லை. அடக்க, அடக்க எந்தக் காரியமும் முடுக்கி எழுவதுதானே இயல்பு? கூடுமானவரை பெரியவர்களைக் காணாமல் சுவர்களி லெல்லாம் 'வந்தே மாதரம்' என்று எழுதுவோம். சின்னாளையில் எங்களூரில் 'வந்தே மாதரம்' ஏறாத சுவர்களே கிடையாமலாயின.

27—11—1936 ஊழியன் 7

தூத்துக்குடி
வ. உ. சிதம்பரம் பிள்ளை

தேசபக்தர்
திரு. வ. உ. சிதம்பரம் பிள்ளை

அடிமைப்பேடிகள் தம்மை மனிதர்கள்
ஆக்கினர்—புன்மை—போக்கினர்
[தோரை
மிடிமை போதும் நமக்கென் றிருக்
கிட்டினர்—ஆசை—யூட்டினர்.

தொண்டொன்றே தொழி லாக்கொண்
[டிருக்தோரைத்
தூண்டினர்—புகழ்—வேண்டினர்
கண்ட கண்ட தொழில்கற்க மார்க்
[கங்கள்
காட்டினர்—சோர்வை—யோட்டினர்.

2

ஆயிரத்துத் தொள்ளாயிரத்து ஏழா, எட்டா என்பது ஞாபகமில்லை. நான் சிறுவனாக இருந்தேன். வந்தேமாதரம் என்றால் என்னவென்று தெரியாது. ஆனாலும் ஓயாது கூட்டாளிகளுடன் சேர்ந்துகொண்டு, 'வந்தே மாதரம்' என்று கத்துவோம். மூத்தவர்களெல்லாம் 'சொல்லாதே' யென்று சண்டைபோடுவார்கள். ஆயினும் நாங்கள் விடுவதில்லை. அடக்க, அடக்க எந்தக் காரியமும் முடுக்கி எழுவது தானே இயல்பு? கூடுமான வரை பெரியவர்களைக் காணாமல் சுவர்களி லெல்லாம் 'வந்தே மாதரம்' என்று எழுதுவோம். சின்னாளில் எங்க ளூரில் 'வந்தேமாதரம்' எழுதாத சுவர்களே கிடையாமலாயின.

அக்காலங்களில் எங்கட்கு ஒரு பெரிய பொழுது போக்குண்டு. எங்களூர் திண்டாதார்கள் நிரம்பிய இடம். ஏராளமான திண்டாதார்கள் கிறிஸ்து மதத்தைத் தழுவியிருக்கிறார்கள். அதனால் தினசரி எவனாவது ஒரு 'துரை' யை (வெள்ளைக்காரனை) நேரடியில் காணாமலிருக்க முடியாது. கண்டால் போதும்; எங்கிருந்தோ கிளம்பிவிடும் உற்சாகம். பத்து, பதினைந்து சிறுவர்களைச் சேர்த்துக்கொண்டு, 'வந்தே மாதரம், வந்தே மாதரம், வந்தே மாதரம்' என்று வயிறு கிழியக் கத்துவோம். அப்படி ஏன் வெள்ளைக் காரனைக் கண்டவுடன் கத்தவேண்டு மென்பது எங்கட்குத் தெரியாது. அவனுக்கும் தெரியாது போலிருக்கிறது. ஆனையிலுள்தானோ என்னமோ—நாங்கள் சத்தம் போட ஆரம்பிப்பதும் கோபத்தோடு எங்களைப் பிடிக்க ஓடி வருவான். நாங்கள் காற்றாய்ப் பறந்து விடுவோம்.

• • •

இப்படிப்பட்ட (அதே) காலத்தில் ஊருக்குள்ளே பெரியவர்களெல்லாம் 'திருநெல்வேலிக் கலகம்' என்ற ஏதோ ஒன்றையும், ஒரு வெள்ளைக்கார கலக்டரைப்பற்றிய கொலை வழக்கொன்றை யுங் குறித்து, பிரமாதமாகப் பேசிக் கொள்வார்கள். பொதுவாக திருநெல் வேலியென்றால் அக்காலத்தில் எல்லோருக்கும் ஒரு வியப்பு, திகைப்பு, மதிப்பு, —ஒரு பயம்.

இவ்வாறு வயது மூத்தவர்கள் 'திருநெல்வேலி, கலெக்டர் கொலை' என்றெல்லாம் பேசி வருவதை நான் பல முறை உற்றுக் கேட்டிருக்கிறேன். தூத்துக்குடி சிதம்பரம் பிள்ளை என்ற ஒருவர் பெயர் நிமிஷத்திற்கொரு தரம் குறிக்கப்படும். அதனை மிகுந்த ஆச்சரியத்துடன் சொல்லிக் கொள் வார்கள். வக்கீல் சிதம்பரம் பிள்ளை, அல்லது சுதேசி சிதம்பரம் பிள்ளை என்றும் வழங்குவதுண்டு. சுதேசி என்றால் என்னவென்று அப்போது எனக்குத் தெரியாது. பெரியவர் களும் பலர் அறிந்ததில்லை என்று நினைக்கிறேன். ஆனாலும் நான் கொழும்புப்பெட்டி அல்லது சுதேசி தீப்பெட்டி என்ற ஒன்றைப் பார்த் திருக்கிறேன். அதன் மூலம் சுதேசி யென்றால் ஏதோ ஒரு சாமான் என்பது என் தானே.

வீட்டு வாசலில், சமத்து சாமான் விற்கும் சிறு வியாபாரிகள் வந்தால், தம்மிடம் இருக்கும் சாமானெல்லாம் 'சுதேசி' என்பார்கள். ஜனங்கள் ஆர்வமாகக் கேட்ட விலையைக் கொடுத்து அவற்றை வாங்கிக் கொள் வார்கள். அப்போதும் சுதேசிக்கு என்ன இவ்வளவு மதிப்பு என்பது எனக்கோ வாங்குபவருக்கோ தெரி யாது. ஆயினும் சிதம்பரம் பிள்ளை சொன்னார் என்பதற்காக வாங்குபவர் பல்லோர்.

இதுபோல் கிட்டத்தட்ட 1912 வரையிலும் எங்களூரில் முழு வேகத்த சுதேசி முழக்கத்தையும், அடிபட்ட சிதம்பர நாமத்தையும் சொல்ல ஆரம்பித்தால் இப்பத்திரிகை இடம் தாராது போய்விடும். ஒரு வாக்கியத்தில் சொல்கிறேன்: திருநெல்வேலி சிதம் பரம் பிள்ளை, சுதேசி, தூத்துக்குடி

168 வ.உ.சி.: வாராது வந்த மாமணி

அக்காலங்களில் எங்கட்கு ஒரு பெரிய பொழுதுபோக்குண்டு. எங்களூர் தீண்டாதார்கள் நிரம்பிய இடம். ஏராளமான தீண்டாதார்கள் கிருஸ்து மதத்தைத் தழுவியிருக்கிறார்கள். அதனால் தினசரி எவனாவது ஒரு 'துரை'யை (வெள்ளைக்காரனை) ரோடில் காணாமலிருக்க முடியாது. கண்டால் போதும்; எங்கிருந்தோ கிளம்பிவிடும் உத்சாகம். பத்து, பதினைந்து சிறுவர் களாகச் சேர்ந்துகொண்டு, 'வந்தே மாதரம், வந்தே மாதரம், வந்தே மாதரம்' என்று வயிறு கிழியக் கத்துவோம். அப்படி ஏன் வெள்ளைக்காரனைக் கண்டவுடன் கத்தவேண்டுமென்பது எங்கட்குத் தெரியாது. அவனுக்கும் தெரியாது போலிருக்கிறது. ஆகையினால்தானோ என்னமோ நாங்கள் சத்தம் போட ஆரம்பிப்பதும் கோபத்தோடு எங்களைப் பிடிக்க ஓடி வருவான். நாங்கள் காற்றாய்ப் பறந்துவிடுவோம்.

~

இப்படிப்பட்ட (அதே) காலத்தில் ஊருக்குள்ளே பெரியவர்களெல்லாம் 'திருநெல்வேலிக் கலகம்' என்ற ஏதோ ஒன்றையும், ஒரு வெள்ளைக்கார கலக்டரைப் பற்றிய கொலை வழக்கொன்றையும் குறித்து, பிரமாதமாகப் பேசிக்கொள்வார்கள். பொதுவாக திருநெல்வேலி யென்றால் அக்காலத்தில் எல்லோருக்கும் ஒரு வியப்பு, திகைப்பு, மதிப்பு, ஒரு பயம்.

இவ்வாறு வயது மூத்தவர்கள் 'திருநெல்வேலி, கலெக்டர் கொலை' என்றெல்லாம் பேசிவருவதை நான் பல முறை உற்றுக் கேட்டிருக்கிறேன். தூத்துக்குடி சிதம்பரம் பிள்ளை என்ற ஒருவர் பெயர் நிமிஷத்திற்கொரு தரம் குறிக்கப்படும். அதனை மிகுந்த ஆச்சரியத்துடன் சொல்லிக்கொள்வார்கள். வக்கீல் சிதம்பரம் பிள்ளை, அல்லது சுதேசி சிதம்பரம் பிள்ளை என்றும் வழங்குவதுண்டு. சுதேசி என்றால் என்னவென்று அப்போது எனக்குத் தெரியாது. பெரியவர்களும் பலர் அறிந்ததில்லை என்று நினைக்கிறேன். ஆனாலும் நான் கொழும்புப்பெட்டி அல்லது சுதேசி தீப்பெட்டி என்ற ஒன்றைப் பார்த்திருக்கிறேன். அதன் மூலம் சுதேசி யென்றால் ஏதோ ஒரு சாமான் என்பது என் தாரணை.

வீட்டு வாசலில், சுமந்து சாமான் விற்கும் சிறு வியாபாரிகள் வந்தால், தம்மிடம் இருக்கும் சாமானெல்லாம் 'சுதேசி' என்பார்கள். ஜனங்கள் ஆர்வமாகக் கேட்ட விலையைக் கொடுத்து அவற்றை வாங்கிக்கொள்வார்கள். அப்போதும் சுதேசிக்கு என்ன இவ்வளவு மதிப்பு என்பது எனக்கோ வாங்குபவருக்கோ தெரியாது. ஆயினும் சிதம்பரம் பிள்ளை சொன்னார் என்பதற்காக வாங்குபவர் பல்லோர்.

இதுபோல் கிட்டத்தட்ட 1912 வரையிலும் எங்களூரில் முழங்கிவந்த சுதேச முழக்கத்தையும், அடிபட்ட சிதம்பர நாமத்தையும் சொல்ல ஆரம்பித்தால் இப்பத்திரிகை இடம் தராது போய்விடும். ஒரு வாக்கியத்தில் சொல்கிறேன்: திருநெல்வேலி சிதம்பரம் பிள்ளை, சுதேசி, தூத்துக்குடி என்றால் இக்காலத்தில் காந்தி, ஜவஹர் என்ற பெயர்கட்கு எவ்வளவு மாகாத்மிய மிருக்கிறதோ அவ்வளவு மாகாத்மியம் இருந்தது.

~

வாசகர்கள் இப்போது ஸ்ரீ வ.உ. சிதம்பரம் பிள்ளை பெற்றிருந்த பேர் இசையைத் தெரிந்திருக்கலாம். வான் முகட்டில் தேஜோரூபமாக பிரகாசிக்கும் சூரியனைப் போல் அவரது நாமம் தென்னிந்திய வானில் அந்நாள் பிரகாசித்துக்கொண்டிருந்தது. அவர் பெயர் செல்லாத கிராமமோ மூலை முடுக்குகளோ கிடையா. திருநெல்வேலி யென்றால் – ஆம் அவ் ஊருக்கே ஒரு மதிப்பைக் கொடுத்திருந்தார் திரு. பிள்ளை.

அத்தகையார், அந்தோ! இந்நாள் தம் அறுபத்தைந்தாவது வயதில் தம் சொந்தவூரில் பூதவுடலைத் துறந்திருக்கிறார்.

பாவம் நிறைந்த இத்தமிழ்நாடு நன்றி செய்யாது இழந்த வீரருள் அவர் ஒருவர். அவரைப் போன்று, அவரோடு ஒத்துழைத்து, சமமான கஷ்டம் அனுபவித்த சுப்பிரமணிய சிவம், சுப்பிரமணிய பாரதி ஆகியோரையும் இப்பொல்லாத தமிழ்நாடு நன்றி புரியாது இழந்துவிட்டது. கடைசியாக திரு. பிள்ளையையும் இழந்தது. இன்று திரு. பிள்ளைக்கு சிலை நாட்ட முயல்கின்றதாம். எத்தனை சிலை நாட்டினால் தகும் திரு. பிள்ளைக்கு! ஸ்ரீ சிதம்பரம் பிள்ளையை சிலர் தென்னாட்டுத் திலகர் என்கின்றார்கள்! 'தென்னாட்டு (தேசீயத்) தந்தை' யென்கின்றார் திரு. முதலியார். 1906ம் வருடம் வாழ்ந்திருந்த ஒரு திருநெல்வேலி கனவானிடம் வினாவினால் 'ஆயிரம் திலகர் பட்டம் சூட்ட வேண்டும் திரு. பிள்ளைக்கு' என்பார்.

திலகர் பெருமானுக்கிருந்த வசதிகளில் கால்வாசி வசதிகூட தென்னாட்டுத் திலகருக்கிருக்கவில்லை. தென்னாடு என்றால் தென்திசை நோக்கிய மதியுடைய தென்பதன்றோ பொருள்? அத்தகைய நாட்டில் அணையாத தேசியச் செழுஞ்சுடரை ஏற்றிவைத்தார் எம் பிள்ளை!

~

சில வருடங்கட்கு முன்னால் தென்காசியில் (திருநெல்வேலி ஜில்லா) ஒரு தாத்தாவிடம் பாரதியார் எழுதியுள்ள பாடலைப்

பாடிக்காட்டவேண்டிய சந்தர்ப்பம் வாய்த்தது. அப்பாடல் 'தேசபக்தன் ஆங்கிலேயனுக்குச் சொல்வது' என்றதாகும்.

அதனை நான் பாடியதும் குதித்தெழுந்தார் தாத்தா. ஆம் – ஆளையே பார்க்க முடியவில்லை. அவ்வளவு முக மாற்றத்தோடு, பரபரப்போடு, 'இது தூத்துக்குடி சிதம்பரம் பிள்ளை . . . க்கு சொன்னதல்லவா ?' என்றார். 'ஆம். அதைத்தான் அவரோடு ஒத்துழைத்து இந்த ஜில்லாவிலேயே வாழ்ந்திருந்த சுப்பிரமணிய பாரதியார் பாட்டாகப் பாடியிருக்கிறார்' என்றேன். உடன் தாத்தா வர்ணிக்கத் தொடங்கினார் திரு. பிள்ளையை. பிள்ளையின் சிங்க கர்ஜனையும், வீரத்தொனியும், தேசீய நாதமும் வார்த்தை வடிவமாக்வன்றி தாத்தாவின் முகத்தில் உணர்ச்சி வடிவத்திலேயே விளங்கின. திருநெல்வேலி ஜில்லாவில் பிள்ளையவர்கள் புரிந்த எண்ணிறந்த பிரசங்கங்களை விரித்துவிட்டு, தூத்துக்குடி சுதேசிக் கப்பல் ஓட்டத்தைப் பற்றி மலைமலையாகக் கூறினார். சர்க்காரை எதிர்த்துப் பேசியதை, தாத்தா விளக்கியதைக் காண நான் ஆச்சரியப்பட்டுவிட்டேன். இதில் பெரிய உண்மை யொன்றுண்டு. அக்காலங்களில் சர்க்காரை எதிர்ப்பதென்றால் அதற்கு உவமை என்ன சொல்வதென்று தெரியவில்லை. கோடிக்கணக்கான முசோலினி விஷக்குண்டுகளின் முன் மனமாரச் செல்வதாகும். அப்படிப்பட்ட காலத்தில் தேசியச் சுடரை ஏற்றி சர்க்காரைக் கண்டித்து சுயராஜ்யம் வேண்டினார் திரு. பிள்ளை. வங்காளத்தில் தொனித்த சுதேசிப் பிரசாரமும், பூனாவில் எழுந்த திலகர் கர்ஜனையும் தென்னாட்டில் சிதம்பரம் பிள்ளையாகிய ரேடியோ கம்பத்தில் மோதி யாண்டும் ஒலியலைகளைப் பரப்பின. அந்த அலைகளில் விஷயம் புரியாத... ஏழை – தென்னாட்டு மக்கள் மிதந்து ஊசலாடினர். தன்னாடு, தன் தேயம், தன்னரசு என்ற பாலை முதலில் திருநெல்வேலி ஜில்லாவுக்கு ஊட்டிய தேசீயத் தாய் சிதம்பரனாராவார். இரண்டு வருடங்கட்கு முன்பு தூத்துக்குடி நண்ணிய சாந்த ரூபி ராஜேந்திர பாபு, தாம், சிதம்பரம் பிள்ளை யென்ற பெரும் தேசபக்தரின் பேரிலிருந்து தூத்துக்குடியை அறிந்திருப்பதாகவும், அம் மகத்துவ மிக்க தேசபக்தரை ஈன்ற தூத்துக்குடியில் மிதிக்கக் குதூகலமெய்துவதாகவும் கூறி திரு. பிள்ளையவர்கட்கு வணக்கம் சொன்னார். இது ஆச்சரியமே யன்று. திலகர் பெருமானின் குறிப்புப் புத்தகத்தை நோக்கின் திரு. பிள்ளையவர்களின் திருப்பெயர் பல் பக்கங்களை அழகு செய்திருக்கும்.

அவர் செய்த தேசவூழியம் இப் பிரிட்டிஷரசாங்கத்திடமிருந்து 6 வருட சிறைவாசத்தை பரிசாக வாங்கிக் கொடுத்து மிளிர்ந்தது. சிதம்பரம் பிள்ளை அப்பரிசை கழுத்தில் கட்டிக்கொண்டார். தன் வக்கீல் ஆடையை – தேசீய உடையை – தொண்டர் கோலத்தை

மாற்றி சிறைத் துணிகளை அணிந்துகொண்டு புன்னகையுடன் இரும்பழிகட்குள் புகுந்தார். அந்த காலத்தில் சிறைவாச மென்றால் இன்றைய ஜெயில் வாழ்வு அல்ல. சீதையிருந்த சிறையினும், சீர்திருத்த கிருஸ்தவரிருந்த இங்கிலாந்து இரத்தமேரியின் இருஞ்சிறையினும் பல கோடி பயங்கரமானது. சிறைப்பட்டோர் மாடாய், இரும்பாய் வேலை செய்யவேண்டும். அதனை அறிவார் வீரர் சிதம்பரம். எனினும் இரும்பழிகளை இசைந்து நண்ணினார். நண்ணி துன்புற்றார். செக்கிழுத்தார். மண் சுமந்தார்; தண்ணீர் இறைத்தார்; நடுவெயிலில் கல்லுடைத்தார்.

அவர் சிறைவாசச் சித்திரவதை 6 வருடம் – ஆ–று–நெ–டி–ய வருடம் நீடித்திருந்தது.

~

பின், பிள்ளையின் நிலைமை என்ன வென்பது வெகு பேருக்குத் தெரியாது. விசேஷமாக எங்களூரில் பலருக்குத் தெரியாது. ஆனால் திருநெல்வேலி கலவரம், சுதேசிப் போராட்டம், அவரது திருப்பெயர் என்பன மட்டிலும் மாயவில்லை. பலர் நினைக்க நினைக்க ஆச்சரியம் கொண்டார்கள்.

பிற்பால் அவர் குடும்பம் நிரம்ப கஷ்டமடைந்திருப்பதாகவும், அவரது திரண்ட ஆஸ்தியெல்லாம் தேசத் தொண்டில் அழிந்துவிட்டதாகவும், அவர் சிறைநீங்கி வக்கீல் தொழிலை மேற்கொண்டிருப்பதாகவும், தமிழ்நாடு அவரது ஊழியத்துக்கு வழக்கம்போன்ற தன் மதிப்பையே கொடுத்திருக்கின்றதென்றும் கேள்விப்பட்டேன்.

இன்னும் சில வருடங்கள் செல்ல, அவர் திலகர் பெருமானின் உத்தமோத்தம சீடரென்றும், பெயரெடுத்த சூரத் காங்கிரசில் அப்பெருமானுக்கு உறுதுணை நின்ற ஒய்யாரர் என்றும், காந்திய வழி அவருக்கு பிடியாததால் அவர் காங்கிரசில் ஈடுபடவில்லை யென்றும் கேள்விப்பட்டேன். ஆயினும் அவர் தேசத்தை மறந்தாரா, காங்கிரசை மறந்தாராவென்றால் இல்லை, இல்லை. அவரது இருதயமே இந்திய வடிவம் பூண்டது; அதில்தான் இரத்தம் ஓடிற்று; எனில் எப்படி மறப்பார்? ஒன்றிரண்டு வருடங்கட்கு முன்பு அவரை தங்கள் வழிக்கு உபயோகப்படுத்திக்கொள்ள வேண்டுமென்னும் கருத்துக்கொண்ட சில ஜஸ்டிஸ் மனப்பான்மை படைத்தோர் சென்னை நேப்பியர் பார்க்கில் ஒரு கூட்டம் கூட்டி 'பார்ப்பனர் – அல்லாதார்' என்பது பற்றிப் பேசினார்கள். அதில் பிள்ளையும் பேசினார். பேசும்போது அவரது வாய் அறிந்தோ அறியாமலோ 'ராஜகோபாலாசாரியார் காங்கிரசிலிருப்பதா

போவதா' என்பது பற்றி பேசத் தொடங்கிவிட்டது. அதனைத் தொடர்ந்து கோவில்பட்டியில் சத்தியாக்கிரகிகளை போலீசார் தரையில் போட்டு இழுத்த ஒரு சம்பவத்தைக் குறிப்பிட்டார். குறிப்பிட்டதும், அவரது கண்மடை திறந்துவிட, கூட்டத்தில் மாலைமாலையாக அழுதார். 'என் தேச மக்களை சர்க்கார் இப்படியும் செய்கிறார்களே; இது சத்தியாக்கிரகிகட்குச் செய்யும் மரியாதையா?' என்று விம்மிவிம்மிச் சொன்னார். இதிலிருந்து வாசகர்காள், திரு. பிள்ளையின் தேசாபிமானத்தையும் காங்கிரஸ் பக்தியையும் அறிந்துகொள்ளலாமன்றோ? 'அவர் நோய்வாய்ப்பட்டிருக்கையில் மரணப் படுக்கையில் காங்கிரசைப் பற்றியே பேசினார். பாரதியாரின் சில பாடல்களைப் பாடிக் கேட்டார்' என்று எழுதுகிறது ஒரு தமிழ்ப் பத்திரிகை. அதில் ஆச்சரியமேயில்லை. பிள்ளையின் ஒவ்வொரு துளி ரத்தமும் தேசாபிமானம் ததும்பி வழிவதால் இயங்குவதாகும்.

~

அவர் எவ்வளவு தேசாபிமானியோ அவ்வளவு பாஷாபிமானியுமாவார். தமிழிலும் ஆங்கிலத்திலும் புலமை – வெறும் அறிவல்ல – புலமை வாய்ந்தவர். பல தமிழ் நூல்களை ஆக்கியுள்ளார். அவற்றில் திருக்குறள் சீர்திருத்தவுரை தமிழறிஞர்கட்கு தகு உணர்வூட்டுவதாகும்.

ஸ்ரீ பிள்ளை பிரிவால் மனமுடைந்து நைந்துநைந்து நெக்கு நெக்குருகும் அவர்தம் பெண்டு பிள்ளைகளைவிட பல ஆயிரம் மடங்கு தமிழ்நாட்டு தேசாபிமானிகளும் விசேஷமாக திருநெல்வேலியாரும் தேம்பி, கரைந்து உருக வேண்டுவதாகும். வீரத்தில் ஊறி, வீரத்தில் வளர்ந்து, வீரத்தில் வாழ்ந்து, வீரமே புரிந்து, வீர உடம்பு கொண்டு, 'வீர சுவர்க்கம்' நண்ணியிருக்கும் பிள்ளை – ஆம், அவர் மரணப்படுக்கையில் 'என் நாடு விடுதலையடைவதைக் காணக் கொடுத்துவைக்கவில்லையே?' என்று வருந்தினராம். அப்பெரியாருக்கு, தேசாபிமான சிங்கத்திற்கு, – ஏன் அவரது சூக்ஷ்ம உடம்புக்கு 'ஐயா! உங்கள் ஆசையை நிறைவேற்றுகிறோம். தியாகம் செய்கிறோம்; நாட்டை விடுவிக்கிறோம். கவலைப்பட வேண்டாம். சில நாளையில் வெற்றி பெறுகிறோம்' என்போம். நம் வெற்றியை, திரு. பிள்ளையின் உலக விடுதலை பெற்ற ஆன்மா, வீரசுவர்க்கத்திலிருந்து பார்த்து ஆநந்திக்கட்டும். அவர் கற்பித்த வந்தே மாதரத்தை முழக்குவோம்.

ஊழியன், 27–11–1936

(ii)

காலஞ்சென்ற தேசபக்தருக்கு தனவைசிய இளைஞர் சங்கத்தார் அனுதாபம்

கொழும்பில் நவம்பர் 22–ந்தேதி பிற்பகல் 3 மணிக்கு ஷை சங்கத்தின் பொதுக்கூட்டமொன்று திரு. எம்.ஆர். சேதுராமனவர்கள் தலைமையில் நடைபெற்றது. தமிழன்னையின் தவப்புதல்வரும் ஒப்பிலாத் தேசீயத் தலைவருமான தேசபக்தர் திரு. வ.உ. சிதம்பரம் பிள்ளையவர்கள் காலஞ்சென்றது குறித்து சங்கத் தலைவர் ஸ்ரீமான் ஆர்.எம்.எஸ்.எம். கதிரேசனவர்கள் கீழ்க்கண்டவாறு ஓர் அனுதாபத் தீர்மானம் கொண்டுவரப்பட்டு, ஏகமனதாகத் தங்கள் அனுதாபத்தை தெரிவித்துக்கொள்வதாக நிறைவேற்றப் பட்டது:

> தென்னாட்டுத் திலகரென போற்றத்தக்க சீரிய தேசபக்தரும், தமிழ்நாட்டினரிடையே தேசீய சுதந்திர உணர்ச்சியை எழுப்பி வீரத்தியாகம் செய்த அஞ்சாநெஞ்சம் படைத்த ஆண் சிங்கமும், தன்னலம் விடுத்துப் பிறர் நலம் கருதும் தியாக உருவாய் வந்த உத்தமத் தமிழரும், உயரிய தமிழ்ப் புலவருமான வீர வாழ்வு வாழ்ந்த வீரத்தியாகி ஸ்ரீமான் வ.உ. சிதம்பரம் பிள்ளையவர்கள் காலஞ்சென்ற செய்தி கேட்டு இச்சங்கத்தினர் தங்களின் ஆழ்ந்த அனுதாபத்தை வருந்தித் தெரிவிப்பதோடு ஸ்ரீமான் பிள்ளையவர்களின் ஆத்மா சாந்திபெற இறைவனைப் பிரார்த்தித்து இத்தீர்மானத்தை திரு. சிதம்பரம் பிள்ளையவர்களின் குடும்பத்தாருக்குத் தெரிவித்துக்கொள்வதென இக்கூட்டம் தீர்மானிக்கிறது.

மேற்குறித்த அனுதாபத் தீர்மானத்தை ஸ்ரீமான் கதிரேசனவர்கள் கொண்டுவரும்போது திரு. சிதம்பரம் பிள்ளையவர்களின் சுதந்திர உணர்ச்சியின் மாண்பையும், அவர் தேசத்திற்கு செய்த தியாகச் செயல்களின் தன்மையையும் பாரத அன்னை ஓர் சிறந்த தேசபக்தரை இழந்து பரிதவிக்க நேரிட்ட நிலை குறித்தும் தன்னலம் விடுத்த அப்பெருந் தமிழ்ப் புலவர் நாட்டுக்குழைத்து இன்னல் பல அனுபவித்து இறுதிவரை வீர வாழ்வு வாழ்ந்து நம்மிடையேயிருந்து பிரிந்துவிட்டது தமிழ் மக்களின் தவக்குறைவே ஆகுமென்றும் எடுத்துக்கூறினார்.

ஊழியன், 4–12–1936

~~

4.

குடிஅரசு

(i)

சிதம்பரம் சிதைவு

தோழர் வி.ஓ. சிதம்பரம் பிள்ளை அவர்கள் முடிவெய்தி விட்டார். தனக்கு இயங்கும் சக்தி இருந்து ஓடி ஆடி உசாவித் திரியும் காலமெல்லாம் தனக்கு சரியென்று தோன்றிய வழிகளில் உழைத்துவிட்டு, ஒடுக்கம் ஏற்பட்டவுடன் அடக்கமாகி விட்டார். இது மக்கள் வாழ்க்கையின் நியாயமான நிலையே ஆகும்.

மிக்க மந்தமான காலத்தில், அதாவது மனிதன் பொது நலமென்றால் மத சம்பந்தமான காரியம் தவிர வேறு ஒன்றும் இல்லை என்றும், அரசியல் என்றால் அது தெய்வீக சம்பந்தமானது என்றும், எப்படி எனில் கூனோ குருடோ அயோக்கியனோ கொள்ளைக்காரனோ ஒருவன் புருஷனாய் அமைந்துவிட்டால் பெய்யெனப் பெய்யும் மழை என்பதற்கு இலக்காகவும், பின் தூங்கிமுன் எழுபவள் போலவும் இருப்பதுதான் பெண்ணின் கற்புக்கு குறியென்றும், அக்கூட்டு தெய்வீக சம்பந்தமாய் ஏற்பட்டதென்றும் சொல்வதுபோல் அரசன் எப்படிப்பட்டவனாய் இருந்தாலும், ஆக்ஷி எப்படிப்பட்டதாய் இருந்தாலும் அரசனை விஷ்ணுவாய்க் கருதி, ஆக்ஷியை வேதக் கோட்பாடாகக் கருதி

வாழவேண்டும் என்று இருந்த பார்ப்பனீய ஆதிக்க காலத்தில், மற்றும் தண்டனை, சிறை என்பவைகள் மகா அவமானகரமாகவும், மகா இழிவாகவும், மகா கொடுமையாகவும் துன்பமாகவும் இருந்த காலத்தில் தென்னாட்டில் முதல்முதல் வெளிவந்து அரசனை எதிர்த்து, அரசியலை இகழ்ந்து துச்சமாய் கருதி தண்டனையை அடைந்து சிறைக் கொடுமையை இன்பமாய் ஏற்று கலங்காமல், மனம் மாறாமல் வெளிவந்த வீரர்களில் முதன்மை வரிசையில், முதன்மை லக்கத்தில் இருந்தவராவார் நமது சிதம்பரம். அதன் பலன் எப்படியோ ஆனாலும், அவராலேயே அநேக பார்ப்பனரல்லாத மக்கள் உண்மை வீரர்களாகவும் சுயநலமற்றவர்களாகவும் வெளிவர முடிந்தது.

தோழர் சிதம்பரம் ஒரு பார்ப்பனராய் இருந்திருப்பாரானால் லோகமானியர், முனீந்திரர், சிதம்பரம் கட்டம், சிதம்பரம் உருவச்சிலை, சிதம்பரநாதர் கோவில், சிதம்பரம் பண்டு, காங்கிரஸ் மண்டபங்களில், காங்கிரஸ் பக்தர் வீடுகளில் சிதம்பரம் கழுத்து சிலை, சிதம்பரம் உருவப்படம் இருக்கும்படியான நிலையை அடைந்திருப்பார். ஆனால் அவர் பிள்ளை. அதுவும் சைவப் பிள்ளையானாலும் 'சூத்திரப்பிள்ளை' ஆனதால் அவர் வாழ்வு அவருக்கே அவ்வளவு மகிழ்ச்சியை கொடுக்காமல் இருந்தது என்பதோடு அவருக்காக ஏற்படுத்தப்பட்ட பண்டுகூட வெளியிட யோக்கியதை இல்லாததாய் இருந்துவருகிறது.

சிதம்பரம் பிள்ளையின் அனுபவத்தை மற்ற தேசாபிமான பார்ப்பனரல்லாதாரும் அறியட்டும் என்பதற்காகவே இதைக் குறிப்பிட்டோம்.

அரசியல் உலகம் அவர் இறங்கின காலத்தில் ஒருவிதமாகவும் இப்போது ஒருவிதமாகவும் இருக்கிறபடியால் ஒரு அளவுக்கு பார்ப்பனரல்லாத தேசபக்தர்களைப் பற்றி ஆறுதல் அடைகிறோம். எப்படியெனில், பார்ப்பனரல்லாத தேசபக்தர்களை பார்ப்பனர் ஒரு அளவுக்காவது, வேஷத்துக்காகவாவது அணைத்துத் தீர வேண்டிய நிலையில் இயக்கங்கள் நிர்ப்பந்தித்துக்கொண் டிருப்பதால் அதிகம் பயப்பட வேண்டியதில்லை.

ஆகையால், சிதம்பரம் பிள்ளையை ஒரு உதாரணமாகக் கொண்டு மற்ற தேசபக்தர்கள் அதற்கேற்றபடி நடந்து கொள்வார்களாக.

குடிஅரசு, 22–11–1936 (துணைத்தலையங்கம்)

(ii)

சிதம்பரம் பிள்ளை சிதம்பர அய்யராயிருந்தால்?
'ஹிந்து', 'மெயில்', 'மித்திரன்', 'ஜெயபாரதி', 'தினமணி' இடம் கொள்ளுமா?
பிறப்புக்கும் பேருக்கும் அடிமையான பித்தலாட்ட தேசம் இதுதானே?

சந்திரன்

'ஏ','பி' வகுப்பு சிறையில்லாத முப்பதாண்டுகட்கு முன்பு சிறைபுகுந்து, வக்கீல் தொழிலிழந்து, தியாகம் பல புரிந்து, கஷ்டநஷ்டங்கள் அடைந்து, கடைசிவரையில் ஏழையாகவே வாழ்ந்து, சென்ற 18–ம் தேதியன்று, 65–வது வயதில் உயிர் துறந்த **வ.உ. சிதம்பரம் பிள்ளை** பிரம்மா தலையிலிருந்து வெடித்தெழுந்த **வ.உ. சிதம்பர அய்யரா** யிருந்திருந்தால், 'ஹிந்து', 'சுதேசமித்திரன்,' 'ஜெயபாரதி', 'தினமணி' முதலிய பழுப்பு வெள்ளை பத்திரிகைகளிலும், 'மெயில்' போன்ற வெளுப்பு பார்ப்பன பத்திரிகைகளிலும் வேறு விஷயங்களுக்கு இடமிருக்குமா? இதுவரையில் இந்நாட்டில் இறந்த வடநாட்டு 'படே'க்களாயிருந்தாலும் சரி, தென்னாட்டுப் 'படே'க்களாயிருந்தாலும் சரி – சிதம்பரம் பிள்ளை தியாகத்துக்கு ஒப்பாகுமா? ஜெயிலிருக்கும் திக்கே தெரியாத கஸ்தூரிரங்கய்யங்கார், ரங்கசாமி அய்யங்கார் முதலியோரின் சேவையும் தியாகமும் பிள்ளை அவர்களின் தியாக முன்பு உறை போடவும் கூடுமா? ரௌலட் சட்டத்தில் கையொப்பமிட்ட சர் சி.வி. குமாரசாமி சாஸ்திரிக்கும், பார்ப்பனரல்லாதாரிடமே பத்து லட்சக் கணக்கில் கொள்ளையடித்து – எல்லா சொத்தையும் பார்ப்பனருக்கே உதவவேண்டுமென்று 'வில்' எழுதி வைத்துவிட்டு இறந்துபோன டாக்டர் ரங்காச்சாரிக்கும் கொடுத்த இடத்தில் 1000–ல் ஒரு பங்குகூட, தேசபக்த சிங்கம் சிதம்பர தங்கத்துக்கு, 'ஹிந்து' முதலிய 'தேசீய' பத்திரிகைகள் கொடுக்கவில்லை யென்றால் இந்த வகுப்புவாதமே உருவெடுத்த சண்டாள பத்திரிகைகள் தேசீயம் பேசி, பாமர மக்கள் தலையில் எத்தனை காலம் மிளகாய் அரைக்க உத்தேசித்திருக்கின்றனவோ தெரியவில்லையே?

போதாக்குறைக்கு சிதம்பரம் பிள்ளை 'காங்கிரஸ்' என்று சொல்லியே உயிர் துறந்தாராம்! சி. ராஜகோபாலாச்சாரி போன்ற பார்ப்பன தலைவர்களின் சூழ்ச்சியை கண்டித்தும், காங்கிரசைவிட தேசமே பெரிதென்று கர்ஜித்த சிங்கமா, அக்ரகாரப் புலிகள் அதிகாரம் செலுத்தும் காங்கிரசைப் பற்றி மகா கவலை

கொண்டு இறந்திருப்பார்? ஒரு வேளை காங்கிரசின் பேரால் பாமர மக்கள் தலைமேல் கல் விழப்போகிறதே என்று வேண்டுமானால் கவலைப்பட்டிருக்கலாம். 'தாலி அறுப்பு', 'ஜவஹர் கூட்டத்தில் யானையை விட்டது', 'ருக்மணி லட்சுமிபதியை சுந்தரராவ் குத்தப்போனது' போன்ற தேர்தல் அபாண்டங்களோடுதான் சிதம்பரம் 'காங்கிரஸ்,' 'காங்கிரஸ்' என்று உயிர் விட்டார் என்ற அபாண்டத்தையும் சேர்க்கவேண்டும்.

சிதம்பரம் பிள்ளை விஷயத்தில் மௌனம் சாதிக்கும் ஜாதிப்பித்து பிடித்த பார்ப்பன பத்திரிகைகளின் போக்கைக் கண்ட பின்னாவது, பார்ப்பனரல்லாதாருக்கு ஆத்திரம் பொங்குமா?

குடிஅரசு, 29-11-1936

~ ~

5.

குமரன்

(i)
திரு. சிதம்பரம் பிள்ளை

சென்ற வியாழனன்று திரு. வ.உ. சிதம்பரம் பிள்ளை காலமானார். தமிழ்நாட்டு மக்களிடையே புதிய உணர்ச்சியை உண்டாக்கியவர் திரு. சிதம்பரம் பிள்ளைதான். காங்கிரஸ் இயக்கத்தில் ஈடுபட தமிழ்நாட்டு மக்கள் தயங்கிய காலத்தில் திரு. சிதம்பரம் பிள்ளை அதில் தீவிரமாக உழைத்து வந்தார். சுதேசிக் கப்பல் கம்பெனி யொன்றை ஆரம்பித்து அதன் மூலம் தேச வளர்ச்சியை நாடினார். தேசத்தொண்டில் ஈடுபட்டு அதனால் ஏற்பட்ட பல இன்னல்களுக்கு ஆளானார். அரசாங்க எதிர்ப்பும் தேச மக்களின் உதவியின்மையும் அவருக்குப் பல கஷ்டங்களை யளித்தன. எனினும் ஊக்கத்தோடு பணியாற்றிவந்தார். அவர் பேரில் தொடரப்பட்ட ஒரு வழக்கில் 40 வருடம் தண்டனை விதிக்கப்பட்டது. ஆனால் ஹைகோர்ட்டார் ஐந்து வருட காலமாக குறைத்தனர். தண்டனை முடிந்து வெளிவந்தவுடன் தரித்திரத்தின் கொடுமையை பூரணமாக அனுபவித்தார். எனினும் அவர் இருதயத்தில் மக்களுக்குத் தொண்டு செய்ய வேண்டுமென்ற பேரவா சுடர்விட்டெரிந்தது.

திரு. சிதம்பரம் பிள்ளை தேச ஊழியர் என்பது மட்டுமல்லாமல் சிறந்த தமிழறிஞராகவுமிருந்தார். அவருடைய நூல்கள் பேருணர்ச்சியை உண்டாக்கத்தக்கவை. நல்ல தமிழில் உணர்ச்சி தரும் வாக்கியங்கள் அமைந்து விளங்கும் அவரது

நூல்கள் தமிழ்மொழிக்கே தனிப்பெருமை நல்குவதாகும். தமிழ்மொழியும் தமிழர்களும் முன்னேற்றமடைய வேண்டுமென்ற பெருநோக்குடன் அவரது நூல்கள் விளங்குகின்றன. சிறந்த அறிஞரும் உண்மை ஊழியருமான திரு. சிதம்பரம் பிள்ளையின் மரணம் தமிழ்நாட்டிற்கே பெருநஷ்டமாகும். அவரது குடும்பத்தாருக்கு நமது அநுதாபம் உரியதாகும். இந்நாட்டில் உண்மை உணர்ச்சியுடன் பொதுஜனத் தொண்டில் ஈடுபடும் குடும்பங்கள் ஆதரிப்பாரற்றுத் தவித்துக்கொண்டிருப்பது சகஜமாகிவிட்டது. அந்நிலையை திரு. சிதம்பரம் பிள்ளையின் குடும்பமும் அடைந்திருப்பதில் ஆச்சர்யமொன்றுமில்லை. திரு. சிதம்பரம் பிள்ளை தேச சேவையே பெரிதென மதித்து தனது குடும்பக் கஷ்டத்தைப் பொருட்படுத்தினாரில்லை. திரு. சிதம்பரம் பிள்ளையின் மரணத்திற்கு தமிழர்கள் வருந்துவது உண்மையானால், அவரது குடும்பம் தரித்திர நிலையினின்றும் விடுபட உதவி செய்வது தமிழர்களின் கடமையாகும்.

குமரன், 26-11-1936 *(தலையங்கம்)*

~

(ii)
சிவகங்கை தாலுகா காங்கிரஸ் கமிட்டி

நவம்பர் 29 அன்று, இக்கமிட்டி தேசபக்தர் வ.உ. சிதம்பரம் பிள்ளையின் பிரிவுக்கு வருந்தி தீர்மானம் போட்டது.

குமரன், 3-12-1936

~~

6.

சிவநேசன்

திருவாளர் வ.உ. சிதம்பரம் பிள்ளையவர்கள்

இவர்களே தென்னாட்டில் தேசபக்த சிகாமணியாய்த் திகழ்ந்தார்கள். 1900ஆம் ஆண்டு முதல் இவர்கள் செய்த தேசியக் கிளர்ச்சி மிகப் பிரபலமுடையது. இவர்களுக்கு மிகுந்த செல்வாக்கிருந்தது. இந்நாட்டினர் தேசவுடைகளையே விரும்பி அணியச் செய்தார்கள். சுதேசி ஸ்டீம் நாவிகேஷன் கம்பெனியை நிறுவி ஐரோப்பியப் புகைக்கப்பல்களுக்குப் போட்டியாக சென்னைக்கும் ரெங்கோனுக்கும் கப்பலோடச் செய்தார்கள். இவர்களின் மனவுறுதியும் நாவன்மையும் எல்லோரையும் வசப்படுத்தியது. துரைத்தனத்தார் இவரைச் சமாதானத்திற்கு அழைத்தும் இவர் இணங்காததினால் 1907–ம் ஆண்டில் ராஜத்துரோகக் குற்றச்சாட்டுக்கு ஆளாகி ஆயுள்வரை தண்டனையடைந்து ஆறு வருடம் சிறையிருந்து விடுதலை செய்யப்பட்டு வறுமை காரணமாக வக்கீல் தொழிலை நடத்தி ஜீவியம் செய்துவந்தார். தமிழில் நல்ல நூலுணர்ச்சியுள்ளவர், பல நூல்களை யியற்றியுள்ளார். இவரைப் போல தேசியத் தலைவர்களைக் காண்பது அரிதினும் அரிது. இத்தகு தலைவரை ஆதரிக்கமாட்டாத இந்நாட்டினரின் அறியாமை மிகவும் வருந்தற்பாலதே. தேசநேசராகிய இப்பெரியார் தூத்துக்குடியில் தமது இல்லத்தில் நவம்பர் 18உ இரவு பரலோக பிராப்தியடைந்தார். 19உ அமைதியாக ஊர்வலஞ் செய்து தகனக் கிரியை நடைபெற்றது.

இவரது பிரிவுக்கு ஊரவர் அனைவரும் வருத்தி 19வயன்று பிறிதொரு காரியமும் பாராத விரதம் பூண்டனர். இச்சுதந்தர சிங்கத்திற்கு ஆண்டு அறுபத்தைந்து. இவரது மனைவியாரும், குமாரர்கள் மூவரும், குமாரிகள் நால்வரும் இருக்கின்றார்கள். வீரப்பிரதாபராய் விளங்கிய சிதம்பரம் பிள்ளையவர்களின் பிரிவு தென்னாட்டினர்க்குமிகவும்பரிபவத்தையுண்டுபண்ணியிருக்கிறது. அவர்களின் ஆன்மா திருவடி நிழலிற் கலந்து இன்புற இறைவரை வேண்டுவோமாக.

சிவநேசன், தாது – கார்த்திகை *(செய்தித் திரட்டு)*

~~

7.

சுதேசமித்திரன்

(i)
தலையங்கம்

உத்தம தேசபக்தரான ஸ்ரீமான் வ.உ. சிதம்பரம் பிள்ளை நேற்றிரவு காலமாகி விட்டதை அறிந்து நாம் மிகவும் விசனிக்கிறோம். தமிழ்நாட்டில் தேசீயம் என்பது என்னவென்று தெரியாமலிருந்த காலத்தில் அதைத் தமிழ் மக்களுக்கு ஊட்டுவதற்காக உழைத்த உத்தமர்களில் அவர் ஒருவர். தூத்துக்குடியில் சுதேசி ஸ்டீம் நாவிகேஷன் கம்பெனியை ஸ்தாபித்தவர்களுள் அவர் ஒருவர். அந்த காலத்தில் தீவிரக் கொள்கைக்காக அவர் பல கஷ்டங்களுக்கும் ஆளாக வேண்டியிருந்தது. அவர் நெஞ்சம் சிறிதும் சளைக்கவில்லை. சிறையிலிருந்து வெளிவந்த பிறகு அவர் தம்மாலியன்ற தொண்டை சென்னையிலிருந்து ஆற்றிவந்தார். பிறகு மீண்டும் வக்கீல் சன்னது பெற்று கோயில்பட்டியில் தொழில் நடத்திவந்தார். அந்த காலத்திலும் தேசபக்தர்களுக்கு அவர் அரிய உதவிகள் செய்துவந்தார்.

அவர் சிறிது காலமாக ராஜீய வாழ்வில் அதிகமாக ஈடுபடாதபோதிலும் தேசம் விடுதலை பெறும்படி செய்ய வேண்டுமென்ற ஆர்வம் அவருக்கு மிகுதியும் இருந்துவந்தது. அவருடைய மரணத்தினால் தமிழ்நாடு ஒரு உத்தம தேசபக்தரை இழந்துவிட்டது. உண்மையான எழுத்தாளரைப் பறிகொடுத்து விட்டது. அவருடைய மரணத்திற்கு நாம் மிகவும் வருந்துகிறோம்.

அவருடைய குடும்பத்ினருக்கு நமது மனப்பூர்வமான அனுதாபத்தைத் தெரிவித்துக்கொள்ளுகிறோம். அவருடைய ஆத்மா சாந்தி அடைக!

சுதேசமித்திரன், 19–11–1936

~

(ii)

மறைந்தார்

சென்னை, நவம்பர் 19

அஸோஸியேடெட் பிரஸுக்குத் தூத்துக்குடியிலிருந்து ஒரு நிருபர் தந்தி மூலம் தெரிவிப்பதாவது:

நேற்றிரவு 11–30 மணிக்கு தேசபக்தர் ஸ்ரீமான் வ.உ. சிதம்பரம் பிள்ளை இந்நகரிலுள்ள தமது வீட்டில் இறந்துபோனார். அவருக்கு வயது 65. ஒரு மாத காலமாக தேக அசௌக்கிய முற்றிருந்தார். இன்று மத்தியானம் 12 மணிக்கு தகன கிரியை நடைபெறும். அவருக்கு மனைவியும், 3 குமாரர்களும், 4 குமாரிகளுமிருக்கின்றனர். அவர்கள்பால் யாவரும் அனுதாபங் காட்டுகின்றனர்.

சுதேசமித்திரன், 19–11–1936

~

(iii)

செம்மலின் இறுதி யாத்திரை

அரிய தேசபக்தர் ஸ்ரீமான் வி.ஓ. சிதம்பரம் பிள்ளை தமது இல்லத்தில் நேற்றிரவு 11 மணிக்கு காலமானார். நகரமெங்கும் செய்தி சீக்கிரத்தில் பரவி யாவரும் துக்கசாகரத்தில் ஆழ்ந்தனர். துக்கத்தை தெரிவிப்பதன் அறிகுறியாக அங்காங்கு கறுப்புக் கதர் கொடிகள் தொங்கவிடப்பட்டன. மளிகைக் கடை முதலாளிகள் கடைகளை அடைத்தார்கள்.

கறுப்பு கொடிகளால் அலங்கரிக்கப்பட்ட விமானத்தில் ஸ்ரீமான் பிள்ளையின் பிரேதம் பல நூற்றுக்கணக்கான காங்கிரஸ்வாதிகளும் அபிமானிகளும் மௌனமாகச் சூழ்ந்துவர தேசிய பஜனையுடன் இடுகாட்டிற்குக் கொண்டுபோகப்பட்டது.

ஸ்ரீமான் பிள்ளையின் பிரேதத்தைத் தகன ஸ்தலத்தில் வைத்ததும் பல பேர்கள் அனுதாபத்துடன் ஸ்ரீமான் பிள்ளையின் தேசீய வாழ்க்கையைப் பாராட்டிப் பேசினார்கள். ஸ்ரீமான் பிள்ளையின் ஞாபகார்த்தமாக திருவுருவச் சிலையை ராலி பிரதர்ஸ் கட்டிடத்திற்கு முன்பாக ஸ்தாபனம் செய்து திறந்து வைக்க வேண்டியது அவசியமெனப் பலர் பேசினார்கள். தகனகிரியை முடிந்த பின் பலர் ஸ்ரீமான் பிள்ளையின் உருவச் சிலை நிதிக்குப் பொருள் உதவினர்.

சுதேசமித்திரன், 21–11–1936

~

(iv)

அநுதாபக் கூட்டம்

தூத்துக்குடியிலிருக்கும் தேசபக்த சிகாமணியாகிய ஸ்ரீமான் வ.உ. சிதம்பரம் பிள்ளை சில காலமாக நோய்வாய்ப்பட்டு இறந்த செய்தி இவ்வூரில் பெருத்த துக்கத்தை உண்டு பண்ணியிருக்கிறது. பொது ஜனங்கள் தங்களுடைய ஆழ்ந்த துயரத்தைத் தெரிவிக்க இன்று மாலை 7 மணிக்கு பாளையங்கோட்டை கோபாலசாமி கோவில் முன்பு ஒரு பொதுக்கூட்டம் நடைபெற்றது. கூட்டத்திற்கு ஸ்ரீமான் டி. கிருஷ்ண பிள்ளை தலைமை வகித்தார். தமிழ்நாட்டில் தேசீய இயக்கத்தையும் சுதேசி இயக்கத்தையும் 30 வருஷங்களுக்கு முன் ஆரம்பித்து, தேச விடுதலைக்காக பலவித தியாகங்களை செய்து கஷ்டங்களை யனுபவித்து பாடுபட்ட தேசபக்தர் சிதம்பரம் பிள்ளையின் மரணத்திற்கு வருந்தியும், அவருடைய குடும்பத்திற்கு அனுதாபத்தைத் தெரிவித்தும் ஒரு தீர்மானத்தை திருநெல்வேலி முனிசிபல் கௌவுன்சிலரும் நகர காங்கிரஸ் கமிட்டியின் தலைவருமான ஸ்ரீமான் கே.வி. நாராயணய்யர் பிரேரணை செய்து உணர்ச்சியுடம் பேசினதின் சுருக்கமாவது:

இப்போதுள்ள வாலிபர்களுக்கு வ.உ. சிதம்பரம் பிள்ளை பற்றி நன்றாய் தெரியாது. ஆனால், இந்த சென்னை மாகாணத்து தேசபக்தர்களில் மிகச் சிறந்தவர். வங்காளத்தில் இயக்கம் ஆரம்பிக்கப்பட்ட காலத்தில் சென்னை மாகாணத்தில் முதலாவதாக நமது ஜில்லாவில்தான் தேசீய இயக்கம் தோன்றியது. அதற்கு தலைவர் சிதம்பரம் பிள்ளையே. அவருக்குத் துணையாக சுப்பிரமணிய சிவாவும் வேலை செய்தார். அந்தக் காலத்தில் ராஜீய உண்ர்ச்சி பலப்படவில்லை. தேசீய இயக்கத்திற்கு ஜனங்களின் ஆதரவு மிக குறைவு. அப்படியிருந்தும் அவர்

தீரத்துடனும் தியாகத்துடனும் வேலை செய்தார். அவர் பேச்சுடன் நின்றுவிடவில்லை. சுதேசி இயக்கத்தை ஆரம்பித்து சுதேசி கப்பல் கம்பெனியை ஆரம்பித்து நடத்தினர். அந்நிய நாட்டு கப்பல் முதலாளிகள் அவருக்குப் பெருத்த லஞ்சம் கொடுக்க முயன்றும் அவர் அதை மறுத்துத் தன் நாட்டின் க்ஷேமத்திற்கு வேலை செய்தார். ஜெயிலுக்குப் போவது சமீபத்தில் சாதாரணமாய் விட்டது. அந்த காலத்தில் அப்படியில்லை. அவர் செய்த பிரசங்கங்களுக்காக இராஜத்வேஷம் குற்றம்சாட்டப்பட்டு முதலில் தீவாந்திர சிக்ஷை விதிக்கப்பட்டு பின்னால் 6 வருஷம் கடுங்காவலாக்கப்பட்டது. அவர் ஜெயிலில் பட்ட கஷ்டம் சொல்லி முடியாது. பின்னால் அவருக்குப் பல கஷ்டங்கள் நேரிட்டத்தினால் மறுபடியும் வக்கீல் தொழிலுக்குப் புக நேரிட்டபோதிலும் அவருடைய கனிந்த தேசபக்திக்கு பாதகம் ஏற்படவில்லை.

ஸ்ரீமான் எஸ். குற்றாலலிங்கம் தீர்மானத்தை ஆமோதித்து ஸ்ரீமான் சிதம்பரம் பிள்ளையின் குணாதிசயங்களைப் பற்றி பேசினார். இராஜேந்திர பிரசாத் சென்ற வருஷம் தூத்துக்குடியில் பேசும்போது தமக்கு அன்று தேசபக்தர் சிதம்பரம் பிள்ளையை தரிசிக்கும் பாக்கியம் கிடைத்தது என்று உற்சாகத்துடன் சொன்னதிலிருந்து வடநாட்டு மாபெருந் தலைவர்களுக்கு சிதம்பரம் பிள்ளை மீதுள்ள பக்தி வெளியாகிறதென்றும் தமிழ்நாடு இன்று ஒரு பெரிய மாணிக்கத்தை யிழந்துவிட்டதாயும் அவர் சொன்னார். எல்லோரும் மௌனத்துடன் நின்று தீர்மானம் நிறைவேற்றப்பட்டது.

சுதேசமித்திரன், 21–11–1936

~

(v)

வ.உ.சி. நிதி
பணம் அனுப்ப வேண்டுகோள்

தென்னாட்டு தேசபக்தர் ஸ்ரீமான் வ.உ. சிதம்பரம் பிள்ளை நிதிக்கு இதுவரை பணம் அனுப்பிவந்தவர்கள் ஸ்ரீமான் பிள்ளையவரின் பேருக்கே பணம் அனுப்பிவந்தார்கள். ஸ்ரீமான் பிள்ளையவர்கள் சென்ற 18–11–36 புதன்கிழமை இரவு இறந்துபோனபடியால், தபால் ஆபீஸில் பணம் பெறுதலில் கஷ்டம் ஏற்படுகிறது. ஆகையினால் பிள்ளையின் நிதிக்கு பணம் அனுப்பும் நண்பர்கள் ஸ்ரீமான் பிள்ளையவர்கள் குமாரர் வி.ஒ.சி. ஆறுமுகம் பிள்ளை,

தூத்துக்குடி என்ற விலாசத்திற்கு பணம் அனுப்பும்படி கேட்டுக்கொள்ளப்படுகிறது.

சுதேசமித்திரன், 23–11–1936

~

(vi)

வ.உ.சி. மனைவி விண்ணப்பம்

காலஞ்சென்ற ஸ்ரீமான் சிதம்பரம் பிள்ளையின் மனைவியார் ஸ்ரீமதி மீனாட்சி அம்மாள் அறிவிப்பதாவது:

எங்கள் குடும்பத்தின்பேரில் அனுதாபமுள்ள எல்லோரும் எங்கள் குடும்பத்திற்கு உதவியாக அனுப்பிய பணத்தை இதுவரை என் மகன் வி.ஒ.சி. ஆறுமுகம் பிள்ளை பேருக்கு அனுப்பிவந்தார்கள். இப்பொழுது என் மகன் உத்தியோக விஷயமாக வேறு ஊருக்கு போய்விட்டபடியால் இனிமேல் எங்கள் குடும்ப சகாய நிதிக்கு பணம் அனுப்புபவர்களெல்லாம் அடியில் குறிப்பிட்ட என் விலாசத்திற்கு அனுப்பும்படி கேட்டுக்கொள்ளுகிறேன்.

விலாசம்: மீனாட்சியம்மாள் (காலஞ்சென்ற சிதம்பரம் பிள்ளையின் மனைவி), கிரேட் காட்டன் ரோடு, மேலூர், தூத்துக்குடி.

சுதேசமித்திரன், 10–12–1936

~

(vii)

சென்னைத் தொழிலாளர் துயரம்

ஸ்ரீமான் வி.ஓ சிதம்பரம் பிள்ளையின் மரணத்தைக் குறித்து அவர்களுடைய குடும்பத்தாருக்கு அனுதாபம் காட்டுவதற்காக நேற்று மாலை சென்னைத் தொழிலாளர் சங்க ஆதரவில் சங்கக் கட்டிடத்தில் ஸ்ரீமான் திரு.வி. கலியாணசுந்தர முதலியார் தலைமையின்கீழ் ஒரு பொதுக் கூட்டம் நடைபெற்றது. இந்தக் கூட்டத்தில் திருவாங்கூர் சமஸ்தானம் தாழ்த்தப்பட்டவர்களுக்கும் ஆலயப் பிரவேச உரிமை வழங்கியிருப்பதை பாராட்டுவதாக நோட்டீஸில் கண்டிருந்தது. ஆனால் ஸ்ரீமான் சிதம்பரம்

பிள்ளையின் மரணத்தைக் குறித்து ஆலயப் பிரவேச விஷயம் இன்னொரு கூட்டத்திற்கு ஒத்திவைக்கப்பட்டது. பலத்த மழை பெய்தபோதிலும் தொழிலாளர்கள் ஏராளமாக கூட்டத்திற்கு வந்திருந்தார்கள்.

ஸ்ரீமான் கலியாணசுந்தர முதலியார், 'ஸ்ரீமான் பிள்ளை மிக சுதந்திர உணர்ச்சி உடையவர். அக்காலத்தில் காங்கிரஸில் உள்ளவர்கள் ஆங்கிலப் படிப்பு படித்தவர்கள். அவர்கள் வருஷம் ஒரு முறை கூடிப் பட்டம் பதவி முதலான விஷயங்களைக் குறித்துத் தீர்மானஞ் செய்வார்கள். அவர்களுக்குச் சுதந்திர உணர்ச்சி இல்லை என்று சொல்லி ஸ்ரீமான் சிதம்பரம் பிள்ளை இந்நிலைமையை மாற்றிக் காங்கிரஸை உண்மையான தேசீய சபையாக ஆக்க வேண்டுமென்று கிளர்ச்சி செய்தார். ராஜீய வாழ்வில் அவர் காலஞ் சென்ற பால கங்காதர திலகரின் கொள்கையைப் பின்பற்றியவர். நாம் மற்றொருவரிடமிருந்து சுயராஜ்யம் பெறமுடியாதென்பது அவருடைய கொள்கை. திலகர் வழியைப் பின்பற்றி, தென்னாட்டில் சுயராஜ்ய விதையை விதைத்தவர். அவர் 6 வருஷ காவல் தண்டனை அக்காலத்தில் அடைந்தார். இக்காலத்தில் 60, 000 பேர்கள் ஜெயிலுக்குப் போவதும் சரி, அக்காலத்தில் ஒரு சிதம்பரம் பிள்ளை ஜெயிலுக்குப் போவதும் சரி. அவர் சிறையில் அநேக கஷ்டங்களை யநுபவித்தார். சிறையினின்று வெளிவந்த பிறகு பெரம்பூரில் வசித்துக்கொண்டு சென்னைத் தொழிலாளர்களுக்கு பெரும் தொண்டு செய்தார். தென்னாட்டுச் சரித்திரம் எழுதப்படுமானால் சுயராஜியத்திற்கு விதை விதைத்தவர் ஸ்ரீமான் சிதம்பரம் பிள்ளை என்று எழுதப்படும். அவர் செய்த வேலைக்கு தமிழ்நாடு சரியான நன்றியறிதலைச் செலுத்த வேண்டும்' என்று கூறினார். அநுதாபத் தீர்மானத்தை பிரரேபித்து ஸ்ரீமான் ஜி. செல்வபதி செட்டியார் பேசுகையில் ஸ்ரீமான் சிதம்பரம் பிள்ளையின் குணாதிசயங்களைப் பெரிதும் பாராட்டி அவருடைய குடும்பத்தாருக்குத் தொழிலாளர்களால் கூடியவரையில் உதவி செய்ய வேண்டுமென்று கேட்டுக்கொண்டார்.

ஸ்ரீமான்கள் ஜி. ராமாஞ்சலு நாயுடுவும் ஆர்.ஏ. ராஜகோபால நாயுடுவும் ஸ்ரீமான் சிதம்பரம் பிள்ளை ஏழைகளிடம் காட்டி வந்த அன்பையும் சேவையையும் பாராட்டிப் பேசினார்கள். எல்லோரும் தீர்மானத்தை நிறைவேற்றி காலஞ்சென்ற பெரியாருடைய ஆத்மா சாந்தியடையுமாறு இரண்டு நிமிஷம் நின்றுகொண்டு பிரார்த்தனை செய்த பின் கூட்டம் முடிவு பெற்றது.

சுதேசமித்திரன், 21–11–1936

~

(viii)
சென்னைப் பொதுமக்கள் கூட்டத்தில் திரு. சத்தியமூர்த்தி

பாரதி, வி.வி.எஸ். ஐயர், சிதம்பரம் பிள்ளை ஆகிய மூவரும் தமிழ்நாட்டில் காங்கிரஸ் வேலைக்கு அஸ்திவாரம் போட்டார்கள். இம்மாதிரிப் பெரியவர்கள் செய்த சேவையை ஒரு நாளும் மறக்கக் கூடாது. ஸ்ரீமான் சிதம்பரம் பிள்ளைக்கு இருமுறை 20 வருஷம் வீதம் தீவாந்திர சிறை விதித்தனர். அவருடைய படத்தைக் காங்கிரஸ் மண்டபத்தில் வைக்க வேண்டும். சிதம்பரம் பிள்ளை நாளென்று ஒரு நாள் குறிப்பிட்டு எல்லாக் கிராமங்களிலும் அதை அனுஷ்டிக்குமாறு செய்ய வேண்டும். தமிழ்நாட்டில் காங்கிரஸ் சுதேசி இயக்கம் நடந்துவருவதற்கு முதல் அஸ்திவாரம் போட்டவர் ஸ்ரீமான் சிதம்பரம் பிள்ளையே. அவருடைய ஞாபகத்தை எந்நாளும் கொண்டாட வேண்டும்.

~

சிதம்பரம் பிள்ளையின் மறைவு தமிழ்நாட்டு மக்கள் அனைவரையும் துயரத்தில் ஆழ்த்தியது. தமிழ்நாட்டின் எல்லா இடங்களிலும் அவருக்கு இதுபோல் அஞ்சலி செலுத்தப்பட்டது.

சுதேசமித்திரன், 24-11-1936

ஆதாரம்: (i)–(vii): *சுதேசமித்திரன்*,
வ.உ. சிதம்பரம் பிள்ளை நூற்றாண்டு நினைவு இதழ், 4/5-9-1972;
(viii): *வ.உ.சி. நூற்றாண்டு மலர்*
(வெளியீடு: வ.உ.சி. நூற்றாண்டுக் குழு, தூத்துக்குடி, 1972)

~~

8.

செந்தமிழ்ச் செல்வி

காலஞ்சென்ற
திரு. வ.உ. சிதம்பரம் பிள்ளை அவர்கள்

இவர்களை அறியாதவர் நம் நாட்டில் இரார் என்றே நினைக்கிறோம். இவர்கள் புகழ்பட வாழ்ந்து தமது அறுபத்தைந்தாம் அகவையில் 18.11.36 புதன்கிழமையன்று இறைவனடி சேர்ந்தமை தமிழ்நாட்டிற்குப் பெருந்துயரை விளைத்துளது. இவர்கள் மக்களிடத்து அளவிலா அன்பும் இரக்கமும் உடையவர்கள். கொண்ட கொள்கையில் மிகவும் உறுதியாய் நிற்பவர்கள். இவர்கள் தேர்ந்த வழக்கறிஞராய் விளங்கினார்கள். கேட்டார்ப் பிணிக்கும் வகையில் பேசும் ஆற்றல் வாய்ந்தவர்கள். இவர்கள் பேச்சுக்களில் நகைச்சுவை நிரம்பித் ததும்பும். இவர்கள் தமது பிற்கால வாழ்க்கையில் தமிழ்ப்பணி யாற்றிவந்தார்கள். திருக்குறள் மணக்குடவருரையை முதன்முறை வெளியிட்டவர்கள் இவர்களே. தொல்காப்பிய எழுத்ததிகார இளம்பூரணருரையை திருத்தமாக வெளியிட்டிருப்பதோடு பொருளதிகாரத்தையும் இளம்பூரணருரையுடன் வெளியிட்டுள்ளார்கள். அகமே புறம், வலிமைக்கு மார்க்கம், சாந்திக்கு மார்க்கம், மனம் போல வாழ்வு ஆகிய நான்கு நூல்களை ஆங்கிலத்தினின்றும் மொழிபெயர்த்து வெளியிட்டுள்ளார்கள். மெய்யறம், மெய்யறிவு முதலிய நூல்களைத் தாமே இயற்றி வெளியிட்டுள்ளார்கள். பதினெண்கீழ்க் கணக்கு நூல்களில் ஒன்றாகக் கருதப்படும் இன்னிலையை உரையுடன் முதன்முதல் வெளியிட்டவர்கள் இவர்களே. திருக்குறளுக்குத் தாமே புத்துரை ஒன்று எழுதியிருப்பதில் அறப்பால் உரை மட்டும் வெளிவந்துள்ளது.

இவர்களுக்குத் தமிழ் மக்கள் செய்யுங் கைமாறு யாதெனின் இவர்கள் பதிப்பித்த நூல்களை வாங்கிப் போற்றுதலேயாகும். முனிசிபல் தலைவர்களும், ஜில்லா போர்டு தலைவர்களும் தங்கள் தங்கள் பள்ளிக்கூடங்கட்குப் பிள்ளையவர்கள் நூல்களைத் தொகுதியாக வாங்கிக் கொடுத்துதவுவார்களாக!

இவர்கள் பதிப்புநூல்களெல்லாம் எமது கழக நிலையங்களில் கிடைக்கப்பெறும்.

செந்தமிழ்ச் செல்வி, தாது – கார்த்திகை *(தலையங்கம்)*

~ ~

9.

தினமணி

ஸ்ரீ. வ.உ. சிதம்பரம் பிள்ளை தேகநிலை
தண்ணீர்கூட இறங்கவில்லை
பாரதி கீதங்களை கேட்க ஆவல்

தூத்துக்குடி தேசபக்தர் ஸ்ரீ வ.உ. சிதம்பரம் பிள்ளை தேகநிலை வரவர மோசமாகிக்கொண்டே வருகிறது. நேற்று முதல் ஒரு கரண்டி தண்ணீர்கூட இறங்கவில்லை. பேசவும் முடியவில்லை. ஆனால் கைஜாடை காட்டுகிறார். சென்ற 4 தினங்களுக்கு முன் பாரதியாரின் சுதந்திர உணர்ச்சி ததும்பிய கீதங்களைக் கேட்க பிரியப்படுவதாகக் கூறினார். உடனே தூத்துக்குடி காங்கிரஸ் கமிட்டி காரியதரிசி ஸ்ரீ பெ. கந்தசாமி பிள்ளை சில தொண்டர்களை அழைத்துவந்து ஸ்ரீ பிள்ளை முன்னால் நின்று பாடும்படி செய்தார். ஸ்ரீ பிள்ளை பாடல்களை காது குளிர கேட்டு வந்தனங் கூறுகையில் 'என்னை சிறையிலடைத்து துன்புறுத்தியவர்கள் முன்னால் நான் சுதந்திர இந்தியாவில் வாழ முடியவில்லையே' என்று கூறினார்.

தூத்துக்குடி வக்கீல் சங்கத்தார் சென்ற வியாழக்கிழமை ரூ. 75 கொண்ட ஓர் பண முடிப்பை ஸ்ரீ பிள்ளையவர்களுக்கு தீபாவளிப் பரிசாக அளித்தார்கள்.

பணப் பையை அளிக்கையில் ஸ்ரீ பால் நாடார், ஸ்ரீ பிள்ளையவர்களின் தேச சேவையையும் வக்கீல் தொழிலின் சாமர்த்தியத்தையும் வியந்து பேசினார். ஸ்ரீ பிள்ளையவர்கள் வாய்திறந்து பேச சக்தியற்றிருந்ததினால் சந்தோஷ முகத்துடன் பணப் பையை பெற்றுக்கொண்டார்.

வந்திருந்த வக்கீல்களுக்கு கற்கண்டு, வெற்றிலை பாக்கு வழங்கிய பின் கூட்டம் கலைந்தது.

தினமணி, 17-11-1936

10.

நகரதூதன்

(i)

தூத்துக்குடி
வி.ஓ. சிதம்பரம் பிள்ளை மரணமானார்

பிரபல தமிழ்நாட்டுத் தேசபக்தரும் தமிழ் இலக்கியப் பண்டிதருமான தோழர் வி.ஓ. சிதம்பரம் பிள்ளை சென்ற 18–ந் தேதி புதன் கிழமை இரவு 11–மணிக்கு தூத்துக்குடியில் மரணமானார். அவர் சென்ற ஒரு மாத காலமாக பாரிச வாயுவினால் கஷ்டப்பட்டுக்கொண்டிருந்தார். ஜுரமும் அவரைக் கஷ்டப்படுத்திவந்தது. கடைசியில் சௌக்கியப்படாமல் இறந்துபோனார்.

தோழர் சிதம்பரம் மரணமடைந்த செய்தி தெரிந்தவுடன் எல்லாக் கடைகளும் அடைக்கப்பட்டன. மறுநாள் வியாளக்கிழமை ஊரில் ஹார்த்தால் அனுஷ்டிக்கப்பட்டது.

நகரதூதன், 22–11–1936

~

(ii)

சிதம்பரம் – சுப்பிரமணியம் நிதி
திருச்சியில் ஜனநாயகக் கட்சி கூட்டத்தில் தீர்மானம்

காலஞ்சென்ற வி.ஒ. சிதம்பரம் பிள்ளை அவர்களைக் குறித்து இங்குள்ளவர்களுக்கு நான் அறிமுகஞ் செய்துவைக்க வேண்டியதில்லை. அவர் தேசப்பணியில் சிறந்த – தேசமறிந்த தேசபக்தராவர். தோழர் பிள்ளை அவர்களிடம் எனக்கு நெருங்கிய தொடர்பொன்றும் அதிகமில்லை. ஆனால் சில ஆண்டுகட்கு

முன்னர் சென்னையில் கூட்டப்பட்ட மகாநாட்டிற்கு அவர் விஜயஞ்செய்தகாலை நான் அறிமுகப்படுத்தப்பட்டேன். பத்திரிகைகளிலும் தலைவர்களின் சொற்பொழிவுகளிலும் மிகுதியும் அடிபட்டுவந்த அப்பெரியாரின் திருமேனியைக் காண நான் பெருமகிழ்ச்சியடைந்தேன். மற்றும் அவரது வாழ்க்கையைச் சரித்திரமாகப் பிடித்து வெளியிட அவரிடம் சந்தர்ப்பம் வேண்டினேன். அவரும் சம்மதமளித்தார். ஆனால் எதிர்பாராத சம்பவங்கள் அன்று எனக்கும் அவருக்குமிடையே குறுக்கிட்டுவிட்டதால் நான் கூறியபடி அன்று மாலை அவரைக் காணுதற்கில்லாது போய்விட்டது. சமீபத்தில் கட்சி சார்பாய் திருநெல்வேலிக்குப் பிரயாணமாகிக்கொண்டிருந்தேன். ரயிலில் போகும்போதே தூத்துக்குடி சென்று அவரது உடல்நிலைமை யறிய ஆசைப்பட்டேன். ஆனால் எதிர்பாராதவிதமாய் மறுநாள் காலை பெரியார் காலமானதாக தினசரிகளில் செய்திகள் காணப்பட்டது. சுமார் ஒரு மணி நேரம்வரை அச்செய்தி என்னைச் சற்றும் தனித்துவிடாமல் சூழ்ந்து நின்றது. மறுநாள் பொதுக் கூட்டமொன்றில் பேசும்போது காங்கிரஸ்காரர் ஒருவர் 'வி.ஓ. சிதம்பரம் பிள்ளைக்கும் உங்களுக்கும் என்ன சம்மந்தம்? நீங்கள் ஏன் அவரைப் பற்றிப் பேசுகிறீர்கள்' என்று என்னைக் கேள்வி கேட்டார். நான் அப்போதே தோழருக்கு சரியான முறையில் கூட்டத்திலேயே பதில் கூறினேன். தோழர் பிள்ளையை அவ்வளவு சொந்தம் பாராட்டிய காங்கிரஸ்காரர்களின் நிலைமை இன்றைக்கு என்ன? அவரை உயிருள்ள காலத்தில் திண்டாட்டத்திற்குள்ளாக்கியதைவிட இன்று அவரது மனைவி மக்களைத் தத்தளிக்கவிட்டுக்கொண்டிருக்கிறார்கள். பேச்சளவில் அனுதாபமும், எழுத்தளவில் தீர்மானங்களுமே காட்டப்பட்டு வருகிறது. தூத்துக்குடி வக்கீல்மார் சங்கத்திலிருந்து மட்டும் 75 ரூபாய் கொடுத்துதவியதாகக் கேள்விப்பட்டேன். அவரது மனைவியார் நேற்றைய பத்திரிகைகளில் ஒரு அறிக்கை விடுத்திருக்கிறார். அதில் தமிழ்நாட்டிலிருந்து ஆதரவைப் பெரிதும் விரும்புகிறார். எனவே இங்கு நமது கட்சி சார்பில் கூட்டப்பட்ட இக்கூட்டம் முந்தியவர்களைப் போலவே இருந்துவிடாமல் உருப்படியான ஒரு வேலையைச் செய்வதில் கவனஞ் செலுத்துமாக...

காலஞ்சென்ற சிதம்பரம் பிள்ளை எ, பி, சி வகுப்புகள் சிறைக் கோட்டத்தில் இல்லாத காலத்தில் ஆயுள் தண்டனையடைந்து, இடையில் விடுதலையடைந்தவுடன் பிழைப்புக்கு மார்க்கமில்லாமல் மயிலாப்பூர் பிரபல வக்கீலும், காங்கிரஸ் தலைவருமான ஒருவரை அணுகி 15 ரூபாய் சம்பளத்தில் குமஸ்தா வேலை கேட்டும் கொடுக்கப்படவில்லை என்று கூறப்படுகிறது. 20 லட்ச ரூபாயை 2 தம்பிடிகளாகக் கருதி சுதேசிப் போராட்டத்தில்

இழந்த சிதம்பரம் பிள்ளையின் நிலைமை நமக்கு ஓர் உதாரணமாய் இருக்க வேண்டுகிறேன். இப்பொழுது காங்கிரஸ்காரர்கள் படேல் நிதி வசூலிக்கிறார்கள். காலஞ்சென்ற பிள்ளையவர்களின் மனைவி மக்கள் கூச்சல் காதில்படாமல் செய்யப்படும் இச்செய்கை வெறுக்கக்கூடியதாகும்.

(1936 டிசம்பர் 10ஆம் நாள் மாலை திருச்சி உறையூரில் நடந்த கூட்டத்தில் வ.உ.சி., ஜஸ்டிஸ் கட்சித் தொண்டர் டி.வி. சுப்பிரமணியம் ஆகியோருக்கு இரங்கல் தெரிவித்து ஜனநாயகக் கட்சியின் செயலாளர் கே.எம். பாலசுப்பிரமணியம் ஆற்றிய தலைமையுரை)

நகரதூதன், 18-12-36

~ ~

11.

நவசக்தி

தென்னாட்டுத் தந்தையின் பிரிவு

தென்னாட்டுத் தந்தை – தமிழ்த் திலகர் – வ.உ. சிதம்பரம் பிள்ளை – இவ்வுலக வாழ்வு நீத்தார் என்று கேட்டு ஆறாத்துயருறுகிறோம். சிறந்த தேசபக்தர் – ஒரு பெருந்தமிழ் வீரர் – மறைந்தார். தமிழ்த்தாய் கலங்குகிறாள். கண்ணீர் உகுக்கிறாள். சிதம்பரனாரது அஞ்சாநெஞ்சையும், அரிமா நோக்கையும், பீடு நடையையும் இனி என்றே தமிழ் நாடு காணும்!

நண்பர் சிதம்பரம் பிள்ளை திருநெல்வேலி சைவ வேளாண் குலத்தில் தோன்றியவர்; தமிழும் ஆங்கிலமும் பயின்றவர்; வக்கீல் தொழில் செய்தவர்; 1905-ம் ஆண்டுமுதல் காங்கிரஸ் தொண்டில் ஈடுபட்டுத் தென்னாட்டைத் தட்டி எழுப்பியவர்; சீர்திருத்தக்காரர்; அறுபத்தைந்தாண்டு உலகில் வாழ்ந்தவர். அவர் சென்ற புதன்கிழமை இரவு பருவுடல் நீத்துப் புகழுடல் எய்தினார்.

அன்பர் சிதம்பரம் பிள்ளையின் அரசியல் வாழ்வு போற்றற்குரியது; தூய்மையானது. காங்கிரஸ் 1905-ம் ஆண்டுவரை எந்நிலையிலிருந்தது என்பதை விரித்துக் கூற வேண்டியதில்லை. அக்காலக் காங்கிரஸ்காரர் பலர் அதிகாரவர்க்கத்தார் அடிவருடுபவராயிருந்தவர்; உத்தியோக வேட்டையில் உணர்வு செலுத்தி வந்தவர்; உரிமை உணர்வின்றிக் கிடந்தார் என்று சுருங்கக் கூறலாம். அந்நாளில் நமது தென்னாடு எப்படி இருந்தது? இருள் இருள்மயமாயிருந்தது! எங்கணும் அடிமை இருளே சூழ்ந்துகிடந்தது. அவ்விருண்ட காலத்தில் வீர முழக்கத்தாலும் தியாகத்தாலும் தென்னாட்டில் சுதந்திர விளக்கையேற்றியவர் [...] சிதம்பரனார்.

தேசபக்தர் சிதம்பரம் பிள்ளை [. . .] திலகரை அரசியல் [. . .] அவர்வழி சிதம்பரம் பிள்ளையின் சேவைக்கு எதிர்ப்பு அதிகமிருந்தது. காலஞ்சென்ற ஸர் வி. கிருஷ்ணசாமி ஐயரும், அவரைச் சேர்ந்தவரும் தென்னாட்டில் திலகர் கொள்கை வேரூன்றாதவாறு தீங்கிழைத்தனர்.

பலதிற இடருக்கிடைத் திலகர் பெருமான் கொள்கை அன்பர் சிதம்பரம் பிள்ளையின் இடையறா உழைப்பால் விதைக்கப்பட்டது; வளர்க்கப்பட்டது. பிள்ளையவர்கட்கு அதுபோழ்து பக்கத் துணைவராயிருந்தவர் பலர். அவருள் குறிக்கத்தக்கவர் சுப்பிரமணிய சிவம், சுப்பிரமணிய பாரதி, சுரேந்திரநாத் ஆரியா, சக்கரைச் செட்டியார், எஸ். துரைசாமி ஐயர் முதலியோர்.

காங்கிரஸைத் தங்கள் கோட்டையாக்க மிதவாதிகள் முயன்ற வேளையில், காங்கிரஸின் ஆண்டுக் கூட்டம் சூரத்தில் கூடிற்று. அதைத் தம் வழியில் திருப்பிக்கொள்ள அல்லது உடைத்தெறியத் திலகர் பெருமான் வீறுகொண்டெழுந்தார். அவருக்குத் துணைபுரியச் சிதம்பரனார் தென்னாட்டினின்றும் படைகளைத் திரட்டிய காட்சி இன்னும் நம் கண்முன்னே நிலவுகிறது. சூரத் காங்கிரஸைத் திலகர் பெருமான் உடைத்தெறிந்த பெருமையில் நம் சிதம்பரனார்க்கும் பங்கு உண்டு.

அச்சத்தால் பீடிக்கப்பட்டிருந்த தென்னாடு பிள்ளையவர்கள் உழைப்பால் அஞ்சாமையைப் பெற்றது. அன்று தென்னாடு புரிந்த சுதந்திரப் போர் சரித்திரத்திற் பதிந்து கிடைக்கிறது. அப்போர்த் தலைவரும் மறைந்தார்.

திலகர் எழுப்பிய சுயராஜ்யக் கிளர்ச்சியின் அடியில் சுதேசீயம் என்னும் உயிர்நாடி ஓடிக்கொண்டிருந்தது. அப்பொழுது பொதுவாக இந்தியா முழுவதும், சிறப்பாக வங்காளத்திலும் சுதேசியக் கிளர்ச்சி மதர்த்தெழுந்து நின்றது. அக்கிளர்ச்சியில் மூழ்கிய சிதம்பரம் பிள்ளை தூத்துக்குடியினின்றும் கொழும்புக்குப் பரதேச ஸ்டீம் நாவிகேஷன் கம்பெனி சார்பில் கப்பல் ஓடுவது கண்டார். சுதேச பக்தர் – சிதம்பரம் பிள்ளை – சுதேச ஸ்டீம் நாவிகேஷன் கம்பெனியொன்று காண முயன்றதும், அம்முயற்சியில் அவர் வெற்றிபெற்றதும் உலகுக்குத் தெரியும். அவர்தஞ் சுதேசப் பற்று அளப்பரியது. சுதேசீயத்தில் மலர்வது சுயராஜ்யமென்பதை அவர் நன்குணர்ந்தார். அவர்தம் உணர்வுக்கேற்றமுறையில் தொண்டாற்றினார். பிற்காலத் தமிழ்நாட்டுக் காங்கிரஸ் முறை அவருக்கு இடங்கொடுக்கவில்லை. ஒரு சுதேசக் கப்பல் கம்பெனியைக் கண்ட பெருமையும் பிள்ளையவர்கட்கு உண்டு.

தென்னாட்டைத் தட்டி எழுப்பிய வீரரை அதிகாரவர்க்கம் விட்டதோ? வீரர் சிதம்பரம் பிள்ளை பிடிபட்டார்; சிறைபட்டார்; அந்நாளைய சிறைக்கும் இந்நாளைய சிறைக்கும் வேற்றுமையுண்டு. அந்நாளைய தேசபக்தர் சிறை பெரும் பெருந்தூறுகளைக் கொண்ட கொடிய காடாயிருந்தது. இந்நாளைய தேசபக்தர் சிறை பூங்காவனமாயிருக்கிறது. தியாகமூர்த்தி சிதம்பரம் பிள்ளை சிறையில் பட்ட பாட்டை நினைக்கநினைக்க உள்ளங் குழைகிறது. அந்தோ! சிதம்பரம் பிள்ளை வந்தேமாதர மந்திரத்தை முழக்கிக்கொண்டு மண்ணெடுத்தார்; கல்லுடைத்தார்; செக்கிழுத்தார். அவர்தஞ் செக்கிழுத்த சேவையன்றோ தென்னாட்டின் விழிப்புக்கு மூலமாயிருந்தது? அத்தகைத் தேசபக்தர் நாட்டைவிட்டுப் பிரிந்தார்! நாட்டின் துரதிருஷ்டம்!

அறிஞர் சிதம்பரம் பிள்ளை சிறையினின்றும் வெளிப்போந்த பின்னைப் பெரிதுஞ் சென்னையில் வதிந்தார்; அவ்வேளையில் அவர் தொழிலாளர் இயக்கத்துக்கு ஊக்கமூட்டியதைச் சிறப்பாகக் குறிக்கலாம். பின்னே அவர் கோவைக்கேகித் தொண்டாற்றினார்.

தோழர் சிதம்பரம் பிள்ளை மீண்டும் தமது வக்கீல் தொழில்புரியப் புகுந்தார். இதற்குரிய காரணங்கள் பல. அவைகளுள் ஒன்று, காங்கிரஸில் திலகர் கொள்கை இடம்பெறா தொழிந்தமையேயாகும். சிதம்பரம் பிள்ளைக்குக் காந்தீயத்தில் சிறிதும் நம்பிக்கை கிடையாது. காந்தீயத்தால் நலன் விளையாது என்பது அவர்தம் நம்பிக்கை. காங்கிரஸ் காந்தீயத்தில் ஒன்றியதனால், சிதம்பரம் பிள்ளையின் சேவைக்குக் காங்கிரஸில் இடமில்லாமற்போயிற்று.

சிதம்பரம் பிள்ளை எளிதில் கொள்கையை மாற்றிக் கொள்பவரல்லர். காற்று எப்படி வீசுகிறதோ அப்படித் திரும்பும் நீர்மை பிள்ளையவர்களின் பிறவியில் அமையவில்லை. அவர் இறக்கும்வரை திலகர் நேயராகவே இருந்தார்.

அன்பர் சிதம்பரனார் தமிழ்த் தாய்க்குச் செய்த தொண்டுகள் பல; பல திறத்தன. அவர் திருக்குறளுக்கு உரைகண்டார். தொல்காப்பியத்தை இளம்பூரணருரையுடன் வெளியிட்டார்; ஆங்கிலத்தினின்றும் சில நூல்களை மொழிபெயர்த்தார். சிதம்பரனார் பிரிவால் தமிழ்நாட்டுக்குப் பெரு நஷ்டம் விளைந்தது என்று கூறல் மிகையாகாது.

சிதம்பரம் பிள்ளை பேச்சில் வல்லவர். இளமையில் அவர் பேச்சில் வீர கர்ச்சனையே செறியும். அவர்தம் அரைமணி நேரப்பேச்சு ஆறாயிரம் பேரைத் தேசபக்தராக்கும். வீரச் சுவையின்றி அவர்க்குப் பேசத் தெரியாதென்றே கூறலாம்.

வீரர் சிதம்பரம் பிள்ளைக்கு இராஜதந்திரம் தெரியாது. சூழ்ச்சியுங் கரவும் அவரை அறியா. அவர் உள்ளொன்று வைத்துப் புறமொன்று பேசியதில்லை. இகல் எரி முதலியன அவர்தம் நெஞ்சில் நெடிது நிலவா.

தேசபக்தியும், தமிழ்வேட்கையும், வீரப் பேச்சும், குணநலமும் ஒருங்கே வாய்க்கப்பெற்ற ஒரு பெருந்தமிழ் மாணிக்கத்தை நாம் இழந்தோம். அம் மாணிக்கம் போன்றதொன்று மீண்டுந் தமிழ்த்தாயின் வயிற்றில் கருக்கொள்ள ஆண்டவன் அருள் செய்வானாக.

தேசபக்தர் சிதம்பரம் பிள்ளையின் சேவைக்கு அறிகுறியாக நினைவுக்குறிகள் ஆங்காங்கே அமைக்கத் தற்போதுள்ள காங்கிரஸ் தலைவர்கள் முயல்வார்களாக.

பிள்ளையவர்கள் பிரிவால் மனமுடைந்து நைந்து நைந்துருகும் அவர்தம் அருமை மனைவியார்க்கும் புதல்வர்க்கும் மற்றவர்க்கும் நமது மனமார்ந்த அநுதாபத்தைத் தெரிவித்துக்கொள்கிறோம்.

தமிழ்ப் பெரியார் சிதம்பரனார் வீரத்தில் ஊறி, வீரத்தில் பிறந்து, வீரத்தில் வளர்ந்து, வீரத்தில் மூழ்கி, வீரவாழ்க்கை நடத்தி, வீரப்போர் புரிந்து, வீரத்தில் மறைந்தார். அவர்தம் ஆருயிர் ஆண்டவன் அருளொளியில் ஒன்றித் திளைத்து அமைதியுறுவதாக.

வந்தே மாதரம்.

நவசக்தி, 20–11–1936 *(தலையங்கம்)*

12.

மணிக்கொடி

அழியாச் சுடர்!

ஒரு தீபத்திலிருந்து மற்றொன்று சுடர் கொள்ளுகிறது. முதல் தீபம் எண்ணை தீர்ந்து, திரி குறுகி நின்றுவிடுகிறது. ஆனால் அந்த தீபத்தைக் கரணமாகக் கொண்டு ஒளியைப் பரப்பிய சுடர் அணைவதில்லை. அது மற்றொரு தீபத்தில் அதோ ஒளியை வீசிக்கொண்டிருக்கிறது. அது அழியாச் சுடர். அமரஜோதி!

இந்த நூற்றாண்டின் ஆரம்பம் இந்திய நாட்டின் புதுவாழ்வின் வைகறை. சுதந்திர ஒளி கீழ்த்திசை அடிவானத்தில் அப்பொழுதுதான் எழுந்து பரவிக்கொண்டிருந்தது. தென்திசைக்கோடியிலிருந்த ஸ்ரீ சிதம்பரம் பிள்ளையின் ஆத்மதீபம் தூண்டிவிடப்பட்டு அந்தப் புதிய ஒளியிலிருந்து சுடர் கொண்டது.

ஸ்ரீமான் சிதம்பரம் பிள்ளை அந்தச் சுடரைக் கொண்டு நாட்டிலெங்கும் சுதந்திர வாஞ்சையை நாட்டினார். கனல்மூட்டினார். இன்று அந்த தீபம் ஓய்ந்து ஒடுங்கிவிட்டது. அவர் மூட்டிய கனல் ஓயவில்லை. ஒன்றுக்கு ஆயிரமாகச் சுடர் கொண்டு பிரகாசிக்கிறது.

> சதையைத் துண்டு துண்டாக்கினு முன்னெண்ணம்
> சாயுமோ? - ஜீவன் - ஓயுமோ?
> இதயத்துள்ளே யிலங்கு மகா பக்தி
> யேகுமோ? - நெஞ்சம் - வேகுமோ?

என்று அன்று பாரதி பாடினார் ஸ்ரீ பிள்ளையைப் போற்றி. கடைசிமூச்சுப் பிரியும்வரை அவருடைய அந்த மகாபக்தி ஓயவில்லை.

ஸ்ரீ சிதம்பரம் பிள்ளை இன்று மறைந்து விட்டார்.

சுமார் மூன்று வருஷங்களுக்கு முன் வ.ரா. 'காந்தி'யில் எழுதிய 'சிதம்பரம் பிள்ளைச் சித்திரத்தை' கீழே தருகிறோம். – ஆசிரியர்.

~

அழியாச் சுடர்!

ஒரு தீபத்திலிருந்து மற்றொன்று சுடர் கொள்ளுகிறது. முதல் தீபம் எண்ணை தீர்ந்து, திரிகருகி நின்றுவிடுகிறது. ஆனால் அந்த தீபத்தைக் காரணமாகக்கொண்டு ஒளியைப் பரப்பிய சுடர் அணைவதில்லை. அது மற்றொரு தீபத்தில் அதோ ஒளியை வீசிக்கொண்டிருக்கிறது. அது அழியாச் சுடர். அமரஜோதி!

இந்த நூற்றாண்டின் ஆரம்பம் இந்திய நாட்டின் புதுவாழ்வின் வைகறை. சுதந்திர ஒளி கீழ்த்திசை அடிவானத்தில் அப்பொழுதுதான் எழுந்து பரவிக்கொண்டிருந்தது. தென்திசைக் கோடியிலிருந்த ஸ்ரீ சிதம்பரம் பிள்ளையின் ஆத்மதீபம் தூண்டிவிடப்பட்டு அந்தப் புதிய ஒளியிலிருந்து சுடர் கொண்டது.

ஸ்ரீமான் சிதம்பரம் பிள்ளை அந்தச் சுடரைக்கொண்டு நாட்டிலெங்கும் சுதந்திர வாஞ்சையை நாட்டினார். கனல்மூட்டினார்.

இன்று அந்த தீபம் ஓய்ந்து ஒடுங்கி விட்டது. அவர் மூட்டிய கனல் ஓயவில்லை. ஒன்றுக்கு ஆயிரமாகச் சுடர் கொண்டு பிரகாசிக்கிறது.

"சதையைத் துண்டு துண்டாக்கினு முன்
னெண்ணம் சாயுமோ?—ஜீவன்—ஓயுமோ?
இதயத்துள்ளே யிலங்கு மகா பக்தி
யேகுமோ?—நெஞ்சம்—வேகுமோ?"

என்று அன்று பாரதி பாடினார் ஸ்ரீ பிள்ளையைப்போற்றி. கடைசிமூச்சுப்பிரியும்வரை அவருடைய அந்த மகாபக்தி ஓயவில்லை.

ஸ்ரீ சிதம்பரம் பிள்ளை இன்று மறைந்து விட்டார்.

வ.உ. சிதம்பரம் பிள்ளை

வ.ரா.

வெற்றி அதிர்ஷ்டம் சிலருக்குத்தான் கிட்டும். பல போர் வீரர்கள் மாண்டதன் பின்னரே போர்க்களத்தில் ஒரு கட்சிக்கு வெற்றி கிடைக்கிறது. இறந்தவன் முட்டாள் என்றும் மிஞ்சினவர்கள் புத்திசாலிகள் என்றும் சொல்லக்கூடுமா ? விடுதலைப் போராட்டப் பருவ காலங்களில், முதன்முதலாக, விடுதலையில் தாகம் ஏற்பட்டு உழைப்பவர்கள், கடைசிக்கால வெற்றியை கண்ணிலே காணுவதில்லை. ஆனால் இறுதி வெற்றிக்கு அவர்களுடைய முதல் முயற்சியே அஸ்திவாரமாகும். தமிழ்நாட்டில் சுயராஜ்ய தாகம் ஏற்பட்டதற்கு மூலகாரணர்களில் சிதம்பரம் பிள்ளை அவர்கள் ஒருவர்.

சாதாரணமாய், சிதம்பரம் பிள்ளை அவர்களை தூத்துக்குடி சிதம்பரம் பிள்ளை என்பார்கள். ஆனால் அவர் சொந்த ஊர், தூத்துக்குடிக்கு அருகாமையிலுள்ள ஓட்டப்பிடாரம் என்று நினைக்கிறேன். அவருக்கு சில மாதங்களுக்கு முன்னர், அறுபது ஆண்டு பூர்த்தியாகி, விழாக் கொண்டாடப்பட்டதை பத்திரிகைகளில் நம்மில் பலர் படித்திருக்கலாம். ஆனால் தலையில் நரை சிறிதும் காணாத அதிர்ஷ்டசாலி.

1905–ம் ஆண்டில், அரசாங்கத்தை நிர்வாகம் செய்துவந்த கர்ஸன் பிரபு, வங்காளத்தை, கீழ் வங்காளம், மேல் வங்காளம் என்று இரண்டு கூறுகளாகப் பிரித்தார். இது மொத்தம் வங்காளிகளுக்குப் பிடிக்கவில்லை.

கூறுகளின் அமைப்பைப் பார்த்தால் வங்காளிகளை ஹிந்துக்கள், முஸ்லீம்கள் என்று பகுதிகளாக அரசாங்கத்தார் பிரித்து ஆளப் பார்ப்பதாக வங்காளிகளுக்குத் தோன்றிற்று. அவர்கள் கிளர்ச்சி செய்து ஆட்சேபித்தார்கள். வங்காளப் பிரிவினை ரத்துக் கிளர்ச்சியிலிருந்து பிறந்ததுதான் சுயராஜ்யக் கிளர்ச்சி. எனவே, சுயராஜ்யக் கிளர்ச்சிக்கு வங்காளம் தாயகம்.

இந்தக் கிளர்ச்சியின் உதயக் காலத்தில் வங்காளி பாஷையில் பல பத்திரிகைகள் தோன்றின. இவைகளில் சிறந்தவை 'வந்தே மாதரம்', 'நியூ இந்தியா'. இந்தப் பத்திரிகைகளை ஆரம்பித்தவர் காலஞ்சென்ற விபின் சந்திர பாலர். இந்தப் பத்திரிகைகளின் எழுத்து நாடெங்கும் பரவலாயிற்று. இந்தியாவின் பல பாகங்களில் இவைகளை ஆவலுடன் படித்தார்கள். வங்காளத்தின் நூதன உணர்ச்சியின் வேகம், இந்தியாவின் மூலைமுடுக்குகளிலும் போய்த் தாக்கிற்று.

சென்னை மாகாணத்தில், சிறப்பாகத் தமிழ்நாட்டில், இந்த நூதனக் கிளர்ச்சியிலும் உணர்ச்சியிலும் தீவிரமாக ஈடுபட்டவர்கள் நால்வர். 'மித்திரன்' பத்திரிகையின் ஆசிரியர் சுப்ரமணிய அய்யர், 'ஞானபானு' பத்திரிகையை நடத்திவந்த சுப்ரமணிய சிவம், நமது தமிழ்நாட்டுக் கவி சுப்ரமணிய பாரதியார், கடைசியாக நமது சிதம்பரம் பிள்ளை அவர்கள். மூன்று சுப்ரமணியங்களும் விண்ணுலகுக்கு ஏகிவிட்டார்கள். அக்காலத்துக்கும் இக்காலத்துக்கும் தொடர்பாக, சிதம்பரம் பிள்ளை ஒருவரே, பாக்கியாக மிஞ்சியிருக்கிறார்.

அக்காலத்தில் 'வந்தே மாதரம்' என்று உரக்க சத்தம் போட்டுச் சொல்ல முடியாது. அவ்வளவு பயம்; போலீசாரின் கிலி. வீடுகளில், கிழவர்களின் தொந்திரவு. ஜெயில் என்றால் ஆறுமாதம் ஒருவருஷமல்ல; ஐந்து வருஷங்களுக்குக் குறையாது. கடின காவல். தீபாந்திர சிட்சையும் ஏற்படும். ஜெயிலில், இப்பொழுதிருக்கிற வசதிகள்கூட அப்பொழுது கிடையாது. ஜெயிலில் இப்பொழுது காங்கிரஸ் கைதிகள் 'ஜே' சத்தம் போடுகிறார்களே, அப்பொழுது போட முடியுமா? போட்டால் எலும்புகள் நொறுங்கிப்போனாலும் போகும். சுயராஜ்யத்தின் அவசியத்தைச் சிறிதும் உணராத காலம். சுயராஜ்யம் என்னவென்று கற்பனைசெய்துகூடப் பார்க்க இயலாத மனிதக் கூட்டம். இத்தனை நிர்ப்பந்தங்களுக்கிடையே ஒருவன் சுயராஜ்யத்தைப் பற்றிப் பேசுவதாயிருந்தால், அவனுக்கு எவ்வளவு தன்னம்பிக்கையும் துணிவும் வேண்டும்?

சுயராஜ்யப் பித்துப் பிடித்திருந்தாலொழிய அத்தகைய நம்பிக்கையும் துணிவும் உண்டாவது அருமை. சிதம்பரம் பிள்ளை அவர்கள் அக்காலத்தில் சுயராஜ்யப் பித்துக்கொண்டவர். இன்றைக்கும் அந்தப் பைத்தியம் அவரை விட்ட பாடில்லை. தேசத்தின் வறுமையையும் அடிமை நிலைமையையும் பற்றி நினைத்து இப்பொழுது உள்ளம் பதறுகிறார். சிதம்பரம் பிள்ளையின் தேசபக்தியைப் பற்றி, சிறியோனாகிய நானா பேசுவது, எழுதுவது? கலெக்டர் விஞ்சுக்கும் சிதம்பரம் பிள்ளைக்கும் தர்க்கமாக, பாரதியார் அருமையாகப் பாடியிருக்கிறாரே, அதைக் காட்டிலும் என் எழுத்து எப்படிப் பெரிதாகும்?

வந்தே மாதரத்தையும் சுயராஜ்ய கோஷத்தையும் கடல் அலை கொண்டுவந்ததை, தூத்துக்குடியில் சிதம்பரம் பிள்ளை அவர்கள் காது கொடுத்துக் கேட்ட காலையில், அவர் வக்கீல் தொழிலில் அமர்ந்திருந்தார்.

அவருக்கு அப்பொழுது நல்ல வருமானம்; நல்ல செல்வாக்கு. இவையிரண்டும் அவருக்குப் பெரிதாகப் படவில்லை. பாரதத்தாயின் அழைப்பையே உயிர்ப்பொருளாக மதித்தார்.

லாப நஷ்டக் கணக்குக்கு அவரது இயற்கையும் இடங்கொடுக்காது. சுயராஜ்ய இயக்கத்தில், திரும்பிப் பார்க்காமல் ஒரே குதி.

தூத்துக்குடியின் பெயர் நாடெங்கும் முழங்கிற்று. சிதம்பரம் பிள்ளை அவர்களின் சிம்ம கர்ஜனை பிரசங்கத்தைக் கேட்ட பின், தூத்துக்குடி ஜனங்களுக்கு உறக்கம் கிடையாது. அதிகார வர்க்கத்தினர் நடுக்கங்கெண்டனர். தமிழ்நாட்டிலே எங்கும் சுதேசிப் பேச்சு. 'கப்பலோட்ட வேண்டும். சுதேசி சாமான்களை உற்பத்தி செய்ய வேண்டும். துணி, காகிதம், சோப்பு முதலியவெல்லாம் சுதேசியாகத்தானிருக்க வேண்டும்.' தமிழ்நாட்டிலே எல்லோருக்கும் இப்படிப் பைத்தியம் பிடித்தது. தூத்துக்குடியிலே சிதம்பரம் பிள்ளைக்கும் இப்படிப் பைத்தியம் பிடித்தது. தூத்துக்குடியிலே சிதம்பரம் பிள்ளை அவர்கள் முடிசூடா மன்னனாய் விளங்கினார். அவர் சொன்னது சட்டம்.

தூத்துக்குடி ஆலையிலே தொழிலாளர்கள் வேலை செய்த அக்காலத்தில் வெள்ளைக்காரர்கள் இரவில் கப்பலில் தங்கி, பொழுது விடிந்ததும் கரைக்கு வருவார்கள். இம்மாதிரி மூன்று நாட்கள் நடந்தன. வெள்ளைக்காரர்கள் இவ்வாறு அச்சப்படுவதற்குக் காரணமேயில்லை. தூத்துக்குடியிலே அப்பொழுதிருந்த சுயராஜ்ய அதிர்ச்சிக்கு அடையாளமாக மேற்கூறிய சம்பவத்தைக் குறிப்பிட்டேன். அவ்வளவுதான்.

இன்னொரு விநோத சம்பவம் நேர்ந்தது. ஒரு வக்கீல். அவர் அய்யங்கார். அவர் பெயர் நமக்கு இப்பொழுது தேவையில்லை. அவர் சுயராஜ்யப் பிரசாரத்துக்கு விரோதமாய்ப் பேச தூத்துக்குடியிலே முயற்சி செய்தார். அவர் அப்பொழுது தூத்துக்குடியில் வக்கீல் தொழில் நடத்திவந்தார். இவருடைய விரோதப் பிரசாரம் ஜனங்களுக்குப் பிடிக்கவில்லை. ஒருநாள் காலையில், அவர் க்ஷவரம் செய்துகொள்ள உட்கார்ந்துகொண்டார். பரிகாரி பாதி க்ஷவரம் செய்தான். பாக்கியை செய்ய மறுத்துவிட்டான். பாக்கி க்ஷவரத்தை செய்துகொள்ள, வக்கீல் தூத்துக்குடியிலிருந்து திருநெல்வேலிக்கு ஓடினார். அது அந்தக் காலத்து வினோத சம்பவம். சிதம்பரம் பிள்ளை அவர்களைப் பற்றி அய்யங்கார் வக்கீல், கலெக்டர் அவர்களிடம் தவறாக ஏதோ சொன்னார் என்பது மேற்சொன்ன பரிகாரியின் கருத்து என்று அக்காலத்துப் பத்திரிகைகளில் கூறப்பட்டது. இந்தக் கதை பொய்யல்ல வென்று அந்த வக்கீல் கனவானே என்னிடம் சொல்லியிருக்கிறார். சுயராஜ்ய தாகம் தூத்துக்குடியில் எந்தவகையில், யார் மூலமாகப் பரவியது என்று இன்னும் விரித்துக் கூறவேண்டுமா ?

சிதம்பரம் பிள்ளை உள்ளிட்ட பெரியார்கள் பலர் சேர்ந்து, ஸ்வதேசி ஸ்டீம் நாவிகேஷன் கம்பெனி என்ற சுதேசிக் கப்பல்

கம்பெனி யொன்றை ஸ்தாபித்தார்கள். இப்பொழுது மிகக் கிழவராயிருக்கும் சேலம் விஜயராகவாச்சாரியார் அவர்கள் அந்தக் கம்பெனியில் பதினாயிரம் ரூபாய்க்கு அதிகமாக, பங்குகள் எடுத்துக்கொண்டார் என்றால், சுதேசிக் கப்பல் கம்பெனி தமிழ் நாட்டாரால் எவ்வாறு போற்றி வரவேற்கப்பட்டது என்பது சொல்லாமலே விளங்கும். சுதேசிக் கப்பல் கம்பெனியோடு வெள்ளைக்காரக் கம்பெனி போட்டி போட முடியவில்லை. சார்ஜைக் குறைத்துப் பார்த்தார்கள். என்றாலும் ஜனங்கள் வெள்ளைக்காரக் கப்பல்களில் ஏறுவதாய் இல்லை.

இந்த சமயத்தில், சிதம்பரம் பிள்ளையவர்கள் ராஜநிந்தனைக் குற்றம்சாட்டப்பெற்று தீபாந்திர சிட்சை பெற்று, பின்னர் அப்பீலில் ஆறு வருஷக் கடின காவலாக மாறிற்று. சிறையில் பிள்ளையவர்களும் சிவமும் பட்ட அவஸ்தைகளை சொல்ல முடியாது. சிறையிலே 'மனம்போல் வாழ்வு' என்ற நூலை, பிள்ளையவர்கள் எழுதி முடித்தார். சிறையிலிருந்து வெளிவந்த பின்னரும் பிள்ளையவர்கள் சிறிது காலம்வரையில் மனந்தளராமல் இருந்தார். வறுமை, குடும்பம், ஆதரிப்புக் குறைவு முதலியவைகளுக்கு நடுவே அஞ்சாநெஞ்சனும் எவ்வளவு காலம் கலங்காமலிருக்க முடியும்?

பிள்ளையவர்கள் திலகர் கோஷ்டியைச் சேர்ந்த தேசபக்தர். ராஜதந்திரி. காந்தியின் சாத்விக ஒத்துழையாமையில் அவருக்குப் பற்று கிடையாது, நம்பிக்கையுமில்லை. பிள்ளையவர்கள் உணர்ச்சிக் களஞ்சியம். ரொம்ப யோக்கியர். அற்பத்தனம் சிறிதும் இல்லாதவர். பொய் நடையையும், வஞ்சகப் பேச்சையும் அறவே ஒழித்தவர், வெறுத்தவர்.

அரசியல் உலகில் சாதாரணமாய்க் காணப்பெறும் உபாயங் களை, பிள்ளை அவர்கள் கைக்கொண்டு வாழ்ந்திருப்பாரானால், அவர் இன்றைக்கும் தலைவர் என்று மதிக்கப்பட்டு, பிரசங்க முழக்கத்தில் ஈடுபட்டுக்கொண்டே வந்திருப்பார். வேஷம் போடத் தெரியாததனால் யோக்கியராய், அவர் அக்ஞாத வாழ்வு வாழ்ந்து வருகிறார்.

மணிக்கொடி, 30-11-1936

இக்கட்டுரை முதலில் 'காந்தி' 5-11-1933 இதழில் வ.ரா. எழுதிய 'தமிழ்ப் பெரியார்கள்' என்ற தொடரில் வெளிவந்தது. பின்னர், 'தமிழ்ப் பெரியார்கள்' (சென்னை: தமிழ்ப் பண்ணை, 1943) நூலில் கடைசிப் பத்தி மட்டும் நீக்கப்பட்ட நிலையில் வெளியானது.

13.

லோகோபகாரி

தூத்துக்குடியில் துக்கம்
நாடெங்கும் கண்ணீர்
சென்னையில் கூட்டம்

தூத்துக்குடி, நவ. 20

முப்பதாண்டுகளுக்கு முன் தமிழ்நாட்டைத் தட்டி யெழுப்பி தேசீய போராட்டத்திற்கு அடிகோலியவரும், அத்தொண்டில் பலவித கஷ்டங்களை அடைந்தவருமான உத்தம தேசபக்தர் ஸ்ரீ. வி.ஒ. சிதம்பரம் பிள்ளை அவர்கள் நிகழும் நவம்பர் மீ 18-ம் தேதி புதன்கிழமையன்று தூத்துக்குடியில் காலஞ்சென்றார்.

சென்ற ஒருமாதமாக அவர் படுத்தபடுக்கையில் நோய்வாய்ப்பட்டிருந்தார். இறக்கும்போது அவருக்கு வயது 65.

அவரது மரணச்செய்தி நகரமெங்கும் காட்டுத் தீ போல் பரவிற்று. ஜனங்கள் நூற்றுக்கணக்காக வந்து, இறந்த தலைவருக்கு மரியாதை செலுத்திப்போனார்கள். நேற்று 12 மணிக்கு பிரேத அடக்கம் நடைபெற்றது.

ஸ்ரீ. சிதம்பரம் பிள்ளை

அன்று நீ, அச்சம் சாக அடிமையின் தளையும் போக,
நன்றியல் தேசபக்திக் கனலது நாடுசூழ,
வென்றிசேர் சிங்கம்போல வீறுகொண் டெழுந்துநின்றாய்.
பொன்றி னாயில்லை யின்றெம் சிந்தையிற் புகுதலானாய்!

லோகோபகாரி, [22-11-1936]

தூத்துக்குடியில் துக்கம்

நாடெங்கும் கண்ணீர்

சென்னையில் கூட்டம்

தூத்துக்குடி, நவம்பர், 20—

முப்பதாண்டுகளுக்கு முன் தமிழ் நாட்டைத் தட்டி யெழுப்பி தேசியப்போராட்டத்திற்கு அடிகோலியவரும், அத்தொண்டில் பலவித கஷ்டநஷ்டங்களை அடைந்தவருமான உத்தம தேசபக்தர் ஸ்ரீ. வ. உ. சிதம்பரம் பிள்ளை அவர்கள் நிகழும் நவம்பர் 18-ம் தேதி புதன்கிழமையன்று, தூத்துக்குடியில் காலஞ்சென்றார்.

சென்ற ஒருமாதமாக அவர் படுத்தபடுக்கையில் நோய்வாய்ப் பட்டிருந்தார். இறக்கும்போது அவருக்கு வயது 65.

அவரது மரணச்செய்தி நகர மெங்கும் காட்டுத் தீ போல் பரவிற்று. ஜனங்கள் நூற்றுக்கணக்காக வந்து, இறந்த தலைவருக்கு மரியாதை செலுத்திப்போனார்கள். நேற்று 12 மணிக்கு பிரேத அடக்கம் நடைபெற்றது.

ஸ்ரீ. சிதம்பரம் பிள்ளை

அன்று நீ, அச்சம் சார் அடிமையின் தளையும் போக,
நன்றியல தேசபக்திக் கனலது நாதேத்தும்,
வெற்றிசேர் சிங்கம்போல வீரங்கொண்டெழுந்து நின்றாய்.
[illegible] யில்லை யின்றேல் சிந்தையிற் புகுதலானாய்!

லோகோபகாரி, [22–11–1936]

14.

விடுதலை

(i)

அவசர காங்கிரஸ் கமிட்டி
திரு. வி.ஓ. சிதம்பரம் பிள்ளைக்கு அனுதாபம்

சென்னை, நவ. *24*

திருவல்லிக்கேணி, பைகிராப்ட்ஸ் ரோட்டிலுள்ள தங்களது காரியாலயத்தில் அவசர காங்கிரஸ் கமிட்டியினர் கூடி தமிழ்நாட்டு காங்கிரஸ் கமிட்டி தங்கள் மீது விதித்துள்ள தடையை தமிழ்நாட்டு காங்கிரஸ்காரர்களுக்கு விண்ணப்பித்துக் கொண்டிருப்பதுடன், சிறந்த தேசீயவாதியான திரு. வி.ஓ. சிதம்பரம் பிள்ளை சமீபத்தில் காலமானதைக் குறித்து தனது அனுதாபத்தைத் தெரிவித்துக் கொண்டுள்ளது ....

விடுதலை, 25–11–1936

~

(ii)

சென்னை அச்சுக்கூடத் தொழிலாளர் சங்கம்
வரவேற்புக்கமிட்டிக் கூட்டம்
சில தீர்மானங்கள்

சென்னை, நவ. *26*

சென்னை அச்சுக்கூடத் தொழிலாளர் சங்கத்தின் ஆதரவில் சென்ற ஞாயிற்றுக்கிழமை சிந்தாதரிப்பேட்டை *57* குருவப்ப செட்டித்

தெருவிலுள்ள விலாசத்தில் இதன் இரண்டாவது வருஷாந்திர மகாநாட்டின் வரவேற்புக் கமிட்டிக் கூட்டமொன்று சங்கத் தலைவர் திரு. ஆர். சபாபதி முதலியார் தலைமையில் நடைபெற்றது. முதன்முதலில் வெகுநேர ஆலோசனைக்குப் பின் சங்கத்தின் கூட்டுக் காரியதரிசி திரு என்.ஏ.ஆர். பாபு நாயுடு பிரேரிக்க அதைக் காரியதரிசி திரு. எம்.கே. சுவாமிநாதன் ஆமோதிக்க ஏகமனதாகத் தீர்மானம் நிறைவேறியது. . . . .

காலஞ்சென்ற திரு. வ.உ. சிதம்பரம் பிள்ளை

சமீபத்தில் தூத்துக்குடியில் பழைய தேசீயவாதியும் தொழிலாளர் தலைவருமான திரு. வ.உ. சிதம்பரம் பிள்ளை இம்மண்ணுலகை விட்டு விண்ணுலகம் எய்தினதைக் கேட்டு ஆராத் துயரப் படுவதாகவும், அன்னார் ஆத்மா சாந்தி அடையுமாறு எல்லாம் வல்ல இறைவனைப் பிரார்த்திப்பதோடு, அன்னார் குடும்பத்தார் களுக்கு எங்கள் அனுதாபத்தைத் தெரிவித்துக்கொள்ளுகிறோம் . . .

விடுதலை, 28–11–1936

~

(iii)

தென்காசி
அநுதாபக் கூட்டம்

(நமது நிருபர்)

தென்காசி, நவ. *23*

தென்காசி திருவள்ளுவர் கழகத்தின் ஆதரவின்கீழ் திரு. வ.உ. சிதம்பரம் பிள்ளையின் மரணத்தின் அநுதாபத்தைத் தெரிவித்துக்கொள்வதற்காக கூட்டம் *21–11–36* சனிக்கிழமை இரவு கூடிற்று. திரு. சண்முகம் நயினார் பிள்ளையவர்கள், அட்வகேட், தலைமை வகித்தார். தமிழ் மொழிக்காகவும் தமிழ் உலகுக்காகவும் பிள்ளையவர்கள் செய்த அருந்தொண்டுகளை தலைவர் விரிவாக எடுத்துரைத்தார். பண்டைக் கால நீதி நூல்கள், சமய நூல்கள் எல்லாம் கடின நடையில் எழுதப்பட்டிருக்கின்றதால் யாவரும் அவற்றைக் கற்றுணர்ந்து அறிய இயலாமை கண்டு அவைகளில் முக்கியமான தொல்காப்பியம், திருக்குறள் இந்த இரண்டையும் சிறுவர்களுக்கும் விளங்கும்படி எளிய நடையில் எழுதி வெளிப்படுத்தினார். தவிர, செய்யுள் நடையிலும் உரைநடையிலும்

[. . .] மெய்யறம், மெய்யறிவு, சாந்திக்கு மார்க்கம், மனம்போல் வாழ்வு முதலிய அரிய நூல்களையும் இயற்றினார். அரசியல் வாழ்வில் திலகர், லஜபதி ராய், அரவிந்த கோஷ் போன்ற தீவிரவாதியாயிருந்து தென் இந்தியாவில் தேசீய உணர்ச்சியை யாவரும் வியக்கும்வண்ணம் முதல்முதல் உண்டாக்கினார். அதிகார வர்க்கத்தினருக்கு பயம் மிகுந்த அந்தக் காலத்தில் பிள்ளையவர்கள் தேச சேவையைத் தன்னுடைய ஜீவிய லக்ஷியமாகக் கொண்டு தன்னுடைய உடல், பொருள், ஆவி மூன்றையும் கவனியாமல் தேச முன்னேற்றத்திற்கு ஈடுபட்டு, சிறைவாசம் சென்று *[. . .]* தூத்துக்குடியில் சுதேசி கப்பல் கம்பெனி ஆரம்பித்து வெள்ளையர் கம்பெனியுடன் போட்டி செய்து அதை முற்றிலும் முறியடித்து வெள்ளையர்கள் அதிருப்திக்குள்ளானார்கள். காங்கிரசிலே கலந்து அருஞ்சேவைகள் செய்துவரும் நாளில் அவற்றின் வழிகள் இவருக்குப் பிடிக்காததினால் அதை விட்டு விலகிவிட்டார். தன் இறுதி காலங்களை வீணாக்காமல் சமுதாய சேவைக்கும் தமிழ் கலைக்குமாக தீவிரமாக உழைத்துவந்தார்.

பின் திருவாளர்கள் ஆ. முத்துக்குமாரசுவாமி, வக்கீல் ராமநாதய்யர், சீதாராமய்யர், பால் பெருமாள் ரெட்டியார் முதலியோர்கள் பிள்ளையவர்களின் அரிய குணங்களைப் பற்றிப் பேசினார்கள். முடிவில் பிள்ளையவர்களின் பிரிவாற்றாமைக்காக ஓர் அனுதாபத் தீர்மானம் கொண்டுவரப்பட்டு சபையோர்கள் எல்லாரும் எழுந்து நின்று தீர்மானத்தை நிறைவேற்றிவைத்தார்கள்.

விடுதலை, 28–11–1936

1936இல் 'விடுதலை' புதன்கிழமை, சனிக்கிழமை என வாரம் இருமுறை வெளியானது. 18, 25 நவம்பர் இதழ்களுக்கு இடையில் வந்த நவம்பர் 21 என்ற தேதியிட்ட தொகுதி 2, இதழ் 49 கிடைக்கப்பெறவில்லை. அதில் வ.உ.சி. மறைவுக்கான இரங்கலுரை வெளிவந்திருக்கலாம்.

15.

வீரகேசரி

தேசபக்தர் சிதம்பரம் பிள்ளை காலமானார்
பாரதி கீதங்களைக் கேட்க ஆவல்
'சுதந்திர இந்தியாவில் வாழ முடியவில்லையே'
அஞ்சா நெஞ்சம் படைத்த வீரத்தியாகி

வீரகேசரி (கொழும்பு), 20-11-1936
முதற்பக்கத் தலைப்புச் செய்தி

(i)

நோய்வாய்ப்பட்ட தமிழ் வீரர் ஸ்ரீமான் சிதம்பரம் பிள்ளை

தேசபக்தரும், தமிழ்ப் புலவரும், நமது இன்னுயிர்த் தோழருமான ஸ்ரீமான் வ.உ. சிதம்பரம் பிள்ளை அவர்கள் தூத்துக்குடியில், நோய்வாய்ப்பட்டு, கவலைக்கிடமான நிலைமையிலிருக்கிறார்களென்ற செய்தி தமிழ்ச் சகோதரர்க்கு மிகுந்த துக்கத்தைக் கொடுக்குமென்பது நிச்சயம். 'சுதந்திரம்', 'விடுதலை', 'சுயராஜ்யம்', 'வந்தே மாதரம்' என்ற சொற்களை நாவினால் உச்சரிப்பதுகூடக் குற்றமென்று கருதி, தண்டிக்கப்பட்டு வந்த 1906, 1907ஆம் ஆண்டுகளிலேயே ஸ்ரீமான் சிதம்பரம் பிள்ளையவர்கள் நமது தமிழ்நாட்டில் வீர கர்ஜனை செய்தார்கள். வடநாட்டை அக்காலத்தில் தட்டி எழுப்பிய லோகமானிய திலகர், லாலாஜி, விபின் சந்திர பாலர் ஆகியோருக்கு எவ்வளவு மதிப்பும் மரியாதையும் உண்டோ, அவ்வளவு சிறப்பு அக்காலத்தில் தமிழ் மக்களை எழுப்பிய ஸ்ரீமான் சிதம்பரம் பிள்ளை அவர்களுக்கும் உண்டு என்று கூறுவது பொருந்தும். தேசத் தொண்டிற்காகவும் சுதந்திரத்திற்காகவும் வீறுகொண்டு எழுந்து உழைக்கும் வீரத்திலும் தியாகம் செய்வதிலும் தமிழர் மற்ற வகுப்பாருக்கு இளைத்த கோழைகளல்ல என்பதை இருபது வருடங்களுக்கு முன்னமேயே

திரு. வ. உ. சிதம்பரம்பிள்ளை.

தாய்நாட்டுவீரசிங்கம்

கவலைக்கிடமான தேக நிலை

தென்னாட்டு தேசபக்தர் ஸ்ரீமான் வ. உ. சிதம்பரம்பிள்ளை சென்ற பல தினங்களாக நோய்வாய்ப்பட்டு வருந்தும் செய்தி தமிழ்மக்கள் அனைவரும் அறிந்ததே. ஆனால் ஸ்ரீ பிள்ளையின் தேகநிலை சென்ற இரண்டு மாதங்களாக மிகவும் குன்றி படுத்த படுக்கையிலே கஷ்டப்பட்டுக் கொண்டிருக்கிறார். இரண்டு வாரங்களாக பிள்ளையவர்களின் தேகநிலை கவலைக்கு இடமாக இருக்கிறது. நாட்டு வைத்தியர்களும், ஆங்கிலேய வைத்தியர்களும் பிள்ளையவர்களின் தேகநிலைமை அப்போதைக்கப்போது கவனித்து வேண்டிய ஔடதம் கொடுத்தும் பயன் வேண்டிய அளவு கிடைக்கவில்லை.

ஸ்ரீபிள்ளையவர்களின் தேகநிலையைக் குறித்து தென்னாட்டு தமிழ் மக்களும் பிறரும் அடிக்கடி கடிதங்கள் எழுதிக்கொண்டிருக்கிறார்கள். அவர்கள் ஒவ்வொருவருக்கும் தனித்தனியே பதிலெழுத தற்சமயம் அசாத்தியமாயிருப்பதால் இப்பத்திரிகை மூலமாக மேற்படி அன்பர்களுக்கு ஸ்ரீபிள்ளையவர்களின் தேகநிலையைத் தெரிவித்துக்கொள்கிறேன். (ஒப்பம்)

V. O. C. ஆறுமுகம் பிள்ளை.

(ஸ்ரீ வ. உ. சிதம்பரம் பிள்ளை அவர்களின் குமாரர்)

இவ்விஷயம் பற்றி இவ்விதழில் தலையங்கம் எழுதப்பட்டிருக்கிறது.

கிரியாம்சத்தில் நிரூபணஞ் செய்துகாட்டிய ஸ்ரீமான் சிதம்பரம் பிள்ளை அவர்களின் இன்றைய நிலைமை தமிழருக்கு சஞ்சலத்தைக் கொடுக்காமலிருக்குமோ?

ஸ்ரீமான் பிள்ளை அவர்களுக்கு தமிழ்நாடும் தமிழ் மக்களும் பெரிதும் கடமைப்பட்டிருக்கிறார்கள். தேசபக்தி மேலீட்டினால் அவர் வறுமையை ஆலிங்கனம் செய்துகொண்டார். அதிகார வர்க்கத்தின் தோழமையையும் புன்முறுவலையும் பெற்றுக்கொள்ள அவர் அவாவியிருந்தால் இன்றைக்கு அவரும் அவருடைய குடும்பத்தாரும் லெக்ஷாதிபதிகளாக சொகுசாய் வாழ்ந்துகொண்டிருப்பார்கள். ஆனால் தமிழ்த் தாயின் வீரப் புதல்வரான ஸ்ரீமான் வி.ஓ. சிதம்பரம் பிள்ளை நீண்ட கால சிறைவாசத்தை முகமலர்ச்சியுடன் ஏற்றுக்கொண்டார். தரித்திர வாழ்க்கையை வெகு சந்தோஷமாகக் கழித்துவந்தார். முதுமை வந்து, வருவாய் குன்றியிருந்தபோதிலும் ஊக்கமும் உணர்ச்சியும் மட்டும் பிள்ளையவர்களுக்குக் குறையவேயில்லை என்பது நமக்கு நன்கு தெரியும். ஏழைகளின் விவகாரங்கள் தூத்துக்குடி பகுதியில் அவரிடம்தான் வரும். பிரதிபலன் கருதாது அவ்வேழைகட்கு அவர் உதவி செய்துவருகிறார். மாலை நேரம் வந்தால் தமிழபிமானிகள் அவரை முற்றுகையிட்டுவிடுவார்கள்; முகமலர்ச்சியுடன் பிள்ளையவர்கள் பழந்தமிழில் தெவிட்டாத இன்பத்தை அவர்களுடன் அனுபவிப்பார்கள். அவர்களுக்கு ஓய்வே கிடையாது. ஸ்ரீமான் பிள்ளையவர்கள் தமது வீட்டிலுள்ள பெண்ணினத்திற்கும் ஓய்வு கொடுக்கமாட்டார்கள். விருந்தோம்பலில் வீரர் சிதம்பரம் பிள்ளையை வெல்ல ஒருவராலும் முடியாது. வருகிறவர்களின் செவிக்கும் வயிற்றுக்கும் நல்விருந்து அளிப்பதில் ஸ்ரீமான் பிள்ளையவர்களும் அவர்களின் குடும்பத்தாரும் போட்டி போடுவார்கள். இத்தகைய ஒரு பெரியார் படுத்த படுக்கையில் இருக்கிறார். அவருக்கும் அவருடைய குடும்பத்தாருக்கும் இந்நேரத்தில் ஒவ்வொரு தமிழரும் பொருளுதவி செய்ய வேண்டியது நமது கடமை. இலங்கையிலுள்ள தமிழ்ச் சகோதரர்கள் இக்கடமையை உடனே நிறைவேற்றிவைப்பார்களென்று நம்புகிறோம். வ.உ. சிதம்பரம் பிள்ளை, தூத்துக்குடி என்ற விலாசத்திற்கு உடன் பணத்தை அனுப்பிவையுங்கள். பணமனுப்புவோர் 'கேசரி'க்குத் தமது பெயரை வரைந்து அனுப்பினால் அவ்விபரங்களையும் நாம் உடனுக்குடன் வெளியிடுவோம். எல்லாம் வல்ல இறைவன் ஸ்ரீமான் சிதம்பரம் பிள்ளை அவர்களுக்கு ஆரோக்கியத்தையும் நீண்ட ஆயுளையும் அளிக்க வேண்டுமென்று நாம் பிரார்த்திக்கிறோம்.

வீரகேசரி, 15-11-36 (தலையங்கம்)

(ii)

நோய்வாய்ப்பட்டிருக்கும் தேசபக்தருக்கு பண உதவி செய்யுங்கள்

தென்னாட்டுத் தேசபக்தரும், 1907–ம் வருடத்திலேயே தாய்நாட்டிற்காக சிறை சென்றவருமான திரு. வ.உ. சிதம்பரம் பிள்ளை அவர்கள் நோய்வாய்ப்பட்டு வருந்துகிற விபரம் யாவரும் அறிந்ததே. அன்னாருக்கும் அவரது குடும்பத்தாருக்கும் பண உதவி மிகமிக அவசியமாயிருக்கிறது. அன்பர்கள் அனைவரும் கீழ்க்கண்ட விலாசத்திற்குத் தங்களால் இயன்ற பணம் அனுப்பும்படி கேட்டுக்கொள்ளப்படுகிறார்கள்.

வ.உ. சிதம்பரம் பிள்ளை
வக்கீல், தூத்துக்குடி

***வீரகேசரி*, 19–11–1936**

~

(iii)

தாய்நாட்டு வீரசிங்கம்

கவலைக்கிடமான தேகநிலை

தென்னாட்டு தேசபக்தர் ஸ்ரீமான் வ.உ. சிதம்பரம் பிள்ளை சென்ற பல தினங்களாக நோய்வாய்ப்பட்டு வருந்தும் செய்தி தமிழ் மக்கள் அனைவரும் அறிந்ததே. ஆனால் ஸ்ரீ பிள்ளையின் தேக நிலை சென்ற இரண்டு மாதங்களாக மிகவும் குன்றி படுத்த படுக்கையிலே கஷ்டப்பட்டுக்கொண்டிருக்கிறார். இரண்டு வாரங்களாக பிள்ளையவர்களின் தேகநிலை கவலைக்கு இடமாக இருக்கிறது. நாட்டு வைத்தியர்களும் ஆங்கிலேய வைத்தியர்களும் பிள்ளையவர்களின் தேகநிலையை அப்போதைக்கப்போது கவனித்து வேண்டிய ஔடதம் கொடுத்தும் பயன் வேண்டிய அளவு கிடைக்கவில்லை.

ஸ்ரீ பிள்ளையவர்களின் தேகநிலையைக் குறித்து தென்னாட்டு தமிழ் மக்களும் பிறரும் அடிக்கடி கடிதங்கள் எழுதிக்கொண்டிருக்கிறார்கள். அவர்கள் ஒவ்வொருவருக்கும் தனித்தனியே பதிலெழுத தற்சமயம் அசாத்தியமாயிருப்பதால்

இப்பத்திரிகை மூலமாக ஷை நண்பர்களுக்கு ஸ்ரீ பிள்ளையவர்களின் தேகநிலையை தெரிவித்துக்கொள்கிறேன்.

V.O.C. ஆறுமுகம் பிள்ளை
(ஸ்ரீ வ.உ. சிதம்பரம் பிள்ளை அவர்களின் குமாரர்)

வீரகேசரி, 20–11–1936

~

(iv)

தேசபக்தர் சிதம்பரம் பிள்ளை காலமானார்
பாரதி கீதங்களைக் கேட்க ஆவல்

'சுதந்திர இந்தியாவில் வாழமுடியவில்லையே'
அஞ்சா நெஞ்சம் படைத்த வீரத் தியாகி

கொழும்பு, நவ. 19

தென்னாட்டுத் தேசபக்தரும் தமிழ்ப் புலவரும் வீரத் தியாகியு மான திரு. வ.உ. சிதம்பரம் பிள்ளையவர்கள் இன்று காலை தூத்துக்குடியில் தமது இல்லத்தில் காலகதியடைந்துவிட்டதாக நமக்கு தந்திமூலம் அறிவிக்கப்பட்டிருக்கிறது. தென்னாட்டில் இந்த தேசபக்தரை அறியாதார் கிடையாது. இவரின் தேசபக்தியும் தெய்வ பக்தியும் தியாக புத்தியும் வீர நெஞ்சமும் இந்திய தேசிய சரித்திரத்திலும் பிரிட்டிஷ் சர்க்கார் பழைய ஏடுகளிலும் பதியப்பெற்றிருக்கின்றன.

அவர் தம் தாய்நாட்டிற்குச் செய்திருக்கும் அரிய தொண்டு பசுமரத்தாணிபோல் பதிந்து நம் மனக்கண்முன் தோன்றி புத்துயிர் எழும்படி செய்கின்றன. தென்னாட்டில் சுதந்திர உணர்ச்சி தெரியாத ம்க்களிடையே இந்திய தேசியப் போராட்டத்தில் அடிமை வாழ்வை திறம்பட விளக்கி மக்களுக்கு வீர வாழ்வு, வீர உணர்ச்சி இவைகளைப் பலவாற்றாலும் போதித்துவந்த பெரியார் தமிழ்நாட்டில் பிறந்தது தமிழ்நாட்டின் பாக்கியமேயாம்.

சுதேசிக் கப்பல் கம்பெனி

இந்தியாவிலேயே முதன்முதலில் சுதேசிக் கப்பல் கம்பெனி ஆரம்பித்த தேசாபிமானி திரு. சிதம்பரம் பிள்ளையே யாவர்.

தூத்துக்குடியில் சுதேசிக் கப்பல் ஆரம்பித்த சமயத்தில் எதிர்க் கம்பெனியைச் சேர்ந்தவர்கள் 25 லட்சம் ரூபாய் திரு. பிள்ளைக்கு கொடுப்பதாகவும் அவர் சுதேசிக் கம்பெனியை விட்டு விலகிவிட்டால் போதுமென்றும் சொன்னார்கள். வீரர் சிதம்பரம் பிள்ளை பணத்தை 'தூ' என்று உதறித் தள்ளி 'என் சுதேசிக் கம்பெனியை உன் பணத்திற்காகக் காட்டிக்கொடுப்பதா?' என்று கோபித்தார்.

சிறைவாசம்

தியாகமே உருவாய் வந்த திரு. பிள்ளை, பதவியேற்பதையோ பட்டங்களையோ விரும்புவதென்றால் சென்னை ராஜதானியில் உன்னத ஸ்தானத்தில் முதன்மை ஸ்தானம் கிடைத்திருக்கும். 1906ம் வருட முதலே திரு. பிள்ளை தேச சேவையில் ஈடுபட்டு விட்டார்.

1907-ம் வருடத்தில் திருநெல்வேலியில் சுதேசிக் கலகம் நடைபெற்றது நேயர்களுக்கு ஞாபகமிருக்கலாம். அக்காலத்தில் திரு பிள்ளையவர்களுக்கு நல்ல செல்வாக்கு இருந்தது. எல்லோரும் திரு. சிதம்பரம் பிள்ளையைப் பற்றியே பேசியவண்ணமாயிருந்தனர். தூத்துக்குடியில் ஓர் பார்பர், போலீஸ் அதிகாரியொரு . . .

வீரகேசரி, 20-11-1936

~

(v)
தென்னாடீன்ற தேசபக்தர்

புதன்கிழமை இரவு புகழுடம்பெய்தினார்
சிறையிலிருந்தெழுதிய சிந்தையை உருக்கும் செய்யுள்

தென்னாட்டு தேசபக்தர் ஸ்ரீமான் வ.உ. சிதம்பரம் பிள்ளை கடந்த புதன்கிழமை இரவு 12 மணிக்கு தூத்துக்குடியில் தமது இல்லத்தில் 65வது வயதில் காலமானார்.

(இச்செய்தி ஏற்கனவே 'கேசரி' தினப்பதிப்பில் வெளியாயிருக்கிறது.)

அவர் தென்னாட்டில் 1906ம் வருடத்திலேயே தேசிய உணர்ச்சியைத் தட்டி எழுப்பியவர் என்றும், பாலகங்காதர திலகரின் சீடரில் அவர் பிரதானமானவர் என்றும், கண்ணனூர் சிறையில் செக்கிழுத்து உடல் வலிகுன்றியும் மனவ்லி குன்றாது

ஆர்ப்பரித்த அவரது வீரம் போற்றற்குரியது என்றும் நாம் சொல்லத் தேவையில்லை.

ஸ்ரீமான் பிள்ளை இறந்த தினத்தன்று தூத்துக்குடியில் ஹார்த்தால் நடந்தது. கவர்னர் அங்கு விஜயம் செய்த தினமா யிருந்தும் அங்கு கடைகள் அடைக்கப்பட்டே இருந்தன. ஸ்ரீ பிள்ளையின் பிரேதம் கறுப்புக் கொடிகளுடன் ஊர்வலமாக கொண்டுபோகப்பட்டது. ஸ்ரீ பிள்ளை சாகும்வரை காங்கிரஸ், ஒற்றுமை, தேசவிடுதலை என்பனவற்றைப் பற்றி பேசிக்கொண்டிருந்தார்.

தேசீயப்பற்றுக்கு இடமில்லாத 30 வருடத்துக்குமுன் சுதேசியப் பற்றுக்கு வித்தூன்றி விரைநாட்டி, தமிழரைத் தட்டி எழுப்பி இந்தியரை எழுந்திருக்கச் செய்து தேசபக்தியை ஊட்டிய செவிலித்தந்தை வி.ஒ. சிதம்பரம் பிள்ளை அவர்களே. அக்காலத்தில் இந்தியாவில் எங்குமில்லாத தேசீயத் தணல் வடக்கே வங்காளத்திலும் தெற்கே திருநெல்வேலி ஜில்லாவிலும்தான் குமுறிக் கனன்றெழுந்தது. தென்திசையிலெழுந்த தேசீய உணர்ச்சி வடக்கே கிளம்பிய வந்தே மாதர கோஷத்தை இழுத்துப் பிடித்தது. இவ்விரண்டும் ஏககாலத்தில் அந்த 1907–ம் ஆண்டில் சிதம்பரம் பிள்ளையையும் அரவிந்த கோஷையும் ஆசானாகக் கொண்டிருந்தன வென்பதுதான் உண்மை.

ஸ்ரீ பிள்ளை பிரசங்கம் செய்ய ஆரம்பித்துவிட்டால் அவர் உணர்ச்சியைத் தடுக்க முடியாது. கடல் மடை திறந்தது போல ஆவேசம் பொங்கிவரும். அதற்காகவே அவர் அதிகமாகப் பிரசங்கம் செய்யப்போவதில்லை. அந்த காலத்தில் சென்னை மாகாணத்துத் தலைவர்கள் என்று வட இந்தியர்கள் கருதியது ஐயர், பிள்ளை என்ற இரண்டே பெயர்தான். ஐயர் என்பது ஸ்ரீ ஜி. சுப்ரமணிய ஐயர், பிள்ளை என்பது ஸ்ரீ வ.உ. சிதம்பரம் பிள்ளை.

அவர் தமிழில் கவிஞர் என்பதை நிரூபிக்க அவர் எழுதியுள்ள புஸ்தகங்கள் பல இருக்கின்றன. தேசீய நோக்கும் வீர உள்ளமும் அவரிடம் எப்படி இருந்தன என்பதைக் காட்டும் சில கவிகளைக் கீழே காண்க.

பிரபல தேசபக்தர் ஸ்ரீ வ.உ. சிதம்பரம் பிள்ளை கண்ணனூர்ச் சிறையில் இருந்த சமயம், தமது அருமைத் தந்தைக்கு எழுதிய பாக்களிற் சிலவற்றை அடியில் காண்க. இப்பாடலில் தமது நிறை சிறைவாசத்தால் 5–ல் ஒன்றாக குன்றிவிட்ட பான்மையை எவ்வளவு அழகாக கவியில் சித்திரிக்கிறார் என்பதைக் கவனிக்கின் கருத்து அசையும்.

சுவாமியே! தந்தையே! தூயநற் பெரியோய்!
அவாவியே வந்தெனை ஆண்டருள் ஈசா!
இங்குள எல்லாம் இன்பமா முடிந்தன;
தங்குவ தினிமேல் தாமதம் எனப்படும்.
விடுதலை யான்பெற வேண்டுவ செய்யக்
கடுகியே செல்லுக காப்பாற்றி அருள்க.
மூன்றிரு திங்கள் முரண்சிறை இருந்தேன்;
சான்றொரு கடவுளே தண்ணளி கூர்ந்து
விரைவினில் என்னை வெளியேற்றி அருளித்
தரைமிசை நெடுநாள் தங்கிடச் செய்க.
இந்த வாரம் எடுத்த நிறுவையில்
ஐந்திலொன் றாக அருகிய தென்னுடல்;
அரிசி உணவுக் களித்தனன் அநுமதி
பெரியவன்; மற்றவன் பேசான் என்னொடு.
சீரிய நின்னடி சிரமேல் கொண்டுயான்
பாரிய என்னுளப் பாரதத் தாய்க்கும்
உரிமையொடு பெற்றெனை உவப்பொடு வளர்த்த
பெருமைசேர் அன்னைக்கும் பிறர்க்கும் எனது
மெய்மன வாக்கால் விரும்பிஇன் றளித்தேன்
தெய்வ வணக்கமும் சீர்தரும் வாழ்த்துமே.

தளைபூண்டேன் காலிலென்ப தாரணியை வென்று
வளைபூண்டேன் என்றுரைத்தால் வம்போ – களைபூண்ட
கேழ்வரகுண் டேனென்ப கீழ்நோய்தீர்த் தேனதைமெய்க்
காழ்வரவிற் கோர்மருந்தாக் கண்டு.

செக்கூர்ந்தேன் என்பரதிற் செப்பரிய சத்தியுற்றேன்
மிக்கூர்ந்தேன் இராட்டெனன்பர் மேவியதைச் – சீக்கீர்ந்த
நம்மறையைக் கற்றுணர்ந்தேன் நைத்ததெனை அச்சென்பர்
எம்மறையும் கற்கநின்ற திஃது.

ஸ்ரீமான் பிள்ளை அவர்கள் சிறையிலிருந்து தமது அருமை மனைவிக்கு எழுதிய பாக்களின் கருத்தடங்கிய சிலவற்றைக் கீழே காண்க.

சித்தம் பரமளிக்கும் செப்பரிய நல்லின்பம்
நித்தம் பெறநோற்கும் நீள்கண்ணாய் – அத்தம்
திரட்டுமுறை பற்பலவும் சிந்திக்கத் துன்பம்
மிரட்டுசிறை சேர்ந்தேன் விரைந்து.

கம்சனெனும் மன்னனது கற்புச் சகோதரியின்
வம்சமதில் நம்திருமால் வந்தவனைத் – தும்சம்

செயச்சிறையுள் புக்கதுபோல் தீவினையைத் தும்சம்
செயச்சிறையுள் புக்கேன் சிரித்து.

கோனாட்சி நீக்கிக் குடியாட்சி ஏற்படுத்தித்
தானாட்சி செய்வலெனச் சாற்றியோன் - மீனாட்சி
என்றழைக்க உள்மகிழும் ஏந்திழையே உற்றனையோ
இன்றழைக்கக் காணா இடர்.

என்னரும் உயிரினும் என்னுயர் உளத்தினும்
மன்னுறப் பாதியை மகிழ்ந்துனக் களித்தேன்;
பின்னுள பாதியைப் பெரியநம் தேயத்தின்
தன்னடிக் களித்தேன்: சத்தியம் இஃதே.

தனித்ததும் தவத்தினில் சார்ந்தவோ பலதுயர்
கனித்ததும் உடல்மிகக் களைத்ததோ என்பையேல்,
துயரென்ப தறிந்திலேன் சுகமொன்றே துய்த்துளேன்
உயருருப் பெற்றுளேன் உரைப்பேன் கேண்மோ:
தவத்தினைப் புரிகையில் சரீரம் களைத்திடா
துவப்புறச் செய்தலின் உவமைவே றில்லாச்
சிறியவிரு சட்டைகள் தேகத்தில் புனைந்துளேன்;
சிறியவோர் குல்லாச் சிரத்தினில் தரித்துளேன்;
வெற்றியே தவத்தினும் வேறுள எஃதினும்
பெற்றிடச் செய்திடும் பெருமையொடு மற்றுள
நலமெலாம் எளிதினில் நல்கிடும் கழலொன்று
வலதுதாள் மேலே மாணுற யாத்துளேன்;
சிவனடித் தொண்டர்கள் சிறப்புற அணிந்திடும்
நவமறு மணிநாண் நற்களம் பூண்டுளேன்;
தவத்தினில் சிறிது சரீரம் இளைத்துளேன்;
உவப்பொடு கண்டெனை உயர்வெலாம் பெறுவையே.

இந்திய தேசியக் காங்கிரஸின் மாஜித் தலைவரான ஸ்ரீமான் சி. விஜயராகவாச்சாரியாருக்கு ஸ்ரீமான் பிள்ளையவர்கள் எழுதிய பாக்கள் கீழே தரப்பட்டிருக்கின்றன.

நல்லோரை ஆள்விசய ராகவாச் சாரிமன்னா
இல்லோராய்ச் சார்ந்தயரும் என்னுரியர் – வல்லோராய்
நிற்றற்கு வேண்டும் நிதியளித்தே யான்வீடு
பற்றற்கு வேண்டுவன பார்.

என்னுடைய நாவாய்க் கிருநிதிதந் தோர்க்கெல்லாம்
என்னுடைய மெய்வணக்கம் ஈந்திடுவாய் – மன்னுடைய
நல்லருளைக் கொண்டபின்பு நான்நிதியை மீட்டுவதாச்
சொல்லருளன் னார்க்குத் துணிந்து.

என்னுடைய நாட்டிற் கிதம்புரிந்து நிற்பார்க்கும்
என்னுடைய மெய்வணக்கம் ஈந்திடுவாய் – என்னுடைய
கோட்பாடு தீஉயிர்க்கும் கோளிழைத்தல் கூடாதென்
றாட்பாடு செய்வார்க் கறைந்து.

வீரகேசரி, 22–11–1936

~

(vi)
காலஞ்சென்ற தேசபக்தர் வ.உ. சிதம்பரம் பிள்ளை தியாகமூர்த்தி எங்கே?

பிரபல தமிழ்ப் புலவரும், தென்னாட்டுத் தேசபக்தரும், வீரத் தியாகியுமான உயர்திரு. வ.உ. சிதம்பரம் பிள்ளை அவர்கள் உயிர் நீத்தாரென்ற கொடிய செய்தி எம்மனோரைத் துக்கக்கடலி லாழ்த்துகிறது. ஸ்ரீமான் சிதம்பரம் பிள்ளை அவர்களின் மரணம் தமிழ்நாட்டிற்கு, பொதுவாக பாரத நாட்டிற்கே, பெரும் நஷ்டமாகுமென்பதில் ஐயமில்லை. நாம் உண்மையில் ஒரு தோழரை இழந்துவிட்டோம். தமிழன்னை ஒரு வீரப் புதல்வனைப் பறிகொடுத்து விட்டாள். தனக்கென வாழாப் பிறர்க்குரியாள ராய் உடல், பொருள், ஆவி மூன்றையும் தேச விடுதலைக்கே தியாகம்செய்த தியாகமூர்த்திகளில் திரு. பிள்ளை அவர்களும் ஒருவராவர். தனது விடுதலைக்காக பாடுபடுகிறவர்களுக்கு பாரத தேவி நீங்கா நிழல்போல ஒன்றன்பின் ஒன்றாக பல இன்னல்களைக் கொடுத்து ஈற்றில் காலன் கையில் ஒப்படைத்துவிடுகிறாள். கருணையே வடிவாகவந்த பாரத தேவியின் பரிசில்தானென்ன? அவருடைய ஆத்மா சாந்தி அடைவதாக! அவருடைய குடும்பத்தாருக்கு எங்கள் ஆழ்ந்த அனுதாபத்தைத் தெரிவித்துக்கொள்கின்றோம்.

கே. மாணிக்கம்

~

சுதந்திர உணர்ச்சி ஊட்டிய பெரியார்

20–11–36ல் வெளிவந்த 'கேசரி'யில் தேசபக்த சிகாமணியென செந்தமிழ்த் தாய்நாட்டிற்குச் செம்மையா யுழைத்து, இம்மையை வெறுத்து, இணையில்லா கஷ்டநஷ்டங்களையும் அனுபவித்து, எம் போன்றார்க்குச் சுதந்தர உணர்ச்சியை ஊட்டியருளிய

ஸ்ரீமான் சிதம்பரம் பிள்ளை பரலோக பதவியடைந்து விட்டார் என்ற பிரசுரத்தை யாம் கண்ணுற்றதும் அப்படியே திகைத்துப் போய்விட்டோம்.

அன்னாரின் பிரிவாற்றாமைக்காக யாமும் எமது நண்பர்களும் அளவிலா துக்கத்தை யடைகிறோம். அவருடைய ஆன்மா சாந்தியடைவதாக! அன்னவரின் குடும்பத்தினர்களுக்கும் எமது மனமார்ந்த அனுதாபத்தைத் தெரிவித்துக்கொள்ளுகிறோம்.

கே.எஸ்.ஆர். ராமலிங்கம் முத்துராஜா

~

எமன் எவ்வாறு மனம் துணிந்தான்?

தென் இந்திய மாபெரும் தேசபக்தரென புகழ்வாய்ந்துள்ளவரும், பிரபல தமிழ் நூலாசிரியருமான ஸ்ரீ வ.உ. சிதம்பரம் பிள்ளை அவர்கள் சிலகாலமாக கொடிய பிணிவாய்ப்பட்டு அவதியுற்றதை நாம் ஒவ்வொருவரும் சமாச்சாரப் பத்திரிகைகள் மூலம் அறியலானோம். அன்னாரின் தேசத்தொண்டையும் வீரகர்ஜனையையும் மங்காப் புகழையும் நினைத்து, நினைத்து வருந்தாதாரில்லை! நாம் எதிர்பாராதபடி நமது தேசபக்தர் சிதம்பரம் பிள்ளை அவர்கள், தூத்துக்குடி தமதில்லத்தில் மரணமடைந்துள்ளார் என்னும் செய்தியை 20–11–36–ந் தேதி வெளிவந்துள்ள அன்பன் 'வீரகேசரி'யில் கண்ணுற்ற எம் போன்ற மக்கள் உள்ளம் எவ்வாறு கொதிப்படைந்து உருகி நோவுற்று வேதனை அடைந்திருக்கும் என்பதை நாம் ஒவ்வொருவருக்கும் எடுத்துச்சொல்ல வேண்டியதில்லை! எனினும், நமது தென் இந்தியாவில் இத்தகைய பிரபல நூலாசிரியரும் தேசபக்தரும் சுதந்திர உணர்ச்சியும் மிகுந்துள்ள ஓர் வீரரை இனி காண்பதரிது. ஸ்ரீ சிதம்பரம் பிள்ளையின் ஆன்மாவை அபகரிக்க எவ்வாறு எமன் மனந்துணிந்தான்? அன்னாரின் மரணம் பாரத மக்களுக்கும் பாரத தேவிக்கும் பாரத தேசத்திற்கும் ஈடுசெய்ய இயலா மாபெரும் நஷ்டமென்பதுடன் ஆன்மா நல்வழியில் சாந்தியடைய பிரார்த்திப்பதுடன் எனது ஆழ்ந்த அனுதாபத்தை அன்னவரின் குடும்பத்தார்களுக்குத் தெரிவித்துக்கொள்கின்றேன்.

தெ.சு. இராமச்சந்திரன்
மருதானை, கொழும்பு

வீரகேசரி, 24–11–1936 *(ஆசிரியருக்குக் கடிதங்கள்)*

~

(vii)

கதர் பல்லக்கில் காலஞ்சென்ற தேசபக்தர்

காலஞ்சென்ற வ.உ. சிதம்பரம் பிள்ளையின் கதர்பூப்பல்லக்கு. *பிள்ளையவர்களுக்கு இடதுபுறத்தில் பிள்ளையின் மூத்தகுமாரர் ஸ்ரீ வி.ஓ.சி. ஆறுமுகம் பிள்ளை பூனூலுடன் காணப்படுகிறார். வலதுபுறத்தில் இளையகுமாரர்களையும், மற்றும் ஏனைய நகர காங்கிரஸ் பிரமுகர்களையும் காணலாம்.*

19–11–36–ல் நகர்வலமாக எடுத்துச்செல்லப்பட்டது.

வீரகேசரி, 25–11–1936

~

(viii)

உடன்குடி வித்துவான் ஸ்ரீ முத்துசாமி பிள்ளையவர்கள் பாடிய கையறுநிலை பாடல்கள்

மண்ணுயிருக்குதவிய மாட்சிமை வாய்ந்த வண்டமிழ்ப் புலவர் திரு. வ.உ. சிதம்பரம் பிள்ளை யவர்கள் மேல் உடன்குடி வித்துவான் திரு. பு.க.

முத்துசுவாமிப் பிள்ளையவர்கள் பாடிய கையறு நிலை.

உலகமக்கள் உறுநலமே யுன்நலமென்
றேகருதி யுழைத்த சான்றோய்
நிலமகள்நல் லருளம்மை நினைப்பெறற்கு
நோன்பென்னோ நெடிதுசெய் தாள்?
பலவுயிரு மின்புறுக வெனப்பன்னூ
லுரைவரையும் பணிஉ ஞற்றிச்
சிலசொல்லிப் பலவிளக்குந் திருவுடையோய்
எங்ககன்றாய் செப்பு வாயே ...1

பன்னாள்நின் னருகிருந்தார் படுந்துயரை
எண்ணுதற்குப் பாங்குண் டாமோ
சின்னாள்நின் னட்படைந்தேம் அலமந்து
சுழன்றுமிகத் திகைத்தோ மாயின்
அன்னா, நின் நாயகியும் அன்புசெறி
மக்களுமே அயர்ந்து சோர்தல்
என்னோஅந் தோஅந்தோ யாமுரைத்த
லொருசிறிது மியலா தன்றோ! ...2

பிறந்தநாட் டுக்குழைத்தோர் பெரும்பால
ரேனுமுன்போற் பெற்றி வாய்ந்தோர்
சிறந்திடுநந் தமிழகத்தி லொருவருமே
இல்லைஇல்லை தெளிந்தோ மம்ம
அறந்திருந்தும் புகழ்நிறுவி அவ்வுலகுக்
கேகலின்எம் ஆற்றா மையை
மறந்திடலோ இனியொருநாள் முடியுமெனக்
கூறகிலோம் மதிவல் லோயே ...3

நாட்டுக்கு நலமிழைத்தல் நங்கடமை
யெனக்கொண்ட நண்ப நின்சொற்
பாட்டுக்கு நினைவுதவும் பண்புநினைந்
தஞ்ஞான்று பல்கா லென்றன்
கூட்டுக்கு நனிவிழைந்தெற் கூடாம
லேகினையோ கோவேயந்த
வீட்டுக்குப் போவதற்கு விழைந்திந்த
வீட்டினின்றும் விரைந்தாய் நன்றோ! ...4

உரிமையினை வேட்டுமுயல் நினதெண்ணம்
நிறையுமுன்னர் உயர்வா னேகல்
பெருமைபெறுங் கடவுளர்பால் அக்கருத்தை
எடுத்துரைத்துப் பெறலா மென்றோ
உரிமையிலா நம்மக்கள் ஒன்றுபடார்
எனநினைந்த உளச்சோர்வானோ
அருமையினக் கடவுளரை யழைத்துவர
வோயாதும் அறியோ மைய ...5

மனையுமறந் தாய்மக்கள் தமையுமறந்
தாய்அருமை மருமக்கண் மார்
நினைநினையு மார்வநல மறந்தனையே
ஐயகோ, நின்சீர் வாழ்த்திப்
புனையுமரும் புலவர்களோ டளவளா
வுறுஞ்சுவையும் பொன்னாட் டுண்டோ
தனைநிகருந் தமிழ்ச்சுவையு மறந்தெங்ஙன்
ஆற்றுதியோ தமிழ்வல் லோயே ...6

ஒற்றுமையை நிலைநிறுத்தப் பற்பலநாள்
ஊக்கமுடன் உழைத்து மிங்கே
ஒற்றுமையி லாக்கொடுமைக் குறைநினைந்தே
யினிக் கடவுளொருவ னன்றி
ஒற்றுமையை விளைத்தற்கிங் கியாமொல்லேம்
எனவுன்னி உயர்வா னத்தில்
ஒற்றுமையைப் பெறுவிப்பான் ஏகினைகொல்
லோஎங்கள் உயிரே அன்னாய்!! ...7

இதம்பெறநந் தேயமக்கள் என்றந்நா
ளியற்றுவித்த இருநா வாயும்
சிதம்பரப்பிள் ளைப்பெயரைச் சீர்சிறப்பக்
காட்டுமெனத் தெவ்வர் சூழ்ந்த
மதம்பரவும் அலர்மொழியைச் சூறைக்காற்
றெறியுண்ட மஞ்சே போலும்
பதம்பெறுவித் திந்தியர்தம் பழம்புகழைப்
புதுப்பித்த பான்மை என்னே! ...8

அறியாமை வழிநிற்போ ரனைவரையும்
அகங்குழைக்கு மாற்றல் எங்கே
நெறியாகப் பலவகுத்து நெடிதுமுயன்
றிடுமுனது நீர்மை எங்கே
செறிவாகத் தமிழரெலாஞ் சிறப்புறுதற்
கேற்றசெயற் செம்மை எங்கே
குறியாத பெரும்பொருளைக் குறித்திவற்றை
அறத்துறக்கக் குறிக்கொண்டாய் கொல் ...9

அகவல்

நயனில் கூற்றே! நயனில் கூற்றே!
சிதம்பரப் பிள்ளைஎஞ் செல்வத் தோன்றலைக்
கதுமெனக் கவர்ந்த கடுந்தொழிற் கூற்றே!
அறிவு சிறிதுமின் றறமொரீஇப் பொருளை
நெறியில் நெறியில் நின்றுபெரி தீட்டித்
தாமுந் துவ்வாது தமர்க்கு மீயாது
வைத்திழக் குறூஉம் மடவோர் பலருள்
அவரை,
கொன்றுண் டுய்ந்திலை கொடுமை குறிக்கலை
இன்னோ னென்னாய் தன்னலங் கருதாது

உடல்பொரு ளாவி உணர்ந்துவந் தளித்துப்
பிறர்க்கென வாழும் பெரும்பெயர்த் தலைவன்
சிதம்பரப் பிள்ளைச் செம்மலைச் சுவைபட
உண்டொழிந் தனைநின் னுணர்ச்சி கெடுக
பண்டு பரஞ்சுடர் பதத்துதையுண்ட அஃது
இன்று மறந்தனை போலும் இழிந்தோய்
அன்னோனை யுண்ட அதனால்
இன்னா நிரயம்நீ மன்னுக நெடிதே.

வெண்பா

தாதாண்டிற் கார்த்திகையிற் றக்க புதன்கிழமை
போதார்முற் பஞ்சமியிற் பூநீத்தான் - தீதில்
சிதம்பரப் பிள்ளைப்போர்ச் செல்வன்சி வன்சேர்ந்
திதம்பெறுக என்று மினி.

~

ஸ்ரீமான் சிதம்பரம் பிள்ளை ஓட்டப்பிடாரத்தில் 1872ம் வருடத்தில் பிறந்தார். 1900த்தில் முதல் மனைவியைப் பறிகொடுத்தார். அவ்வருடம் விவேகபானு என்னும் மாதப் பத்திரிகை ஆரம்பித்து நடத்தினார். 1906—ம் வருடம் அக்டோபர் மாதம் சுதேசிக் கப்பல் கம்பெனியை ரிஜிஸ்தர் செய்தார். 1908ல் 6 வருட சிறை தண்டனை பெற்றார். 1936 நவம்பர் 18ம் தேதி இரவு 11.36க்கு மரணமானார்.

வீரகேசரி, 29–11–1936

~

பு.க. முத்துசுவாமிப் பிள்ளை இயற்றிய மேற்கண்ட இரங்கற்பாக்கள் 'நவசக்தி'யிலும் (4–12–1936) வெளியாயின.

(ix)

திரு. வ.உ.சி. மரணத்திற்கு அனுதாபக் கூட்டங்கள்

ஸ்ரீவைகுண்டம் காங்கிரஸ் கூட்டம்

கடந்த 26உ இரவு 8 மணிக்கு இவ்வூர் கள்ளப்பிரான் சுவாமி கோவில் முன்மண்டபத்தில் ஸ்ரீவைகுண்டம் தாலுகா காங்கிரஸ் கமிட்டியின் சார்பாக காலஞ்சென்ற தேசபக்தர் திரு. வ.உ. சிதம்பரம் பிள்ளை மறைவிற்கு ஓர் அனுதாபக் கூட்டம் நடைபெற்றது. திரு எஸ். புருஷோத்தம முதலியார் தலைமை வகித்தார். திரு முதலியார் தமது முன்னுரையில் பேசியதின் சாரமாவது:

தமிழ்நாட்டு தேசீய இயக்கத்தில் தென்னாட்டில் முன்னணியில் நின்று தொண்டாற்றியவர்களுள் திரு. பிள்ளையும்

ஒருவர். நாட்டின் விடுதலைக்காக போராடிய மாபெரும் தலைவர்களுள் அவர் ஒருவர். மூச்சு ஒடுங்கும் கடைசி வினாடிவரை தேசமே அவரது நினைவைக் கவர்ந்திருந்தது. திரு. பிள்ளையின் மரணம் தேசத்திற்கே ஓர் பெரும் நஷ்டம். குறிப்பாக தமிழ்நாடு ஓர் தேசபக்த சிகாமணியை இழந்துவிட்டது. பின்னர் ஸ்ரீமான்கள் எம். முத்துரெங்க நாயுடு, கோவில்பட்டி காங்கிரஸ் ஊழியர் ந. சோமையாஜீலு, புரக்டர் எஸ்.டி. ஆதித்தன் முதலானவர்கள் காலஞ்சென்ற திரு. பிள்ளையின் அரிய சேவைகளைப் பாராட்டியும், பெருந்தன்மையான குணங்களை எடுத்துக்கூறிவிட்டு மேலும் இந்தியாவில் ராஜீய விழிப்பேற்படச் செய்தவர்களில் இவருமொருவரென்றும், உயர்ந்த குடும்பத்தில் பிறந்தவரென்றும், காங்கிரசில் சேர்ந்து தேசத்திற்காக மனப்பூர்வமாக உழைத்தாரென்றும், திரு. பிள்ளை ஸ்ரீ திலகரின் சிஷ்யர் என்றும், அவர் வழிகளில் செல்பவர் என்றும், திரு. பிள்ளை ஒரு சமயத்தில் தீவாந்திர சிட்சை விதிக்கப்பட்டாரென்றும், ஆயினும் இத்தண்டனை 6 வருஷம் கடுங்காவல் தண்டனையாக குறைக்கப்பட்டதென்றும், இந்த 6 வருஷ காலமும் சிறையில் இவருக்கு பல கஷ்டங்கள் நேர்ந்ததென்றும், அவர் தொழிலாளர் இயக்கத்தில் நெருங்கிய சம்பந்தம் வைத்துக்கொண்டிருந்தாரென்றும், தென்னிந்திய ரயில்வே சங்கத்திலும் கொஞ்சக் காலமிருந்து தொண்டு செய்திருக்கிறாரென்றும் குறிப்பிட்டு சுதேசிக் கப்பல் கம்பெனி யொன்றை ஆரம்பித்ததையும், போட்டிக் கம்பெனிகளால் இக்கம்பெனி அழிந்ததையும் கூறினார்கள்.

இறுதியில் புரக்டர் திரு. எஸ்.டி. ஆதித்தன் 'தேசபக்தர் திரு வ.உ. சிதம்பரம் பிள்ளை மரணத்திற்காக ஸ்ரீவைகுண்டம் பொதுமக்களின் இக்கூட்டம் வருந்துகிறதென்றும் தங்கள் அனுதாபத்தை அன்னாருடைய குடும்பத்தாருக்கு தெரிவித்துக் கொள்கிறது' என்ற அனுதாபத் தீர்மானம் கூட்டத்தில் படிக்கப்பட்டு தீர்மானம் நிறைவேறியது.

திருச்செந்தூர் தாலுகாவிலுள்ள சாத்தான்குளத்தில் யூனியன் பஞ்சாயத்து போர்டு தலைவர் திரு. ஆதம் சாகிபு தலைமையிலும் நாங்குனேரியில் திரு. எஸ். சண்முகம் பிள்ளையின் தலைமையிலும் பிள்ளையார் குளத்தில் 'வீரகேசரி' நிருபர் உடன்குடி திரு எம்.எஸ். அருணாசலம் பிள்ளை தலைமையிலும் மூன்று பொதுக்கூட்டங்கள் நடைபெற்றன. திரு பிள்ளை அவர்கள் காலஞ்சென்றதைக் குறித்து துக்கத் தீர்மானங்கள் நிறைவேறின.

வீரகேசரி, 2–12–1936

~~

16.

ஜெயபாரதி

காலஞ்சென்ற சிதம்பரம் பிள்ளை

முப்பதாண்டுகளுக்கு முன் தமிழ்நாட்டைத் தட்டி யெழுப்பி, தேசிய போராட்டத்திற்கு அடிகோலியவரும், அத்தொண்டில் பலவிதக் கஷ்டநஷ்டங்களை அடைந்தவருமான உத்தம தேசபக்த ஸ்ரீ. வி.ஓ. சிதம்பரம் பிள்ளை அவர்கள் நிகழும் நவம்பர் மீ 18–ம் தேதி புதன்கிழமையன்று, தூத்துக்குடியில் காலஞ்சென்றார்.

சென்ற ஒரு மாதமாக அவர் படுத்தபடுக்கையில் நோய்வாய்ப்பட்டிருந்தார். இறக்கும்போது அவருக்கு வயது 65.

ஸ்ரீ வி.ஓ. சிதம்பரம் பிள்ளை திருநெல்வேலி ஜில்லா ஓட்டப்பிடாரத்தில் 65 ஆண்டுகளுக்குமுன் பிறந்தார். அக்காலத்தில் சாத்தியப்பட்ட உயர்தரக் கல்வி கற்று, வக்கீல் தொழிலில் தேர்ச்சிபெற்று, தூத்துக்குடியில் வக்கீலாக அமர்ந்தார். வெகு சீக்கிரத்தில் வக்கீல் தொழிலில் வல்லவரானார். 1906–ம் வருஷத்தில் வங்காளத்தில் தோன்றி இந்நாடெங்கும் பரவிய சுதேசி இயக்கத்தில் ஸ்ரீ. பிள்ளை ஈடுபட்டார். காலஞ்சென்ற பால கங்காதர திலகருக்கு, தென்னாட்டில் தேசப்படை வீரனாக இருந்தவர் ஸ்ரீ பிள்ளையே யாவார். 1908–ல் சூரத்துக் காங்கிரசில் மிதவாதிகளை எதிர்த்துப் போராடித் தீவிரக் கட்சிக்கு அடிகோலியவர்களில் ஸ்ரீ பிள்ளையும் ஒருவராவார்.

பிரிட்டிஷ் சாமான்களை யாரும் வாங்கக்கூடாதென்று பலமான கட்டுப்பாடுகளைச் செய்ததுடன் சுதேசிக் கப்பல் கம்பெனி ஒன்றைச் சிருட்டித்து வெள்ளைக்காரர் வியாபாரத்தையே ஒழித்துவிட ஸ்ரீ சிதம்பரம் பிள்ளை செய்தது போன்ற வேலைகளை,

தென்னாட்டில் வேறெவரும் செய்ததில்லை. தூத்துக்குடியில் அக்காலத்திலிருந்துவந்த வெள்ளைக்காரர்கள், ஊரில் குடியிருக்கப் பயந்து, கடலுக்குச் சென்று, அங்குள்ள ஒரு திட்டில் சிறிது காலம் வசித்துவந்தார்கள்.

சர்க்காருக்குச் சாதகமாகவும், சுதேசியத்திற்கு விரோதமாகவும் இருந்தவர்களுக்கு வண்ணார் வெளுக்கக்கூடாதென்றும் ஸ்ரீ பிள்ளை கட்டுப்பாடு செய்திருந்தார். அக்காலத்தில் சர்க்காருக்கு நண்பராயிருந்த ரங்கசாமி ஐயர் என்ற ஒரு வக்கீலுக்கு, போலீஸ் பந்தோபஸ்தில் க்ஷவரம் நடக்கவேண்டியதாயிற்று.

ராஜாங்கநிந்தனைக் குற்றத்திற்காக, இவரையும் ஸ்ரீ. சுப்பிரமணிய சிவத்தையும், 1908–ல் கைது செய்தார்கள். இதனால் தூத்துக்குடியிலும் திருநெல்வேலியிலும் பெருங்கலகம் உண்டாயிற்று. பட்டாளத்தைக் கொண்டுதான் சர்க்காரால் இக்கலகங்களை அடக்க முடிந்தது. இதனால் பெரும் சேதங்கள் ஏற்பட்டன.

ஸ்ரீ. பிள்ளைக்கு ஜாமீன் கொடுக்க, பலர் திருநெல்வேலியில் முன்வந்தார்கள். அவர் தம் நண்பர் இருவருக்கும் ஜாமீன் கொடுக்கப்பட்டாலன்றித் தமக்கு ஜாமீன் கொடுப்பதில் பிரயோஜனமில்லையென்று சொல்லிவிட்டார். மூவருக்கும் ஜாமீன் கொடுத்து, செண்ட்ரல் ஜயிலிலிருந்து மூவரும் வெளிவந்ததும் இராஜநிந்தனைக் குற்றத்திற்காக மறுபடியும் கைது செய்யப்பட்டார்கள்.

ஸ்ரீ. பிள்ளை அவர்கள் பிப்ரவரி 23, 26ந் தேதிகளிலும், மார்ச் 1, 3ந் தேதிகளிலும் செய்த பிரசங்கங்களில் ஆக்ஷேபகரமானவைகள் என்று பிராசிகூஷன் முதல் சாட்சி போலீஸ் இன்ஸ்பெக்டர் குறிப்பிட்ட வாசகங்கள் பின்வருமாறு:

1. 'இந்தியாவில் 50,000 ஐரோப்பியர்கள் உண்டு. பலவந்தமாய் அவர்களை வெளியாக்குவது கஷ்டமல்ல. ஆனால் இந்தியர் பலாத்காரம் செய்யக் கூடாது. ஆனபோதிலும் இந்தியர் ஐரோப்பியர்களுக்குப் பயப்பட வேண்டியதில்லை.'
2. 'இந்தியர் தாங்கள் தீர்மானித்த பிரகாரம் அன்னிய தேசத் துணி, சர்க்கரை, எனாமல் பாத்திர சாமான்கள் வாங்காமலிருந்தால், ஐரோப்பியர்கள் தாங்களே இந்தியாவை விட்டுப் போய்விடுவார்கள்.'
3. 'வியாபாரிகள் இன்னும் பி.எஸ்.என். கம்பனிக்கு உதவி செய்கிறார்கள். நான் இனி அவர்களைக் கேட்கப் போகிறதில்லை. சில சுதேசிகள் என்னிடம் வந்து அப்பேர்ப்பட்டவர்களுக்குக் கெடுதல் செய்வதாகச்

சொன்னார்கள். நான் தடுத்தேன். தங்களுக்கு என்ன வந்தாலும் பரவாயில்லை என்று அவர்கள் சொன்னார்கள்.'

4. 'நாவித சகோதரர்கள் பரதேசி வஸ்திரம் தரித்திருக்கிறவர்களுக்குத் தாங்கள் வேலை செய்வதில்லை என்பதாகச் சத்தியம் செய்துகொடுத்திருக்கிறார்கள். பரதேசி வஸ்திரம் தரித்தவொருவன் வேலைசெய்துகொள்ள வந்தால், கத்தியால் தலையைத் தொட்டு அனுப்பிவிடுவார்கள்.'

5. 'சுயராஜ்யம் தவிர அன்னிய ராஜாங்கத்தை விரும்புகிறவர்களுண்டா? ஆகையால் வந்ததெல்லாம் வரட்டும். நாம் எதற்கும் பயப்பட வேண்டியதில்லை. வந்ததெல்லாம் வரட்டும்.'

ஸ்ரீ. பிள்ளைமீது தொடர்ந்த இரண்டு வழக்குகளிலும், திருநெல்வேலி ஜில்லா நீதிபதி பிள்ளைக்கு இருபது வருஷ தீவாந்திர சிட்சை விதித்தார். சென்னை ஹைக்கோர்ட் அப்பீலில் இத்தண்டனை ஆறு வருடங்களாகக் குறைக்கப்பட்டது.

1912ஆ டிசம்பரில் ஸ்ரீ பிள்ளை விடுதலையடைந்தார். பிற்காலத்தில் அவர் தீவிரமாக அரசியலில் கலந்துகொள்ளவில்லை; ஜஸ்டிஸ் கட்சியிடம்கூடச் சிறிது பற்றுக் காட்டினார். எனினும், அவர் உள்ளத்தில் வீறுகொண்டெழுந்திருந்த தேசபக்திக் கனல் எங்கே போகும்? கடைசிக் காலத்தில், அவர் தேசமே சிந்தனையாய் ஆவி துறந்தார். பாரதியின் தேசீய கீதங்களைப் பாடும்படி அருகிலிருந்தவரை வற்புறுத்தி, அதைக் கேட்டுக்கொண்டே ஆவி நீத்தார்.

ஸ்ரீ. பிள்ளையவர்களின் மனைவி, 3 குமாரர்கள், 4 குமாரத்திகள், எண்ணற்ற நண்பர்கள் ஆகிய யாவருக்கும் நமது மனப்பூர்வமான அனுதாபம் உரித்தாகுக.

ஜெயபாரதி, 29–11–1936

~~

17.

The Hindu

(i)

Mr. V. O. Chidambaram Pillai Passes Away
Well-Known South Indian Patriot

MADRAS, Nov. 19. We regret to record the death of Mr. V.O. Chidambaram Pillai last night at Tuticorin after a brief illness.

He was among those who were in the vanguard of the national movement in this province in the early years of this century, and he was among the earliest promoters of the Swadeshi movement.

Till the last moment, wires our correspondent from Tuticorin to-day, he was conscious and was always talking about Congress unity and Indian freedom.

Mr. Pillai, who was aged 65, took ill last month and was bed-ridden.

The public of Tuticorin received the news of his passing away in deep sorrow. Most of the shops are closed.

Mr. Chidambaram Pillai leaves behind his wife, three sons and four daughters.

The funeral started at 12 noon to-day with a silent black flag procession, a Congress bajana accompanying.

A Brief Sketch

He was one of the foremost leaders of South India who took a prominent part during the agitation that followed the partition of Bengal. He belonged to the Tilak School of politics. He was among the delegates from Madras to the Surat Congress. He was sentenced on a charge of sedition and sent to prison for six years in 1909. About this time, he had floated with the help of many prominent South Indians a Steam Navigation Company which ran a service between Tuticorin and Colombo. His enforced absence from the management of the Company led to its winding up subsequently. He took also a prominent part in the Swadeshi movement. He retired from active politics in about 1920 and devoted his time to the advancement of Tamil Literature. A Tamil scholar himself, he was an admirer of the 'Kural' and brought out commentaries of his own on that work. He edited and published the 'Tholkapiam' with Ilampuranar's commentary. He resumed practice after his retirement from politics. Mr. Chidambaram Pillai was an outspoken critic of men and matters, and in the latter part of his public career took a prominent part in the Labour movement and carried on propaganda in Coimbatore and other districts organising labour. He was one of the moving spirits of the Madras Presidency Association started by the late Dewan Bahadur, Kesava Pillai in connection with the Non-Brahmin movement. It was only last week that the members of the Tuticorin Bar Association assembled at his residence and presented him with a purse in recognition of his services in the cause of the country and his courage and patriotism.

In his death the country loses a good scholar and an ardent patriot who suffered, and sacrificed much for his convictions.

An Appreciation

MADRAS, Nov. 19. Mr. P. Varadarajulu writes: My esteemed friend and distinguished countryman, Mr. V. O. Chidambaram Pillai, passed away last night at 11:30 at Tuticorin.

I consider it not only as a great loss to the national cause of this country, but also, I have lost in his death, one of my closest friends for the past thirty years. He was the foremost National leader in 1908 and the first South Indian to get life sentence for sedition, having been sentenced by Mr. Pinhey, District and Sessions Judge, Tinnevelly for twenty years for each of his speeches in two cases, the sentences to run concurrently. Mr. Justice Sankaran Nair reduced the sentence to six years' rigorous imprisonment on appeal to the High Court. Mr. Pillai had to undergo sentence in various prisons in South India.

It was he who first organised the Swadeshi Navigation Company and ran Postal Traffic steamers. The Europeans and the Government combined against him. As a result, not only Mr. Pillai suffered imprisonment but lost whatever property he had inherited from his forefathers.

A Tamil Scholar

He was a successful lawyer and a great labour leader. He was a profound Tamil scholar and has written commentaries on Kural and also translated a number of great European authors into Tamil during his imprisonment.

As a close friend of his, I was surprised to find him to the last, to have remained a great patriot and a frank and out-spoken critic of men and matters. It was only last week, to his dictation, his son wrote to me that he was anxious to see me as he was in his last days. I wrote to him only day before yesterday that I would go over to Tuticorin next Friday. But before I could have this pilgrimage, I am shocked to hear of his death. Last time when he was at Madras, he spoke to me of the great respect and affection that was shown to him during his starving political life by late Mr. S. Kasturi Ranga Iyengar and Mr. G. Subramania Aiyar. The Tamil Nad has lost a great man and I am sure his memory will ever remain green in South India.

The Hindu, 19-11-1936

(ii)

Pioneer of Swadeshi in South India
Tributes to Mr. V.O. Chidambaram Pillai

Mr. V. Chakkarai writes: It is with the deepest sorrow that I have read the news of the death of Mr. V.O. Chidambaram Pillai. I cannot but pay to his memory my tribute of praise and admiration. It was after the Bengal Partition that Madras was agitated by the new nationalism, and Mr. Pillai was in the forefront of it all. I remember going with him and the late Mr. Bharati and others to attend the Surat Congress. We returned after the fiasco not knowing what was to happen next. He was imprisoned, and in those days imprisonment meant all the sufferings that would make our 'A' class and 'B' class prisoners shudder to the very depth. As a pioneer of the old Swadeshi movement, he was of great use in those days. After his release he was not actively engaged in politics, as his domestic concerns occupied all his time. It was only a few months ago he came from his place to preside at the anniversary of the Madras Labour Union, and his address breathed the old fire, though one had the feeling that his physical health was not quite as good as could be desired. As one of his oldest friends, I rush to convey his family my deepest sympathy in their bereavement.

The Hindu, 20-11-1936

(iii)
Late Mr. Chidambaram Pillai
Speeches at Funeral
(from our correspondent)

Tuticorin, Nov. 19

The remains of the late Mr. Chidambaram Pillai were taken in procession to the last resting place, accompanied by hundreds of people, accompanied by a 'bhajana' of Congress volunteers carrying black flags as a sign of mourning.

Many shops remained closed for the day. When the bier reached the cremation ground, Mr. C. Veerabahu, Advocate, paid a glowing tribute to the patriotism, and self-sacrifices of the late Mr. Chidambaram Pillai. Till the last moment, Mr. Pillai, the speaker said, had been talking only about Congress unity and Indian freedom, and had no thought for his family which he was leaving in a helpless state. The highest tribute that the people of Tuticorin and his countrymen could pay to his valuable services was to carry out the work he had started and which he loved so much namely, 'Swadeshi'.

Messrs. Sivagurunatha Pillai, P. Kandasami Pillai, Secretary of the Town Congress Committee, P.S. Subba Aiyar, President of the Committee, A. Masillamony Pillai and others also paid tributes to the self-sacrifice, patriotism, religious fervour and sincerity of the departed leader and exhorted the people to perpetuate his memory by a suitable memorial in the town.

Mr. Arumugam, son of the late Mr. Chidambaram Pillai, thanked the speakers for the kind sentiments expressed about his father and said that these references helped the family to bear the loss with equanimity and he hoped his father's work would be carried on enthusiastically. He also expressed his gratitude for Mr. A.C.S. Kandasami Reddiar who greatly helped the family both when his father was alive and after his death.

Many people in the audience made contributions on the spot for the memorial.

~

(iv)
Condolence Meeting at Palamcottah
(from our correspondent)

Tinnevelly, Nov. 19

A public meeting was held this evening in front of Sri Gopalaswami temple at Palamcottah, Mr. T. Krishna Pillai presiding, when a condolence resolution on the death of Mr. V.O. Chidambaram Pillai was passed.

A resolution placing on record the people's sorrow at the death of Mr. Chidambaram Pillai and their appreciation of his patriotic services, as the founder of the *Swaraj* and Swadeshi movement in the district was moved by Mr. K.V. Narayanan, M.A., M.L., President, Tinnevelly Town Congress Committee. The late Mr. Chidambaram Pillai, the mover of the resolution observed, was an ardent disciple of Tilak in the province, and was a stalwart and courageous fighter for the cause of national freedom and he had suffered heavily for it. The speaker next referred to the late Mr. Chidambaram Pillai's sufferings in jail at a time when jail-going had terrors, especially in the case of political prisoners.

Mr. S. Kuttalalingam, Municipal Councillor, Tinnevelly, in seconding the resolution said that in the death of Mr. Chidambaram Pillai the province had lost one of its greatest patriots. He also pointed out that Mr. Chidambaram Pillai was a great Tamil Scholar and had himself written an original commentary on the 'Kural'.

The resolution was passed all standing.

~

Meeting in the City

Madras, Nov. 21

The members of the Madras Labour Union met, last evening at their Union premises in Perambur Barracks and adopted a resolution expressing sorrow at the passing away of Mr. V.O. Chidambaram Pillai.

Mr. T.V. Kalyanasundara Mudaliar, President of the Union, said that Mr. V.O. Chidambaram Pillai was a staunch disciple of Tilak and considered no sacrifice too great in the cause of freedom. Though in later life he kept aloof from the Congress, his heart was always with the National organisation. He was connected with the Union for some time as its vice president. Only a few months ago he presided with distinction over the anniversary celebration of the Union. He was a great Tamil scholar and wrote several works. He was a great patriot and awakened the national consciousness of the people. Tamil Nadu had reason to be grateful to him.

Mr. G. Chelvapathy Chetty, moving the resolution of condolence expressing sympathy with the bereaved family, said that he had the privilege of knowing Mr. V.O. Chidambaram Pillai from the time a little before the Madras Labour Union was started in 1918. Mr. Chidambaram Pillai was a powerful speaker. He was a leader, unostentatious and simple by nature.

Messrs G. Ramanujulu Naidu and R.A. Rajagopal Naidu seconded and supported the resolution which was put to the meeting and declared carried, the audience standing.

The Chairman said that they, in South India, had lost a 'priceless jewel'. Mr. Chidambaram Pillai was a true follower of Tilak. He was the foremost leader of the Swadeshi movement in South India and started a steamer service styled the Swadeshi Steam Navigation Company and sacrificed all his material resources in the national cause. The greatest tribute that they could offer to his memory was to strengthen the Union with which Mr. Chidambaram Pillai was connected.

The Hindu, 21-11-1936

(v)

Late Mr. Chidambaram Pillai
Reference in Tuticorin Court
(from our correspondent)

Tuticorin, Nov. 20

As soon as the sub-court assembled yesterday, Mr. C. Ramaswami Aiyar, Vakil, made a reference to the passing away of Mr. V.O. Chidambaram Pillai and said Mr. Chidambaram Pillai was a great lawyer, an erudite scholar and a generous and kind-hearted gentleman greatly respected by the Bar.

Mr Sarangaraja Iyengar, sub-ordinate judge, associated himself with the sentiments expressed. The gathering stood for a few minutes in silent prayer.

A similar reference was made in the District Munsiff's court by Mr. A. Ramaswami Aiyar and Mr. V.T. Palaniappa Mudaliar, District Munsiff associated himself with the reference.

A special meeting of the Tuticorin Bar Association was held this noon in the Bar Room premises under the presidency of Mr. P.V.S. Subbier, Vakil and President of the Association. Messrs A.C. Paul Nadar, A. Ramaswami Aiyar, K. Ramakrishna Aiyar and E. Vennimalai Pillai paid glowing tributes to the great qualities of the Late V.O. Chimdabaram Pillai as a lawyer, scholar, gentleman and patriot and a condolence resolution was passed all standing.

~

Tinnevelly Board's Condolences
(from our correspondent)

Tinnevelly, Nov. 21

At a meeting of the Tinnevelly District Board held this afternoon Mr. M.D.T. Kumarasami Mudaliar presiding, on the motion of Mr. S.N. Ambalavana Pillai, seconded by Mr. S.V. Gopalakrishnan Aiyar, a resolution expressing sorrow at the death of Mr. V.O. Chidambaram Pillai and paying a tribute to his services in the cause of the country, was passed all the members standing.

~

Meeting at Madurai
(from our correspondent)

Madurai, Nov. 21

A public meeting was held under the auspices of the Town Congress Committee at Main Guard Square, yesterday. Mr. A. Chidambaram Mudaliyar, Municipal Councillor, presiding, Messrs P. Sundaram Pillai, Puli Aiyar of Tirumangalam, Sangilia Pillai and Kamakshi Bharathi addressed the gathering on the life and sacrifices for the country made by the late Mr. V.O. Chidambaram Pillai. A resolution was passed expressing deep sorrow at his demise and conveying sympathy to the bereaved family.

~

At Pollachi
(from our correspondent)

Pollachi, Nov. 21

At an extraordinary meeting of the local Town Congress Committee, presided over by Mr. A. Nataraja Mudaliar, President, to-day, a resolution was adopted expressing condolence on the death of V.O. Chidambaram Pillai.

~

Trichinopoly
(from our correspondent)

Trichinopoly, Nov 22

At a meeting of the National College Tamil Union held on Friday evening, with Mr. V. Saranatha Iyengar, Principal of the College, in the chair, a resolution of condolence was passed on the death of Mr. V.O. Chidambaram Pillai.

~

Salem
(from our correspondent)

Salem, Nov. 22

Under the auspices of the Salem District Congress Committee, a public meeting was held last night, in the Victoria Market Maidan with Mr. K.V. Subba Rao, B.A., B.L. in the chair, when Messrs. P. Kandaswami Pillai, P. Jeevanandam, P. Muthiyalu, S.N. Adikesavalu Chettiar, P.B. Bavani Singh and others spoke on the greatest sacrifices made by the late Mr. Chidambaram Pillai, in the cause of the country.

An appeal was made for funds to help the suffering family of the late Mr. Chidambaram Pillai. A resolution was adopted offering sympathy to the members of the bereaved family.

Mr. C. Vijayaraghavachari, who was present at the meeting, associated himself with the sentiments expressed by the speakers.

At a meeting of the members of the Shevapet Self-Respect Association held day before yesterday, a resolution of condolence was adopted.

~

Tributes at Meeting in Madras

Madras, Nov. 23

Under the auspices of the Madras Labour Socialist Party, a public meeting was held last evening, at the Sivagnanam Park, Peddunaickenpet, to mourn the death of Mr. V.O. Chidambaram Pillai.

Mr. N.V. Natarajan explained the object of the meeting and proposed Mr. S. Natesa Mudaliar to the Chair.

The Chairman said that he knew the late Mr. Chidambaram Pillai for the last twenty years and more. Mr. Chidambaram Pillai sacrificed his all in the country's cause. Sentenced on a charge of sedition he went to jail for 6 years, at a time when the treatment of political prisoners was not what it was in the present day. As a leader of the Swadeshi Movement, he launched a scheme of coastal navigation. Since 1918, he had been playing a leading part in labour movement of South India. The Chairman remembered the time when earning a small amount from his writings and living in a rented place in Perambur, Mr. V.O. Chidambaram Pillai did intensive propaganda for the movement in the city. Well-read and posted with the latest development as he was, conversation with him was an education. In his demise, Tamil Nadu has not only lost an ardent patriot, but a profound scholar.

Mr. P.R.K. Sharma next spoke. Mr. Chidambaram Pillai, he said, was a man of conviction and courage. To the last, his love for the great national organisation, the Indian National Congress, was undiminished. If the history of Tamil Nadu were to be written, the speaker stressed, the life of Mr. Chidambaram Pillai would find a prominent place as a labour leader and national worker.

Mr. T.V. Murugesan moved a condolence resolution. Mr. N.V. Natarajan seconded it and it was carried everyone standing.

The Hindu, 23-11-1936

(vi)
At Tuticorin
(from our correspondent)

Tuticorin, Nov. 22

A crowded public meeting was held this evening, under the auspices of the Town Congress Committee in the maidan in Varadarajapuram under the presidency of Janab T.M. Babjan Sahib, Messrs. P. Kandasami Pillai, Secretary of the Town Congress Committee, P.S. Subbier, Vakil and President of the Committee, A.R.A.S. Dorasami Nadar, a prominent merchant and Secretary of the Indian Chamber of Commerce, and others spoke on the services of the late Mr. V.O. Chidambaram Pillai to the country and a condolence resolution was passed.

The Hindu, 25-11-1936

18.

Justice

(i)
Death of Mr. V.O. Chidambaram Pillai

Madras, Nov. 19

A Tuticorin correspondent wires under to-day's date:

The death occurred last night at 11:30 of Mr. V.O. Chidambaram Pillai at his residence here. The late Mr. Pillai was aged 65 and was ailing for about a month. The funeral takes place at 12 noon. Great sympathy is felt for his bereaved wife, three sons and four daughters.

Justice, 19-11-1936

(ii)
The Late Mr. V.O. Chidambaram Pillai

It is with deep regret that we have to report the death of that great patriot and public worker Mr. V.O. Chidambaram Pillai at Tuticorin last night. Mr Pillai was a courageous and undaunted fighter and his passion for the freedom of the motherland brought him into clash with the powers-that-be, and he suffered imprisonment in those days when prison life was synonymous with hell, when there was no 'A' or 'B' class or other modern conveniences or amenities, which make a term of imprisonment nowadays a period of rest and relaxation. Mr. Pillai was a Congressman; and in those days, just as in these days, the monopolists were successful in suppressing and stifling rising Non-Brahmin leaders. And the four great Non-Brahmins who came out of the Congress as a protest against the machinations were Messrs. E.V. Ramaswami Naicker, Mr. V.O. Chidambaram Pillai, Surendranath Arya, and T.V. Kalyanasundara Mudaliar. On account of age and other circumstances, Mr. Pillai was not able to take part in active politics during the last few years. But now and again, his voice would be raised, through the columns of the Press, in protest against tyranny, injustice or oppression. Many perhaps may not know that Mr. Pillai was spiritually minded; and his translations of some of James Allen's works breathe true understanding and ineffable peace, and they will be cherished by the Tamilian public as long as there is the yearning for peace and quiet, knowledge and understanding, among men and women. Mr. Pillai has died full of years, but without honours. But the greatest honour that a man can have is to leave a name which people have learnt to love and revere, to admire and worship. That honour is Mr. V.O. Chidambaram Pillai's.

Justice, 19-11-1936 (sub-editorial)

(iii)
The Late Mr. V.O. Chidambaram Pillai
Tributes At Madras Labour Meeting

Madras, Nov. 21

The services rendered by the late Mr. V.O. Chidambaram Pillai to the cause of Indian freedom were recalled at a public meeting held under the auspices of the Madras Labour Union last evening at the premises of the Union in Perambur.

Mr. T.V. Kalyanasundara Mudaliar, who presided, said that the late Mr. Pillai was responsible for political awakening in India. He had served the Indian National Congress and the public of this country with his heart and soul. He belonged to the Tilak school of thought. He was later sentenced to transportation for life. But it was, however, reduced to rigorous imprisonment for six months [sic.].

Mr. G. Selvapathy Chettiar, speaking first, said that the late Mr. Pillai was closely identified with the labour movement in South India and was for some time connected with the Railway Workers' Union. He had rendered great service by starting the Swadeshi Steam Navigation Company. But the venture failed later due to the difficulties created by the rival companies. It was but proper that the public should perpetuate the memory of Mr. Pillai, who was a distinguished patriot. It was also the duty of the public of South India to help the family of the late Mr. Pillai.

Mr. Chettiar next moved a resolution touching the death of the late Mr. Pillai.

Messrs. G. Ramanjulu Naidu and R.A. Rajagopal Naidu spoke in support of the resolution.

The resolution was unanimously passed, the audience standing. Collections were then made on the spot to be sent to Mr. Pillai's family.

Justice, 21-11-1936

(iv)
The Late Mr. V.O. Chidambaram Pillai

Alpha

The death of this veteran Non-Brahmin at Tuticorin on the 18th November will be widely regretted in Tamil Nadu. To the present generation he was nothing more than a mere name. But nevertheless, about 30 years ago, Mr. Pillai played his part manfully in the political arena and suffered imprisonment for what he considered to be the country's cause. Mr. Chidambaram was at one time in his life a redoubtable champion of the Congress, but he had not to wait long before disillusionment overtook him. Even in those days, Brahmin domination in South Indian Congress politics, which, according to Mr. Nehru, now exists, was at work and Mr. Chidambaram soon left the Congress in utter disgust at the trickeries of Brahmin Congressmen. He was not alone in doing so, as his example was followed by certain other Non-Brahmin gentlemen who had also found out, much to their sorrow and agony, that in the South Indian Congress movement there was no room for self-respecting or politically honest persons.

Mr. Chidambaram was also an ardent champion of the Swadeshi cult and his connection with a Swadeshi Steam Navigation Company brought him into conflict with powerful foreign shipping interests. We need not enter into details, but suffice it to say he endured suffering with fortitude and it is noteworthy that in spite of his real sufferings and sacrifices, he never demanded fat jobs on Rs. 5, 000 or 'A' class treatment in jails or admission into the officers' ward in the General Hospital for some imaginary ailment as a slight recompense for his sufferings to secure the liberation of 'enslaved' India.

Now that Chidambaram Pillai has gone to his eternal rest at an advanced age, the sympathy of the people of Tamil Nadu will be extended to the member[s] of the bereaved family. In him, the Non-Brahmin community of South India has lost a worthy son of whom we may all feel proud.

Justice, 26-11-1936

19.

THE MADRAS MAIL

Obituary
Mr. V.O. Chidambaram Pillai

Madras, Nov. 19

A Tuticorin correspondent wires today:

The death occurred last night of Mr. V.O. Chidambaram at his residence here. He was 65 years old and was ailing for about a month. Great sympathy is felt for his bereaved wife, three sons and four daughters. – A.P.

The Madras Mail, 20-11-1936

பகுதி 4

இரங்கல் கடிதங்களும் தீர்மானங்களும்

இரங்கல் கடிதங்களும் தீர்மானங்களும்

1.

சி. விஜயராகவாச்சாரியார்

'Arama'
Salem
November 21-1936

Dear Mr. Arumugam Pillai

The news of the passing away of your dear father at his comparatively early age distresses me. I was one of his early friends and visited Tinnevelly and Madras in view, if possible, to be of use to him when he was prosecuted. The universal expression of grief must be a source of consolation to his bereaved family. We are going to hold our public meeting this evening. Accept my warm sympathy in your own behalf and in behalf of the whole family.

Very sincerely yours,
C. Vijayaraghavachariar

2.
எஸ். சத்தியமூர்த்தி

S. SATYAMURTI, M.L.A.
Advocate

'Sundra'
Theagarayanagar
Madras

22nd November 1936

My dear Arumugham,

    The Tamil Nad Working Committee has resolved to appeal to Tamil Nad to celebrate the 18th November as the Late V.O. Chidambaram Pillai's day. The president of the Tamil Nad Congress Committee, Mr C.N. Muthurenga Mudaliar will issue an appeal. I shall be glad to meet you and make your acquaintance.

Yours sincerely,

S. Satyamurti

Sriman V.O.C. Arumugham
Son of Late V.O. Chidambaram Pillai
Koilpatti
Tinnevelly Dist.

~

3.
தமிழ்நாடு காங்கிரஸ் கமிட்டி

The Secretaries, Tamil Nadu Congress Committee, write:

    The death of Mr V.O. Chidambaram Pillai is indeed an irreparable loss to the country. One is really struck by the report that, even in his deathbed, the great patriot longed to hear the songs of Bharati, and was expressing his firm belief that India would get *Swaraj* early. The great sacrifices of the departed patriot and his valuable services to the country cannot be forgotten by the people of Tamil Nadu.

We earnestly appeal to the public to liberally contribute to the Chidambaram Pillai Purse Fund, which should give the needed help to his children in this, the hour of their distress.

The Hindu, 20-11-1936

4.

அகில இந்தியக் காங்கிரஸ் கமிட்டி

Swaraj Bhawan   Allahabad
3-1-1937

Dear friend,

I beg to communicate to you the resolution passed at last Session of the Congress at Faizpur recording its sense of sorrow at the loss the nation has suffered owing to the death of Shri V.O. Chidambaram Pillai.

Yours sincerely,
J.B. Kripalani,
General Secretary

'This Congress expresses its sense of sorrow and loss at the deaths of Dr. M.A. Ansari, Shri Abbas Tyabji, Dr. H.K. Sambasivam, Shri V.O. Chidambaram Pillai, Shri Krishna Kumar Mitra, Dr. B. Subramaniam, Pandit Pyarey Mohan Dattatreya and Shri Waman Rao Naik.'

All India Congress Committee Papers,
Nehru Memorial Museum & Library

பிற்சேர்க்கைகள்

1.

முத்தமிழ் க்ஷேத்திர மதுர பாஸ்கரதாஸ் அவர்கள் இயற்றிய

இந்து தேசாபிமானிகள் செந்தமிழ்த் திலகம்

இரண்டாம் பாகம்

மதுரை

1921

~

தூத்துக்குடி ஸ்ரீமான்
வ.உ. சிதம்பரம் பிள்ளையவர்கள்

'அமுதமுதேகோ' என்ற மெட்டு

இராகம்: இந்துஸ்தான் பியாக் — *தாளம்: ஆதி*

பல்லவி

சிதம்பரச் சீமா னதி தீரச்சுதேசி (சிதம்)

அநுபல்லவி

தீரச்சுதேசி – சுத்த வீரப்பரகாசி (சிதம்)

சரணம்

இதம்பரவ நெல்லையில்
இந்துநிலை சொல்லையில்
இறந்தவர்க்கு முணர்ச்சி
ஏற்பட்டதவ் வெல்லையில் (சிதம்)

புறநாட்டுச் சரக்கெல்லாம்
புறக்கணித்திட்ட நல்லான்
பூர்வசுய ராஜ்ஜியப்
போரில்முன் நிற்கவல்லான் (சிதம்)

அடிமைத்தனத்தைப் போக்கி
ஆண்மைத்தன முண்டாக்கி
ஆதிமத சக்தியின்
நீதியருளும் வாக்கி (சிதம்)

மாமுனி காந்தி சீடன்
மந்த்ரசுதந்த்ர நாடன்
மதுரபாஸ்கரன் ஜெய
மார்க்கவைராக்ய க்ரீடன் (சிதம்)

~

இந்தியாவிலிரண்டு திலகங்கள்

'கோபுல்சவுக்காருமேபனுமே' என்ற மெட்டு

இராகம்: சகானா *தாளம்: ஆதி*

கண்ணிகள்

திலகமி மிரண்டிருப்ப தாலே – இந்தியா
செல்வம் பெருகுமினி மேலே
உலகஞ் செழிப்பதிவர் பாலே – நமக்
ஊக்கம் பிறந்ததுமிக் காலே (தில)

தொஹைறா

தென்மொழி வடமொழி சிறந்தவிரு மொழியெனச்
செப்ப நின்றிலரு மாப்போல்
திசையெங்கும் பாஸ்கரன் செய்யசங் கீர்த்தனம்
சென்றுநின் றுலவுமாப்போல்

பல்லவி யெடுப்பு

வடஇந்தி யாவிற்கொரு திலகம் – நம்சீ
மான்பால கங்காதரத் திலகம்
திடமுள்ள தென்இந்தியத் திலகம் – எங்கள்
சிதம்பரம் பிள்ளையொரு திலகம் (தில)

~

'பத்திசாதிக்கவிடாது' என்ற மெட்டு

பல்லவி

சிதம்பரம் பிள்ளையிவர் போல – ஒரு
தேசபக்தனு முண்டோ சீல – குண (சித)

அநுபல்லவி

இதந்தரவேணுமென்று இந்தியாவில்முயன்று
இரவுபகலுழைத்த எங்கும்பெயர்ப்பிரசித்த (சித)

சரணம்

வந்தேமா தரமந்த்ர மோதி – பல
வகையிற்பி ரிந்திருக்கும் ஜாதி
இந்தியர் நாமொன்றென்ற நீதி – நமக்
கெடுத்துரைத் திட்டஞாய வாதி

நந்தேயமக்களுக்கே நன்மையுண்டாகுதற்கே
நல்லதவம்புரிந்த நாடெங்கினுந்தெரிந்த (சித)

செய்தபிரசங்கஉ தாரம் – கேட்டுச்
சேயர்க ளுமடைந்தார் வீரம்
மெய்தவ றாதுமனத் தீரம் – கொண்டு
மிகப்புரிந் திட்டாருப காரம்

வையகத்தில்நமக்கே வாழ்வுகொடுப்பதற்கே
வந்திங்கவதரித்த வரதபரமசித்த (சித)

தங்கும்பாஸ் கரத்தமிழ் ஆட்சி – பெறத்
தக்கவழி யிற்பல சூட்சி – ஈதென்
றெங்கட்கெ டுத்துரைத்த மாட்சி – மையை
என்னென்றி சைப்பேனோர்கண் காட்சி

செங்கைவிரலெரியத் தேகத்தில்நீர்சொரிய
சிறைச்சாலையிற்பணித்த செக்குமிழுத்துழைத்த (சித)

2.

இந்து தேசாபிமானிகள் செந்தமிழ்த் திலகம்

என்னும்

பக்திரசக் கீர்த்தனைகள்

கன்னிச்சமீன் சரபம் உடுமலை முத்துசாமிக் கவிறாயரவர்கள் மாணாக்கர்

பூமிபாலகதாஸ் அவர்கள்

இயற்றியது

மதுரை அ. தர்மலிங்கம் பிள்ளை வெளியிட்டது.

1920

~

கனம் சிதம்பரம் பிள்ளை

'ஆரடி தாதிகாள்' என்ற மெட்டு

செகமீது சிதம்பர வள்ளலார் - செய்த
உப்கார மிதுவெனச் சொல்லலாம்
தேசாபி மானத்தை மேற்கொண்டு பலபல
சீர் திருத்தம் புரிந்தார் - அதில்வரு
தீமை யெலாஞ் சுமந்தார் (செக)

பாரத மாதா படைத்த புதல்வரில்
பாக்யவசந்த சுகான் - அதி
யோக்யஞ் சிறந்த மகான்
பாமரசன மேமகிழ்வுற காரியசுப நீதிகள்மிகு (செக)

மாமுத்துசாமிக் கெளியன்பூமி பாலகவி
தார்புனையும் நேமி
மாதவசுசு நீதமேமிகு பூதலமதி லேபுகழ்பெறு (செக)

~ ~

3.

உத்தமபாளையம் டிராமா உபாத்தியாயர்

U.P. காமாக்ஷி பிள்ளையவர்கள்

இயற்றிய

இந்து தேசாபிமானிகள் இனிய ரமணிய கீதம்

மதுரை புக் ஷாப், பி.நா.சி. ஏஜண்டு

மு. கிருஷ்ணபிள்ளை அவர்கள் வெளியிட்டது

1924

~

கனம் சிதம்பரம் பிள்ளை

'டில்லி நகர்தனிலே டிசம்பர் பனிரெண்டிலே'
என்ற மெட்டு

தேசாபிமானிகளில் சிதம்பரம் பிள்ளை யொருவர்
பூஜிதையுடனே தொண்டு புரிந்துவந்த நற்புனிதர்
பொற்புடன் கேட்டிருப்பீர் நண்பர்களே
புந்தியிலறிந்திருப்பீர் அன்பர்களே
ஆசாரமோடுயிந்த அவனிதனிலே முன்னரே
தேசவிரதம் பூண்ட தீர்க்கதரிசி யிவரே
தெக்ஷிணசீமைதனி லின்றைக்குமே
செப்பியவாயாறு வதுமேயுண்டுமே
ஊரின் பொது நன்மைக்கி ஒத்துமையுடனுழைத்து
காராக்கிரஹந்தனிலே காத்திருந்த மூலவித்து
காமாக்ஷி கீதமலர் சூடும்புண்யன்
காங்கிரஸபிமான முள்ளகண்யன்.

~ ~

வ.உ.சி.யும் பாரதியும்
(ப-ர்): ஆ.இரா.வேங்கடாசலபதி
ரூ. 260

வ.உ.சி.யும் காந்தியும்
347 ரூபாய் 12 அணா
ஆ.இரா. வேங்கடாசலபதி
ரூ. 140

திலக மகரிஷி
வ.உ.சி
(ப-ர்): ஆ.இரா.வேங்கடாசலபதி
ரூ. 225

திருநெல்வேலி எழுச்சியும்
வ.உ.சி.யும் 1908
ஆ. இரா. வேங்கடாசலபதி
ரூ. 320

வ.உ.சி.யின் சிவஞான போத உரை
(ப-ர்): ஆ.இரா.வேங்கடாசலபதி
ரூ. 140

2

காலச்சுவடு பப்ளிகேஷன்ஸ் (பி) லிட்.
Published by Kalachuvadu Publications Pvt. Ltd.,
669, K.P. Road, Nagercoil 629001, India
Phone: 91-4652-278525
e-mail: publications@kalachuvadu.com

12/2024/S.No. 1112, kcp 5487, 18.6 (3) rss